மோகன் குமார்

படியேற்றம்

காவ்யா

படியேற்றம்

நூலாசிரியர்
©மோகன் குமார்

முதல் பதிப்பு: 2022

வெளியீடு: **காவ்யா**

16, இரண்டாம் குறுக்குத் தெரு, டிரஸ்ட்புரம்,
கோடம்பாக்கம், சென்னை -600024
போன்: 044-23726882 / 9840480232
அச்சாக்கம் : மணி ஆப்செட் சென்னை-77
பக்கங்கள் : VII+283 =290
விலை : ரூ.320/-

PADIYETTRAM

Author:
© Mohankumar

First Edition : 2022

Published by **KAAVYA**

16, 2nd Cross Street, Trustpuram,
Kodambakkam, Chennai - 600 024.
Phone: 044 - 23726882 / 9840480232
e-mail : kaavyabooks@gmail.com.
Website : www.kaavyaa.com.
Printed at : Mani Offset, Chennai -77.
Pages: VII+283=290
Price : ₹ 320

ISBN: 978-93-93358-20-2

பதிப்புரை

படியேற்றம் என்றால் சிம்மாசனத்தில் ஏறி முடிசூட்டிக் கொள்ளுதல் என்று பொருள். இது ஒரு மலையாள வரலாற்று நாவல். காவிரிக் கரையிலிருந்து திருவிதாங்கூருக்கு இக்கதை பத்மனாபபுரம் வழியாக பயணிக்கிறது. மூவேந்தர் காலத்து இசையும் ஆடலும் வளம் பெற்று கலையும் கலைஞர்களும் சிறப்பு பெற்றனர். காதல், இன்பம், சோகம், துயரமெனக் கலந்து கவரும் கதை.

இதனைத் திருவனந்தபுரம் ஆர்.நந்தகுமார் மலையாளத்தில் எழுத குழித்துறை மோகன்குமார் மொழிபெயர்த்துள்ளார். இரு குமாரர்களையும் பாராட்ட வேண்டும். மோகன்குமார் வங்கிப் பணியோடு இலக்கியப் பணியும் படைப்புப் பணியும் இலக்கிய நட்பு மன்றமும் அமைத்து தமிழுக்கும் மலையாளத்துக்கும் நட்பு பாலத்தையும் கட்டியுள்ளார்.

மொழிபெயர்ப்புகள் தமிழில் வாழவும் வளரவும் இம்முயற்சிகள் துணைசெய்யும்.

- காவ்யா சண்முகசுந்தரம்

மோகன்குமார்.S

குழித்துறை

ஆகிய நான் தமிழ்நாடு, கன்னியாகுமரி மாவட்டத்தில், பத்மநாபபுரம் கோட்டைக்குள் கரிங்க வீட்டில் எஸ். சதாசிவன் நாயருக்கும், பி. சரஸ்வதி அம்மாவிற்கும் மகனாகப் பிறந்தேன். 38 ஆண்டுகள் இந்தியன் ஓவர்சீஸ் வங்கியில் பற்பல பதவிகள் வகித்து ஓய்வு பெற்றுள்ளேன். குழித்துறை என்னும் ஊரில் வசித்து வருகிறேன்.

மலையாள மொழியில் சிறு கதைகள், கவிதைகள் மற்றும் இலக்கியங்கள் எழுதி வெளியிட்டு வருகிறேன். பல இலக்கிய மன்றங்களில் பங்குபெற்றும் வருகிறேன்.

இலக்கிய நட்பு மன்றம் என்னும் சங்கம் நிறுவி தொடர்ந்து ஒரு தனி வாட்ஸ்அப் குழுவும் நடத்தி வருகிறேன்.

சென்னை மலையாள கவிஞர் சங்கத்தில் உறுப்பினராகச் சேர்ந்து, அச்சங்கத்தில் கவிதைகள் புனைந்து வெளியிடுகிறேன்.

கேரள கலாச்சார வரலாறு *(History of Kerala Culture)* என்னும் நூலும், சாயூஜ்யம், வயலட் டாலியா, உபாஸனா போன்ற சிறுகதை தொகுப்புகளும், மஞ்சாடிமணிகள் என்னும் கவிதைத் தொகுப்பும் புத்தகங்களாக வெளியிட்டுள்ளேன்.

தமிழ் மற்றும் மலையாள மொழி பெயர்ப்புகள் செய்து வருகிறேன். எழுத்துப்புறா என்னும் வேதியில் தமிழ் படிக்கலாம் என்னும் நிகழ்ச்சி நடத்தி வருகிறேன்.

துணைவி எஸ். ஸ்ரீலதா, மக்கள் எம்.எஸ். ஸ்ரீஜித், எம்.எஸ். ஸ்ரீநாத்,

மருமக்கள் - திவ்யா.என், H.A. லஷ்மிஸ்ரீ

பேரப்பிள்ளைகள் - ஹ்றுத்யா ஸ்ரீஜித், ஸ்றவண்

முகவரி - 21/31 பெருந்தெரு, குழித்துறை,
குழித்துறை அஞ்சல்
கன்னியாகுமரி மாவட்டம் - 629 163
Mobile : 9442220106

என்னுரை...

ஆர். நந்தகுமார், என் அருமைத் தோழன். இவர் திருவனந்தபுரம் மாவட்டம் ஆற்றிங்கலைச் சேர்ந்தவர். சிறந்த எழுத்தாளரான இவர் இயற்றிய படியேற்றம் என்னும் நாவலை தமிழில் மொழி பெயர்க்க அதிர்ஷ்டம் கிடைத்ததில் பெருமிதம் அடைகிறேன். இந்நூல் இலக்கியக் கூட்டுறவுச் சங்கம் வெளியிட்டுள்ளது.

இங்கு வரலாற்றின் வளர்ச்சியும் மாற்றமும் பிணைந்து கிடக்கின்றன. வரலாற்றின் உள்ளறைகளில் எட்டிப்பார்ப்பது எப்போதும் உணர்ச்சியுறச் செய்வதாகும். வரலாற்றின் திரைக்குள் உருவம்பெறும் ஒரு கதை தான் படியேற்றம். இக்கதையில் மனதை இழுத்துக் கொண்டு செல்லும் ஒரு காந்தம் இயங்குகிறது. நாஞ்சில் நாட்டின் அரச பரம்பரையில் இதழ் விரியும் இந்நூல் இதை மொழி பெயர்க்க வாய்ப்பு கிடைத்த என்னில் ஒரு தீவிர உற்சாகம் தோன்ற காரணம் அடியேன் நாஞ்சில் நாட்டில் தான் பிறந்து வளர அதிர்ஷ்டம் கிடைத்தவன் என்பதால் இருக்கலாம். ஒவ்வொரு பாத்திரங்களும் மனதில் மேலும் மேலும் வந்து செல்லும் அனுபவம் எனக்குக் கிடைத்தது. காவேரி நம்முன் நிறைந்து ஒழுகிச் செல்கிறாள். நன்மையின் ஆண்மகனான ஆதிகேசவ குலசேகரப் பெருமாளை மனதில் நிறைத்து இம் மொழி பெயர்ப்பினைச் சிறப்பாக செய்துள்ளேன்.

இதற்கு பாயிரம் எழுதியிருக்கும் திரு. ஏழாச்சேரி இராமச்சந்திரன், முனைவர். வி. மதுசூதனன் நாயர், டாக்டர் பி. வேணுகோபாலன் ஆகியோரை மனதார வணங்குகிறேன்.

எனது நண்பன் ஆர்.நந்தகுமாரின் இக்காவியம் மேலும் இதர மொழிகளில் மொழி பெயர்க்கப்படட்டும் என வேண்டுகிறேன்.

மோகன்குமார்.S
குழித்துறை

அணிந்துரை

பேரா. புலவர். கு. இரவீந்திரன், M.A., M.Phil., B.Ed.

மலைமுகடிற் தோன்றி அருவியாய்த் துள்ளிக் குதித்து பேராறாய்ப் பெருக்கெடுத்து காடும் கழனியும் வளப்படுத்திச் செல்லும் காவிரியின் வற்றாத வளம்போல பழகுதற்கு நல்ல பண்பாளராய்த் தோன்றி மலையாளம், தமிழ், ஆங்கில மொழிகளில் தவழ்ந்து பன்மொழி வித்தகனாய் இலக்கிய வானில் இறகடித்துப் பறப்பவர் நல்லறிஞர் மோகன்குமார் அவர்கள்.

திருவிதாங்கூர் ஆளுகையில் காவிரியாற்று நீரொழுக்காய் குமரியெங்கணும் பரந்து வளர்ந்த மொழி மலையாளம். அம்மலையாள மொழியின் பழம்பெருமையை நாளும் போற்றி நினைத்திடத்தக்க வகையில் எழுத்தும், கவிதையும், கதையும் மொழி பெயர்ப்புமாய் வலம்வரும் மோகன்குமார் அவர்களின் இலக்கிய நாட்டத்தை நினையுங்கால் மலர்நாடிச் செல்லும் மதுகரமாய் உழைக்கும் அவர்தம் உழைப்பு முன்னிற்பதைப் பார்த்துப் பேருவகை அடைந்தேன்.

தான்பெற்றப் பேரின்பத்தினை மற்றவர்க்கும் ஈந்துவக்கும் பெருந்தகைமையான நற்குணத்துடன் அவர் கண்டுணர்ந்த இலக்கியக் கூடுகையின் இனிய விருந்தாய் சாகித்ய சௌகிர்த வேதி என்னும் நல்லதோர் மதலையை உலகிற்குத் தந்து நாளும் நல்லறிஞர்களைக் கூட்டி இலக்கியச் சோலையில் இளைப்பாறி மகிழும் அவர்தம் பயணம் என்றும் நினைத்து இன்புறத் தக்கதாய் அமைந்தது!

வரலாற்றுச் சாகரத்துட்புக்கு மூச்சடக்கி முயல்வார்க்கு மட்டுமே முத்தினை எடுத்திட முடியும். திருவனந்தபுரம் ஆற்றிங்கலைச் சேர்ந்த கவின் மலையாளத்தில் துறை போதிய எழுத்தாளர் ஆர். நந்தகுமார் அவர்களின் படியேற்றம் என்னுமோர் அரிய நூலினைப்பருகித் துய்த்து அழகுதமிழில் மொழியாக்கம் செய்துள்ள நம் எழுத்தாளர் தம் முயற்சி என்றும் பாராட்டிற்குரியதே!

மண்மணம் மாறாதக் காவிரியின் அரவணைப்பில் தவழ்ந்து விளையாடும் பூக்குடிக் கிராமத்திலிருந்து தொடங்கிய அகழ்வாய்வு சேரநாட்டுத் தலைநகர் பத்மநாபபுரத்தில் வளர்ந்து திருவிதாங்கூர் மன்னர் மடியில் தவழ்ந்து புகழ்பாடிக் கிடக்கும் ஓர் உன்னதப் படைப்பு படியேற்றம்.

நாட்டியமும் இசையும், அதனதன் போக்கிற்கியைய நூலில் களிநடனம் செய்து படிப்போரை மகிழ்விக்கிறது. கலைஞர்களும் கலைவாணர்களும் இசைஞர்களும், இசைக்கருவிகளும் பழம்பெருமை வாய்ந்த மூவேந்தர் ஆண்ட முத்தமிழின் சுவையுணர்ந்து நூலினைப் படைத்துள்ள ஆசிரியர் திறம் பன்முகத் தன்மையை வளர்த்து நிற்பதை நூலில் ஆங்காங்கே பார்க்க முடிகிறது.

காதலும் இன்பமுமாய் கலந்தோடும் நூலின் ஆங்காங்கே சோகமும் துயரமும் சேர்ந்து புதிர்களையும் இட்டுச் செல்வது நூலின் வளர்ச்சிக்குப் பெருந்துணை செய்கிறது. கதைக் களத்திற்கேற்ப பாத்திரங்களைப் படைத்து எதிரும் புதிருமாய்த் தோன்றும் வாழ்க்கையினை ஒருமுகப்படுத்தி படிப்போருக்குப் பேரின்பம் தருவதாய் நூலினைப் படைத்த ஆசிரியர்தம் திறன் பெருமையுடையதாய்த் தோன்றுகிறது!

இந்நூல் படிப்பார்க்குப் பெருந்துணை செய்யும். மொழியாக்கம் செய்து இந்நூலினை தமிழுக்குத் தந்துள்ள மோகன்குமார் அவர்கள் இன்னும் பல படைப்புகளைப் படைத்து படியேற்றம் காண்பாராகுக! என வாழ்த்துகிறேன்.

அன்புடன்

பேரா. புலவர் கு. இரவீந்திரன், M.A., M.Phil., B.Ed.

அருமனை

29.9.2022 பணிநிறைவு தலைமையாசிரியர் மற்றும் பேராசிரியர்

படியேற்றம்

ஒன்று

நேரம் நண்பகல் ஆகவில்லை. ஆனாலும் காவேரி கோபமுடன் காணப்பட்டாள். பொதுவாகவே அவள் கோபக்காரி தான். பிரம்மகிரியில் பிறந்து அமர்ந்த சங்கீதம் பாடி களகளவென ஓடி, ஸ்வரஜதியின் விஷயமாகி, நீர்வீழ்ச்சிகளின் விரைவு நடனத்தில் சோம்பல் வருத்தி எப்போதும் சாந்தமில்லாத ஆத்மாவின் அலைகளில் நித்யகல்யாணி வள்ளி போன்று ஒழுகிச் சென்றவள்.

பூத்து தளிர்த்த வேங்கை மரங்களின் நடுவே கூட்டமாகச் செல்லும் யானைகளின் பிளிறல் சத்தத்தில், அழகான பூக்களை உடம்பு முழுவதும் நிறைத்து குறிஞ்சி நிலம் வழியாக சிணுங்கி ஓடியவள்.

மான் ஓடியும் மயில் ஆடியும் குயில் பாடியும் முல்லை நிலத்தினூடே கனாவின் பாடல் பாடி நடந்தவள்.

பாலைத்திணையில் தனியாக்கப்பட்ட வேட்டைக்காரச் சிறுவனின் மன அழுத்தம் கேட்டு மின்மினிகள் பற்றியிருந்த மண்புதர்களுக்கிடையில் கொலுசின் சத்தம் கேட்காமல் மெல்ல நடந்தவள்.

பால்மணம் நிரம்பிய குடிசையின் ஜன்னல் வழியாக எட்டிப்பார்த்து அவமானத்தால் முகம் குனிந்து விரல்களில் இருந்து குளிரைத் திருடி ஓடிய காற்று மெதுவாகத் தடவி ஆட்டிய நெல்மணிகளைக் கண்களால் பார்த்து மருதநிலம் வழியாக உற்சாகம் கொண்டு நடந்தவள்...

உயர்ந்து எழுகின்ற அலைகளின் மேலே பொங்கிக்குதித்து மீன்கள் விளையாடுகையில், பரதவனின் உப்பளங்களில் சூரியக் கதிர்களின் விரல்கள் விரைந்து செல்லவே, கூடிச்சேரத் துடிக்கும் கனவுகளின் களிப்பில் அந்த நிமிஷத்தை நினைத்து நூலில் கட்டிய மாலைகளின் முத்துக்களின் சிரிப்பொலியில், கடம்பு மரத்தின் பின்னால் மறையும் சேலையின் விளிம்பை, ஏதோ புரிந்து கொண்டவாறு பார்த்து இரகசியமாகச் சிரித்து நெய்தல் நிலத்தின் மணல் மேடுகளைத் தள்ளி மாற்றிச் சென்றவள்... ஜனங்களின் வேதனைகளைக் கண்டு கண்ணீர் குடித்தவள்...

தொல்காப்பியர். திருவள்ளுவர், நக்கீரர், கபிலர், பரணர், ஔவையார், மருதனார் போன்றோர்களின் வாழ்த்துக்கள் பெற்று காலங்களை நிறைத்தவள்....காவேரி.

அரக்கர்களைக் கொலை செய்ய விஷ்ணு பெண் வேடம் எடுத்தபோது பிரம்மா அவளுக்குக் கூட்டாகத் தனது மகள் விஷ்ணுமாயாவை லோபாமுத்ரா என்னும் பெயரில் அனுப்பினார். ஏழை மக்களைக் காப்பாற்றுவது தான் லோபாமுத்ராவின் வாழ்க்கை விரதம். ஒரு பெண் குழந்தைக்காகத் தவம் செய்த கவரன் என்னும் முனிவருக்குப் பிரம்மா தனது மகள் லோபாமுத்ராவைத் தத்து கொடுத்ததாகச் சொல்லப்பட்டுள்ளது. கவரனின் மகளான பெண் பின்பு காவேரியானாள். பிரம்மகிரியில் தியானத்தில் இருந்த காவேரி அகஸ்திய முனிவரின் மனைவியானாள்.

ஒருமுறை மற்ற முனிவர்களுக்குத் தத்துவ சித்தாந்தங்கள் மற்றும் முக்கிய விஷயங்களைக் குறித்து விளக்கிக் கொண்டிருந்த அகஸ்தியர் சூரியன் மேற்கில் மறைந்ததை அறியவில்லை. ஆசிரமத்தில் தனக்காகக் காத்திருந்த காவேரியை நினைக்கவில்லை. விளக்கத்தின் வழியாகக் கிடைத்த ஞானத்தின் கருவுடன் விடியற்காலம் கோழி கூவிய நேரம் ஆசிரமத்தில் சேர்ந்த அகஸ்தியரை எதிர்பார்த்து இருந்தது காவேரியின் ஒளி வீசும் கண்கள்...

அகஸ்தியரின் கமண்டலத்தில் காதல் தீர்த்தமாக இருந்த காவேரி எப்பொழுதும் மண்ணிற்கும் மனிதனுக்கும் உதவி செய்ய ஆறாகப் பாய்ந்தாள்.

அந்தக் காவேரி தான் திருச்சிராப்பள்ளி மாவட்டத்தின் திருப்புறம்பியத்திற்குப் பக்கம் பூக்குடி என்னும் சிறு கிராமம் வழியாகவும் பாய்ந்து செல்கிறது. வயல்பூக்களிலிருந்து மது குடித்துப் பறந்து செல்லும் பட்டாம்பூச்சிகளின் சிறகுகளின் ஒலியில் ஏற்படும் அழகும், சிறிது தூரம் வடக்கு மேற்காக நடந்து சென்றபின் காட்டிலிருந்து எதிரொலித்து வரும் கிளிகளின் கீச் கீச் ஒலியும் நாதமும் பசுக்களின் மணியின் சத்தமும் மட்டும் கேட்டிருந்த பூக்குடியின் ஆற்றங்கரையில் ஏறக்குறைய 300 மீட்டர் தொலைவில் அசாதாரணமான ஒலிகளுக்கிடையில்..

ஏறத்தாழ 50 மீ. நீளமும் 30 மீட்டர் அகலமும் ஏழு அல்லது எட்டு மீட்டர் ஆழமும் உள்ள ஒரு பெரிய குழி... குழியினுள் ஒரு ஜெ.சி.பி., ஒரு கிரையின், மண்வெட்டும் ஆயுதங்களுடன் ஏராளம் வேலையாட்கள்; எல்லா மொழியினரும் உள்ளனர்.

குழியின் பக்கத்தில் இரண்டு மூன்று தற்காலிகமாக அமைத்த கூடாரங்கள் உள்ளன. ஒரு கூடாரத்தில் ஒரு பெரிய மேஜையின் மேலே பெரிய வரைபடத்தாளில் இரண்டுபேர் ஏதோ அடையாளப்படுத்துகிறார்கள். இந்தியத் தொல்லியல் வரலாற்று ஆராய்ச்சி சம்பந்தமாக அகழ்வாராய்ச்சி நடைபெறுகிறது. மண்மூடிக் கிடக்கின்ற பிராக் வரலாறு கண்டுபிடிப்பதற்கான முயற்சி.

ஆழமான குழிக்கரையில் பிரம்மாண்டமான ஓர் தொல்லியல் கண்டறியும் கருவி வைக்கப்பட்டிருந்தது. அதனருகே சிறிய மேஜையில், கணினித் திரையில் முப்பது வயது மதிக்கத்தக்க ஓர் இளைஞர் தரையில் ஏதோ பார்த்தவண்ணமாக இருந்தார். அவர் திடீரென...

Hey Sooraj...45 cm shift is required... Towards right A big mass is there. Need to trench a meter deep".

அவரின் சத்தம் கேட்டதும் குழிக்கரையில் சிவில் வேலைகள் நடத்திக் கொண்டிருந்த இளைஞருக்குக் கோபம் வந்தது. முப்பது வயது வரும் இளைஞர் தான். வெயில் படாமலிருக்க ஒரு பெரிய தொப்பி அணிந்திருந்தார் சூரஜ்.

'Hey Rossil Morgan... First you fix the position correctly'

ஏற்கனவே இரண்டு மூன்று முறை தவறாகக் கூறியதின் கோபம் சூரஜிற்கு உண்டு என்பது இங்கிலீஷ்காரர் ரோசில் மோர்கன் புரிந்து கொண்டார்.

'This time it is correct yaa... A big mass...'
கோபம் தணியவில்லை சூரஜிற்கு
'You are confusing the labourers'
றோசில் உறுதியாகக் கூறினார்.
'No confusion'

வேறு வழியில்லை சூரஜிற்கு... தலைவரோடு மற்ற பணியாளர்களும் களத்தில் உள்ளனர். றோசிலைப் பார்த்து அவர் புன்னகைத்தார்.

கொஞ்சம் தொலைவில் நிற்கும் தலைவருக்குக் கேட்காமல் அவன் முறுமுறுத்தான். றோசிலிற்குத் தான் திட்டுவது என்று புரியக்கூடாதே.

'இனி மாற்றிச் சொன்னால் வெள்ளைப்பன்றி.... உன்னை நான் கொல்லுவேன்'

இது கேட்டு தியா அவனுக்குப் பக்கம் வந்தாள். அவள் புவியியல் மேதை. ஜீன்ஸ், டோப் மற்றும் வெயில் படாமல் இருக்க தலையில் தொப்பியும் உண்டு. தியா 26 வயதுள்ள மலையாளி.

'என்னடா சூரஜ். நீ முறுமுறுப்பது? சாயிப்பை நீ திட்டுறியா?

'இல்லை... அவனுடைய ஒரு Newgen Theodolyte.... ஒரு தடவை இங்கே குழி எடுக்கச் சொல்வான்... பின்பு மாற்றி சொல்லுவான்...

'நீ Theodolyte-ஐ தவறாகச் சொல்ல வேண்டாம். அது மிகவும் புதுமையானது. மட்டுமின்றி முதல் டெஸ்ட் தானே? நேர்மை ஆக்க வேண்டியது அதை வினியோகம் செய்யும் வென்டர் கம்பனியின் பெருமை கூட தான். அதனாலே தானே அவரது R and D யின் றோசிலினை அனுப்பியிருக்கிறார்.

'R and D தேங்காய்க்குலை... அவனை நான் இன்று இந்தக் குழியில் புதைத்து மூடுவேன்.. ஏற்கனவே நான் இல்லாததால் கிழக்கிந்திய கம்பெனியிடம் பகை வீட்டு முடியவில்லை. புது ஆங்கிலேயக் கம்பெனியிடம் பகை தீர்த்திடலாம்...'

குழியில் பார்த்து தனது வேலைக்காரர்களிடம் அவன் சத்தமாகக் கூப்பிட்டார்.

'வோ ஜெசிபி கீ டிரங்க் கோ ஏக் பீட் ஷிப்ட் கர்கே ட்ரெஞ்சிங் கரோ'

சூரஜின் சத்தம் கேட்டதும் குழியினுள் இருந்து இன்னொரு இளைஞர் தலை உயர்த்திப் பார்த்தார். அவருக்கும் சூரஜின் வயது தான். ஜே.சி.பி. இயக்குநர் லிவர் மாற்றி அதன் துதிக்கையை உயர்த்த முயற்சிப்பது கண்டு அவர் சத்தமிட்டார்.

'ஹேய் ஹேய்... ஸ்டோப் தி ஜே.சி.பி.

பின்பு சூரஜைப் பார்த்து மெதுவான சத்தத்தில் கோபமாகக் கூறினார்.

'டா ஊளே... ஜெசி.பி நிறுத்தச் சொல்லடா'

அவர்கள் நண்பர்கள். நண்பனின் பேச்சைக் கேட்டு சூரஜிற்குச் சிரிப்பு வந்தது.

அவன் விடவில்லை.

'ஊளஉனது தந்தை... போடா'

நண்பர்களின் இந்த பேச்சினைக் கேட்டு தியா ஒரே சிரிப்பு.

குழிக்கரையில் தொல்லியல் துறையின் இந்திய செயல்திட்டத் தலைவரான மலையாளி பால் சகரியா இருந்தார். அவருக்கு வயது 50. அவர் குழிக்கரையின் கீழே வந்து பார்த்தார்.

'என்ன அனந்தா? என்ன ஆச்சு? எதற்காக ஜெசிபி நிறுத்தினாய்'

அனந்தன் கோபத்துடன் குழிக்கரையில் பார்த்தபோது Chief-ஐ கண்டான்.

அவனது சத்தத்தில் பணிவு தெரிந்தது.

'சர்... மண்வெட்டி மற்றும் பிக்காஸ் போன்றவை பயன்படுத்துவது தான் நல்லது. ஜெசிபி பயன்படுத்தினால் கீழிருக்கும் பொருளுக்கு ஏதாவது சேதம் ஏற்படக்கூடும்.

தலைவருக்கு அப்போது தான் விஷயம் புரிந்தது.

சரி! சரி! ஏய் சூரஜ்.. உன் டீமிடம் சொல்லு. மண்வெட்டியினால் மண் கொஞ்சம் கொஞ்சமாக மாற்றினால் போதும்... கீழிருக்கும் பொருள் சேதமாகக்கூடாது...வெட்டி மாற்ற வேண்டாம் ... மண் மாந்தினால் போதும்.

பற்கள் கடித்தபடி தாழ்மையுடன் சூரஜ் கூறினான். 'மாற்றலாம் சார்' உரத்த சிரிப்பைக் கையினால் வாயைப் பொத்தியவாறு தியா மறைத்தாள்.

அதைக் கண்ட சூரஜிற்குக் கோபம் வந்தது.

'சிரிக்காதே...குழியில் ஒன்றல்ல... இரண்டு பேர் நிற்கிறார்கள்... சாயிப்பு றோசிலும் அவனும்'

'யார் அனந்தனா?'

குழிக்குள் மும்முரமாக வேலை நடந்து கொண்டிருக்கிறது. வேலையாட்கள் மண்வெட்டியினாலும் மற்றும் வேலை செய்வதற்குத் தகுந்தாற்போல அனந்தபத்மநாபன் சொல்லிக் கொண்டிருந்ததைக் குழியின் பக்கத்தில் அனைவரும் பார்த்துக் கொண்டு நின்றார்கள்.

றோசில்மோர்கன் மற்றும் சூரஜ் புகை பிடிப்பதற்காகக் கொஞ்சம் மாறினார்கள்.

புது TST மற்றும் Theodolyte-ன் சிறப்புகளைக் குறித்து றோசில் சைகையால் விளக்கத் தொடங்கினார். ஒரு செ.மீ. கூட offset தேவையில்லாத துல்லியமான அளவுகள் Theodolyte-ற்கு உள்ளது என றோசில் கூறினார்.

உனது வர்த்தகம் தானே? அப்படிதானே நீ சொல்லுவாய் என சூரஜ் மனதில் நினைத்தான்.

குழிக்கு உள்ளேயிருந்து சந்தோஷத்தின் ஆரவாரம்.

சிகரெட்டைத் தூக்கி எறிந்து விட்டு இரண்டு பேரும் குழிக்குப் பக்கத்தில் ஓடினார்கள். குழியில் ஒரு பொருளின் மேல்பக்கம் தெரிந்தது.

வேலையாட்களுக்குச் சந்தோஷம்.

அவர்களுடன் நிற்கும் அனந்த பத்மனாபனுக்கு உற்சாகம்.

அவன் கரையில் நின்ற தலைவரிடம் சத்தமாகக் கூப்பிட்டுச் சொன்னான்.

'சர் வி கோட் இட்'

குழியில் அவனது சத்தம் எதிரொலித்தது. கரையில் நின்ற தலைவர் பால் சகாரியா–வின் கண்கள் சந்தோஷத்தால் நிறைந்தது.

'அருமை! அருமை ... பக்கத்தில் இருக்கும் மண்ணினை மெதுவாக நீக்கி கிரெயினில் தூக்கி எடுத்தால் போதும்'

அனந்த பத்மநாபன் கால்களால் அளந்து ஒரு பக்கம் தனது செருப்பால் அடையாளப்படுத்தினார். கிரெயின் இங்கு நிறுத்த வேண்டும். அப்போது கிரெயினின் கையும் அந்தப் பொருளும் இடையேயான தூரம் துல்லியமாக இருக்கும் என அவர் கிரையின் ஆப்பரேட்டரிடம் விளக்கினார்.

மண் மாற்றிக் கொண்டிருந்த ஒரு வேலையாள் நிலை தடுமாறி விழப்போனார். அனந்தன் திடீரென அவரைத் தாங்கினார். அவர் ஒரு பெங்காளி.

ஏய் ... நிதானம், நிதானம்.... அவசரப்படாமல் செய்.... சரியா?

பெங்காளி பாசமுடன் அனந்தனைப் பார்த்தான்.

அனந்தன் குதித்து கிரெயினில் ஏறினான். ஆப்பரேட்டருடன் இருந்து எல்லாம் ஒருமுறை கூட சரியாக்கினான்.

குழிக்கரையில் கரையில் இருந்து கொண்டு இதைப் பார்க்கிறவர்களுக்குச் சந்தோஷம். தலைவர் பால் சகாரியாவுக்கு தனது சீடனை நினைத்து பெருமை. அவர் றோசிலினிடம் கூறினார்.

அனந்தனின் நேர்மையான உழைப்பினைப் பாராட்டுகிறேன்.

'Ananthan always puts his heart into work'

நண்பரைக் குறித்து நல்ல வார்த்தை கேட்ட சூரஜிற்கும் சந்தோஷம். ஆனாலும் அவன் தியாவிடம் கூறினான்.

'மரணமாஸ் என்று நிரூபிக்க உள்ள எந்தத் தருணமும் அவன் பாழாக்கமாட்டான்.'

தியாவுக்குச் சிரிப்பு வந்தது. 'போடா' என்றான்.

அதே நேரம் குழியினுள் அந்தப் பொருளின் பக்கத்தில் இருந்த மண் முழுவதுமாக நீக்கி விட்டது. ஏறக்குறைய ஐந்து ஐந்தரை அடி உயரம் அதற்கு இருந்தது. சரிந்து வவழாமலிருக்க வேலையாட்கள் மண்வெட்டியினால் தாங்கி நிறுத்தினார்கள்.

கிரெயினிலிருந்து இறங்கின அனந்தன் கீழே கிடந்த பெரிய கயிறு ஒன்றை எடுத்து வேலையாட்களிடம் கொடுத்து அந்தப் பொருளில் கட்டுவதற்குக் கூறினான். கயிறின் மறு பக்கம் கிரெயினில் அனந்தன் கட்டினான்.

'மாற்றும் பணி துவங்கட்டுமா சார்....?'

அனந்தன் அனுமதிக்காக தலைவரிடம் கேட்டான்

சரி! சரி! நேராகத்தான் உயர்த்த வேண்டும். தவறு நேராமல் பார்த்துக் கொள்வது அவசியம்.

கிரெயினின் லிவர் ஆப்பரேட் செய்தபோது பொருள் கழன்று வரத்துவங்கின.

மேலே உயர்த்து மேலே உயர்த்து எனப் பின்னால் நடந்தவாறே அனந்தன் கூறினான்.

இப்போது இது ஒரு முக்கால் பாகமும் மண்ணிற்கு மேலே வந்தாயிற்று.

அனந்த பத்மநாபன் குழியின் பக்கத்திலுள்ள படிகள் வழியாக ஓடி கரைக்கு ஏறினான். அங்கு நின்ற வேலையாளிடம் ஏதோ கூறினான். தலைவர் மற்றும் நண்பர்களுடன் சேர்ந்தான்.

குழியிலிருந்து மெதுவாக தொல்லியல் கலைப்பொருள் உயர்ந்து வரத் தொடங்கியது. முழுவதும் குழியில் மேலே வந்தபோது அனந்தன் இன்னும் துரிதப்படுத்தினான்.

வேலையாள் ஒரு நீண்ட பம்பை எடுத்து சிலைக்கு நேராகப் பிடித்தார். வேறொரு நபர் பம்பை ஆன் பண்ணினார்.

தண்ணீர் சக்தியுடன் சீறத்துவங்கின.

பொருளை மூடியிருந்த மண்ணும் சேறும் கழுவிப்போனது. அனைத்து பாகங்களிலிருந்தும் தண்ணீர் பீய்ச்சி அடித்தபோது அதைப் பார்த்துக் கொண்டிருந்த அனைவரின் கண்களிலும் அனந்த பத்மநாபனின் இதயத்திலும் அந்த உருவம் தெரிந்தது.

கறுப்புக் கல்லில் செய்த ஒரு பெண்சிலை.

இரண்டு

செய்தி பரவியது எப்படி என்று தெரியவில்லை. சிறு கிராமமான பூக்குடியில் தொல்பொருள் ஆய்விடத்தில் மதியத்திற்குப் பின் ஒரு மணி ஆனபோது ஒரே பரபரப்பு. செய்தி சேனல்களின் பத்திரிகையாளர்களும் ஊடகவியலாளர்களும் எல்லோருமாக ஒரே திருவிழாக்கோலம் தான். அவர்கள் தலைவரான பால் சகாரியாவிடம் நேர்காணலில் ஈடுபட்டார்கள். அவர் சாப்பிடவும் இல்லை. sugar நோயாளியான Chief சரியான நேரம் சாப்பிடவில்லை எனில் பிரச்சனை தான். தியா கொடுத்த ஒன்றோ இரண்டோ மிட்டாய்களின் பலத்தில் அவர் பதில் கொடுத்துக் கொண்டிருக்கிறார்.

காவேரிக்கரையில் பூக்குடி என்னும் இந்தக் கிராமத்தில் வரலாறு தூங்குகிறது என்ற தங்கள் கணிப்பு சரியாய் வருகிறது என்று தோன்றுகிறது நாங்கள் தொடங்கியது தான் உண்மை.

ஒன்று மட்டும் இப்போது கூறலாம். பூக்குடி வரலாற்றின் புதையல் ஆகும்.

தலைவர் சொல்லி முடித்தவுடன் கிடைத்த கற்சிலையைக் குறித்து கேள்விகள் எழுந்தன. இந்தச் சிலைக்கு எவ்வளவு வருடம் பழக்கம் உள்ளது.

பால் சகாரியாவுக்குக் கோபம் வந்தது. ஒன்று கிடைத்தது தான் உண்டு. இனியும் எவ்வளவு சோதனைகள்... காலப்பழக்கம் கரிம ஆய்வு பண்ணித் தான் கண்டு பிடிக்க முடியும். இரண்டு மூன்று வாரங்கள் ஆகும் அதைப் பூர்த்தி செய்து ரிப்போர்ட் கிடைக்க.

அதற்கிடையில் ஒரு தமிழ் பத்திரிகையாளரின் கேள்வி

இந்தக் கற்சிலை தேவி சிலையா? இங்கு முன்பு கோயில் இருந்ததா?

பால் சகாரியா இறுக்கமாகப் பதில் கூறினார்.

'History is not speculation. We are going along the right track... Hats off to the survey team' (வரலாறு என்பது ஊகமாக சொல்வது இல்லை.. நாங்கள் சரியான வழியில் தான் போகிறோம். தொல்லியல் அளவையாளர்களைப் பாராட்ட வேண்டும்)

சர்வே செய்தது யார் எனக் கேட்டனர் பத்திரிகையாளர்கள்.

பால் சகாரியா பெருமையுடன் கூறினார்.

'Credit must be given to the energetic dynamic young archeologist அனந்தபத்மநாபன் தாணுமாலயன்'

அதைக் கேட்டவுடன் பத்திரிகையாளர் அனந்தனைத் தேடத் தொடங்கினர். கூடாரத்திற்குள் அனந்தன் வரைபடம் பார்த்து சர்வேயர்களுக்கு விளக்கிக் கொண்டிருந்தான். அவனைச் சாப்பிட அழைக்க வந்த சூரஜையும் தியாவையும் புறந்தள்ளி விட்டு பத்திரிகையாளர்கள் கேமரா மற்றும் பொருட்களுடன் கூடாரத்திற்குள் நுழைந்தனர். அவர்களில் ஏராளம் பெண்களாக இருந்தார்கள். அனந்தன் தப்பிக்க முயன்றும் பூனைப் படைக்குள் சிக்கிய எலியைப் போல ஆனான்.

சூரஜ் தியாவிடம் மெதுவாகச் சொன்னான்.

'ஒரு நாள் விடிந்து மதியம் ஆனபோது ஒருவன் celebrity ஆனதைப் பார்த்தியா... கஷ்டப்பட்டு குழி எடுத்தது எல்லாம் மற்றவர்கள்.

'சூரஜ் உனக்குப் பொறாமை.. எவ்வளவு பயணம் செய்து யோசித்து இந்த இடத்தில் வரலாறு தூங்குகிறது எனக் கண்டுபிடித்தது அனந்தன் தானே'

'எப்படி பொறாமை வராதிருக்கும்... பாரு பாரு டிவி பெண்கள் எல்லாம் சேர்ந்து அவனை முத்தம் கொடுத்துக் கொல்வார்கள்'

சத்தியம். அனந்தபத்மநாபனைப் பார்க்கக்கூட முடியாதபடிக்கு டி.வி. பத்திரிகையாளர்கள் சுற்றியிருந்தனர். அவர்களின் microphone பக்கத்தில் ஒவ்வொருவரும் அவனைப் பிடித்து இழுக்கிறார்கள்.

தனது TST கருவிப் பைக்குள் வைத்து பின்புறத்தில் தூக்கி கணினியைத் தோளில் தூக்கி கையில் Tripod எடுத்து றோசில் மோர்கன் சூரஜிற்கும் தியாவுக்குப் பக்கம் வந்தான்.

'Great, our project hit to the news.....!'

சூரஜ் சிரித்தான். அவன் தியாவிடம் கூறினான்.

'இந்தப் பத்திரிகையாளர்கள் அனைவரும் கையாள் வேலைக்காரரைப் போலத் தான். காலையில் கையாள் வேலைக்காரர் மெயின் மேஸ்திரியை அழைப்பார்கள். வாசு மேஸ்திரி, கண்ணன் மேஸ்திரி, பப்பு மேஸ்திரி இவ்வாறு. பின்பு சுலபமான வேலை எதுவோ அதன் பின்னாடி போவார்கள். வாசு மேஸ்திரிக்கு கல்லினை அடுக்கிக் கட்டும் வேலை என்றால் அவருடைய காரியம் சுலபம் ஆகும். அவரை விட்டுப் பூசுதல் வேலை எடுத்த கண்ணன் மேஸ்திரிகூட போவான். அவ்வேலை சுலபம் தானே.

றோசில் சரியாகக் கணித்திருக்கிறார்.

'In our country Journalists are after the news... Here they want to create new. Hey...Sooraj What's that?

வேலை செய்யும் இடத்தில் இரண்டு மூன்று கார்கள் வந்து நின்றன. பின்புறம் ஒரு பழைய லாரியும் அதில் கொஞ்சம் ஆட்களும் அவர்களது கையில் கொடியும் உள்ளன. ஏதோ அரசியல் கட்சிக்காரர்கள்.

பத்திரிகையாளர்கள் அனந்தனை விட்டு கார்களின் பக்கம் ஓடினார்கள். CISF நபர்கள் வந்த கூட்டத்தைத் தடுக்க முயற்சிக்கிறார்கள். CISF-ன் மத்தியில் ஒரு மலையாளி நபரும் உண்டு. பத்து முப்பது வயது மதிக்கத்தக்க காஸர்கோடுகாரர். அன்சர் வீரான்குட்டி. அவர் இந்தி பேசும் போதும் ஒரு காசர்கோடு வழக்கம் தோன்றும்.

காரிலிருந்து இறங்கிய கறுப்பு கூலிங் கிளாஸ் வைத்த ஒரு தலைவரின் முன் பத்திரிகையாளர்கள் கூடினார்கள்.

தலைவர் பத்திரிகையாளர்களைப் பார்த்தவுடன் சரியான முறையில் சொற்பொழிவு ரீதியில் பேசத் தொடங்கினார்.

'நம்ம இடம்... இந்த இடம்... கோடிகோடி ஆண்டுகளுக்கு முன்னாடி இருந்த புண்ணிய இடம்... அதனாலே தானே சிலை கிடைத்தது.... கிடைத்த சிலை இந்தத் தேசத்தோட தேவி.... அழுது கொண்டிருக்கிற மக்களுக்குக் கிடைத்த அன்பான அழகு.... கொற்றவையா? பத்தினியா? இலட்சுமியா? அல்லது தமிழ் மக்கள் நெஞ்சுக்குள் ஏற்றும் கண்ணகி மகாதேவியா? இந்த இடத்திலா கோயில் இருந்தது. மண்ணுக்கு அடியில் புதையுண்ட கோயில்.... இன்று கிடைத்த தேவிக்குப் புதுசா கோயில் கட்டுவது என் தீர்ப்பு... அதற்காகக் கிடைத்த சிலையை ஊர் மக்களின் கையில் கொடுக்க வேண்டும்.'

பொங்கி எழுந்த கோபத்தில் இருந்த தலைவரைத் தான் இளைஞர்கள் பார்த்தார்கள்.

அவர் நேரடியாக இயக்குநர் மற்றும் செயலாளரைத் தொலைபேசியில் அழைத்தார்.

We need a peaceful atmosphere for the manifestation of our work.

மாநில முதல்வருக்கு கால் பண்ணி இந்த அரசியல் நாடகங்களுக்கு முற்றுப்புள்ளி வைக்கவில்லை எனில் இந்த புராஜக்ட்-ஐ இந்த இடத்தில் நிறுத்த வேண்டி வரும் என்றும் தலைவர் கூறினார்.

கொஞ்சம் அதிகமாகத்தான் போனதோ என்று அனந்த பத்மநாபன் நினைத்தார். ஆனாலும் தலைவரின் இந்த முடிவு பலன் உடையதாய் கண்டது. இடத்தின் பெரிய தலைவர்கள் அவரைக் கூப்பிட்டுச் சொன்னதால் நான்கு மணியுடன் வந்தவர்களை லாரியில் ஏற்றி அவரும் காரில் ஏறி திரும்பிப் போனார். காரில் ஏறுவதற்கு முன் அவர் தனது அடையாள அட்டையைத் தலைவரிடம் கொடுத்துக் கூறினார்.

சார் உங்களுக்கு இது சிலை... எனக்கு இது நல்ல வாய்ப்பு. அரசியல் சார்பில் பொழைக்கிற மனிதன் நான். இந்த கார்டை வச்சுக்கோ. ஏதாவது வாய்ப்பு வந்தா என்னை மட்டும் கூப்பிடுங்க.

அனைவரையும் தொழுது 'வணக்கம் .... பார்ப்போம்' என்று கூறி அவர் காரில் ஏறினார். வண்டி கொஞ்சம் நீங்கியதும் கார்டை சுருட்டி எறிந்து தலைவர் ஏதோ முணுமுணுத்தார்.

Bull shit.

மூன்று

பணியிடத்திலிருந்து சிறிது தொலைவில் உள்ள கிராமத்தின் மிகவும் பெரிய கட்டிடம் தான் சர்வேயின் தற்காலிக அலுவலகம். பத்திரிகையாளர்கள் மற்றும் அரசியல் வாதிகள் சேர்ந்து கட்டிய மாளிகை மண்டபத்தில் சாயங்காலம் நான்கு மணிக்கு மீட்டிங் துவங்கியது.

பொதுவாகச் சாப்பாடு முடிந்தவுடன் மீட்டிங் என்பது தான் தலைவரின் உடன்பாடு. புராஜக்ட்-ன் முன்னேற்றம். செய்த காரியங்களின் சுருக்கம். செய்ய வேண்டிய காரியங்களின் விளக்கம். இப்படி எல்லாம் ஒன்றோடொன்று கலந்துரையாடும் பால் சகாரியாவின் நடை பிரபலமானது என அனந்தபத்மநாபனுக்கு ஏற்கனவே தோன்றியுள்ளது. பூரண சுதந்திரம் அன்புடன் தரும் chief-ன் தலைமையில் வேலை செய்வது சுகம் தான்.

அனந்தன் மீட்டிங் தொடக்கத்தில் இருந்த அமைதியைக் கலைத்தார்.

'கறுப்புக்கல் Artifacts அவ்வளவாகத் தென்னிந்தியாவில் இருந்து கிடைக்கவில்லை. சூரஜின் கருத்துப்படி 1000 வருடத்திற்குமேல் பழமையானது ஆகும்.

அந்த இடத்தில் தலைவர் தலையிட்டார்.

Speculations வேண்டாம்.. நமக்குக் கிடைத்த இந்தக் கற்சிலையை மிகவும் அறிவியல் பூர்வமாக கார்பன் பரிசோதனை மூலமாகப் பரிசோதனை செய்யலாம். அதற்குப் பிறகு போதும் confusion.

'திரும்பவும் தோண்ட வேண்டாமா சார்'

"இது இங்கிருந்து கிடைத்த நமது முதல் கண்டு பிடிப்பு. இதிலிருந்து கூடுதல் காரியங்கள் நாம் அறிந்து செய்வதற்கு உண்டு. அவ்வாறு செய்யும்போது புது வழிகள் திறந்து வரும்" றோசில் கூறினார்.

'There are a lot of masses underneath...That's what the TST report input....'

தலைவர் : தியா, Geological observation என்ன?

'சார் மண் அசைவு உள்ளது தான். Lataryt content இதுவரையும் கிடைக்கவில்லை. ஆனால் மீண்டும் மூன்று நான்கு மீட்டர் கூட தோண்டினால் மணல் தீர்ந்து லாற்றறைட் துவங்கும். ஆனால் தோண்டுவதற்கு கொஞ்சம் பாடுபட வேண்டி வரும். Water level.... தற்போதைய மணல், ஆற்றுப் பக்கத்தில் இருப்பதால் தான். ஆறு தடம்மாறிப் பாய்ந்து சென்றதாலும் ஆகலாம். மட்டுமின்றி வெள்ளப்பெருக்கில் வண்டல் படிந்து ஏறியதாகவும் இருக்கலாம்'

எவ்வளவு காலப்பழக்கம் என்பதை அறிய மிகப்புதிய carbon methodology தான் வேண்டும் என்பது தான் அனந்த பத்மநாபனின் கருத்து. அதனால் மிகவும் துல்லியமாகவும் இருக்கும்.

ஆனால் அதற்கு இரண்டு வார காலம் ஆகும் எனத் தலைவர் கூறினார். ஆனாலும் அது தான் நல்லது. அதுவரை ஆராய்ச்சியும் சர்வேயும் தொடரலாம்.

மீட்டிங் முடிந்து வெளியே வரும்போது றோசிலிற்குக் கிளம்ப வேண்டிய சுற்றுலாக் கார் வந்தது. அவர் முப்பது கி.மீ. தொலைவில் நகரத்தில் வசித்து வருகிறார். வருவதற்கும் போவதற்கும் கார்.... சூரஜிற்கு சரியான பொறாமை. மற்றவர்கள் இங்கு வாடகைக் கட்டடத்தில் இருக்கும்போது அவருக்கு மட்டும் நட்சத்திர ஹோட்டல்... அனந்தபத்மநாபன் சமாதானப்படுத்தினார்.

'அவர் ஆங்கிலேயக் கம்பெனியின் ஆளு தானே..... அந்த கம்பெனிகள் அவர்களது பிரதிநிதிகளைக் குறைந்த நிலையில் விடமாட்டார்கள். ஒரு TST-யின் மதிப்பு கோடிகள். அப்படிப்பட்ட

நூறு எண்ணம் அவனது கம்பெனி இங்கு வினியோகம் செய்யப்போகிறார்.

றோசில் மோர்கன் சிறந்த நண்பன்.

அவர் விடைபெற்றபோது பணி மாற்றிக்கொடுத்து விட்டு அன்சர் வீரான்குட்டி வந்தார். அனந்தன், சூரஜ், அன்சர் ஆகியோர் சேர்ந்து தான் வசித்து வருகிறார்கள்.

ஆற்றங்கரை ஓரமாக நடந்து வருகிறேன் எனக் கூறி அனந்த பத்மநாபன் போனார்.

ஆற்றங்கரை மணலில் கால்கள் புதைந்து போகின்றன.....

நடப்பதற்கு கொஞ்சம் கஷ்டம் ஆனாலும் லேசான காற்றில் காவேரி குளிர்ச்சி தந்தாள்.

வானத்துச் சூரியன் ஆற்றில் மூழ்குவதற்கெனத் தயார் நிலையில் இருப்பது போன்று.

காவிரி பழங்காலத்திலிருந்தே உள்ளது.

வரலாற்றுடன் இவ்வளவு தொடர்புடைய நதி வேறு உண்டோ? அனந்தனுக்குச் சந்தேகம் இருந்தது. சிந்துவையும் இந்த நாகரீகத்தையும் நினைத்தார். எப்படியானாலும் தென்னிந்தியாவில் வேறு காணாது. எத்தனை வாழ்க்கையைப் பார்த்தவள் இந்த நதி? எத்தனை யுத்தங்கள் கண்டாள்? சர்வேயுடன் தொடர்பு கொண்டு நானும் இங்கு வந்தது. திடீரென்று தானே திருப்புறம்பியத்திற்கு பக்கத்தில் தான் பூக்குடி. பாண்டிய வம்சத்தின் முக்கியத்தும் முடிந்ததற்கும் சோழர்களின் புகழ்ச்சி உயர்ந்ததற்கும் சாட்சியம் வகித்த நாடு தான் இந்தத் திருப்புறம்பியம். 9–ஆம் நூற்றாண்டில், பாண்டிய மன்னன் இரண்டாம் வரகுணவர்மனுக்கு எதிராக விஜயாலயச் சோழன், அபராஜிதவர்மா பல்லவன், கங்கை நாட்டின் அரசனும் சேர்ந்து போர் கூட்டணி அமைத்தனர். பாண்டியன் தோல்வியுற்றார். சோழ

வம்சத்தின் உதயம். அதை மீண்டும் வாசித்தபோது தான் திருப்புறம்பியத்தில் வரவேண்டும் எனத் தோன்றியது.

அங்கிருந்து பயணம் செய்து எங்கேயோ இறங்கி கடைசியில் பூக்குடியில் சேர்ந்தோம்.

முதலில் இந்த ஆற்றங்கரை வழியில் நடந்தபோது மனதில் மணி ஒலித்தது.

அது வரலாற்றின் மணி ஒலி.

மணி ஒலி கேட்டு அனந்தன் நினைவுகளிலிருந்து உணர்ந்தார். கால்நடைகளுக்கு முன்பாகக் குதித்து ஓடும் கன்றுகளின் கழுத்திலிருக்கும் மணிகளின் சத்தம்.

ஆற்றங்கரையில் நடந்து செல்லும் கால்நடைகள்...

பின்னாடி வரும் மேய்ப்பர்களைப் பார்த்த அனந்தனுக்கு மிகுந்த சந்தோஷம். முத்துவும் கதிரும்...

முத்து 17 வயதுள்ள பெண்மணி... கதிர் அவளது தம்பி.

பூக்குடியில் வந்த அன்றைய தினம் ஆற்றங்கரையில் வைத்து அனந்தன் அவர்கள் அறிமுகமானார்.

ஒரு தொல்லியல் ஆராய்ச்சியாளரை அவருக்குத் தேவையான மதிப்புமிக்க ஆதாரங்களோடு, தெரியாமல் அழைத்துக் கொண்டு போனவர் முத்துவும் கதிரும்..

மறைந்த காவேரியின் குழந்தைகள்... மேய்ப்பர்கள்...

'முத்தே கதிரே... உங்கள் மாடெல்லாம் நிறையவே மேய்ந்ததா?

அதை மறைத்து முத்து திரும்ப கேள்வி எழுப்பினாள்.

'இன்றைக்கு சிலை கிடைச்சாச்சு இல்லையா சார்'

அனந்தனுக்கு ஒரே வியப்பு. சூரியன் வரும்போதே ஆடுகளை மேய்க்கச் செல்லும் இவர்களுக்கு எப்படித் தெரியும் சிலை கிடைத்த விஷயம்.

'உங்களுக்கு எப்படித் தெரிஞ்சுது'

கதிர் பதில் சொன்னான்

'ஊரு நிறைய இந்தப் பேச்சு தான்'

அனந்தன் – 'நான் முதல் தடவை இங்கு வரும்போது உங்களைத்தானே முதலில் பார்த்தேன். நீங்க சொல்லித்தந்த இன்பர்மேஷன் தான் இதுக்கெல்லாம் காரணம். அதன்படி தானே இங்கு தோண்டத் துவங்கினோம்'.

அனந்தனின் தமிழ் கேட்டு முத்து, குலுங்குகிற மாதிரி சிரித்தாள். உடனே கதிர் அவளைத் திட்டினான்.

'முத்தே சிரிக்காதே... சார் நல்லா பேசுறாங்க'

முத்து – இந்த காவேரி பக்கத்துல சிப்பி, முத்து, வளையோட மாலையோட பொட்டு, பொடி எல்லாமே எங்களுக்குக் கெடச்சிருக்கு சார்.

'சார் அதெல்லாம் நூலில் கட்டி மாலையாகக் கழுத்தில் போட்டிருக்கு. இந்த முத்து....பாருங்க' கதிர் சொன்னது சரிதான். முத்து போட்டிருப்பது கல்லும் முத்தும் சிப்பியும் எல்லாம் சேர்த்து செய்த மாலைதான். அவளது திராவிட முகத்திற்கு அது கூடுதல் அழகைச் சேர்க்கிறது.

'முத்தே... உங்களுக்கு இந்த மாலை ரொம்ப அழகா இருக்கு'

மறையும் சூரியனின் ஒளி கன்னங்களில் பட்டதால் அல்ல, அழகைக் குறித்து புகழ்ந்து பேசியதால் தான் பெண்ணின் முகம் வெட்கத்தால் சிவந்தது.

'நேரம் போயாச்சு.... வா கதிரே... ' என்று கூறி முத்து கன்றுகாலிகளை முன்னதாக ஓட்டிக் கொண்டு போனாள்.

நடக்காமல் நின்ற கன்றைத் தள்ளிக்கொண்டு சத்தமிட்டுக் கொண்டு அவள் தம்பியும்...

நான்கு

"குஞ்ஞாக்கம் போயேடத்தூருதன்னியோ?
குஞ்ஞாக்கம் போயேடத்தூரு தன்னே....
ஆடொக்கெ முற்றம் சுற்றியடிப்பானுண்டோ
ஆடொக்கே முற்றம் சுற்றியடிப்பானுண்டே
ஆடத்தே கஞ்ஞிக்கலம் தொப்பேனொயரோண்டோ?
தொப்பேனொயரோண்டு"

கஞ்சிப்பானையில் தாளம் போட்டு அன்சரின் பாட்டு....

அவனும் சூரஜும் சேர்ந்து குப்பியை உடைத்து குடிக்கத் தொடங்கினார்கள். தினமும் இதுதான் இவர்களது வேலை.... தூய காய்கறி என அழைத்துக் கேலி செய்தார்கள்.

இந்தப் பூக்குடியில் அன்றாடம் சமைத்துச் சாப்பிடும் மக்களுக்கு ஹோட்டல் பெரும் செலவு ஆனதால் அது இங்கு குறைவு. ஒன்று இரண்டு டீ கடைகள் உள்ளன. பால் தீரும்போது சாயங்காலம் அடைப்பார்கள். இரவு உணவு சமைத்துத் தான் சாப்பிட வேண்டும். சுழற்சி முறையில் சமையல் நடைபெறும். இன்று கஞ்சியும் பயிறும் எனில் நாளை பயிறும் கஞ்சியும் தலைவர் பால் சகாரியா அலுவலகத்தில் தான் வசித்து வருகிறார். உதவிக்கு ஒருவர் உண்டு. அவர் சமைத்து சாப்பிடுவதோ அல்லது டிரைவரை அழைத்துக் கொண்டு ஏழு கிலோமீட்டர் தொலைவில் உள்ள திருப்புறம்பியத்திற்குச் சென்று ஹோட்டலில் இருந்து வாங்கி வருவார்.

சேர்ந்து வசிக்கும்படி தலைவர் கூறினார். ஆனாலும் சூரஜும் அன்சரும் சேர்ந்து இருப்பது தான் ஒரு சுகம்.

இவர்களுக்கு இரண்டு கொடுக்க வேண்டியது தான்..... அனந்தன் உறுதிபூண்டான்.

'உனது முறை ஆனாலும் அவனது முறை ஆனாலும் அரிசி கழுவி அடுப்பில் வைக்க வேண்டும்...... குப்பி உடைக்கணும்.... மீதி

வேலையெல்லாம் நான் செய்ய வேண்டும் .... இது எங்குள்ள நியாயம்?

'வாழ்க்கை மதுபோன்று அனுபவிக்க வேண்டும்' சூரஜின் தத்துவம்.

அன்சர் பின்வாங்கினான்.

'மது என்று சும்மா சொல்லக்கூடாது.... குப்பி தான் வேண்டும். அது இவனுக்கு எப்படி தெரியும்' என்று சூரஜ் கூறியதும் charge பண்ண வைத்திருந்த போனில் பெல் ஒலித்தது.

அம்மா....ஓ! அந்திமாலையில் நடக்கப் போனதால் கூப்பிடவில்லை.

'அடேய்...அடுப்பில் இருக்கும் பயிறை ஒன்று பார்த்துக்கொள்' என்று கூப்பிட்டுச் சொல்லி அனந்த பத்மநாபன் போனுடன் வெளியில் போனான்

அம்மாவின் சத்தம்..... தாத்தாவுக்கு நோய் அதிகரித்து உள்ளது. ஆபத்தான நிலையில் திடீரென்று நினைவு இல்லாமல் போய்விடும். இதயத்துடிப்பும் இருக்காது. 10 நிமிடத்திற்குப் பின் தன்னாலே சரியாகி விடும். இன்று அதே போன்று நான்கைந்து தடவை நடந்தது. ஞாபகம் வரும்போது 'அனந்தன் வந்தானா' என்று தான் கேட்கிறார். இரண்டு நாளானாலும் பரவாயில்லை, ஒன்று வந்துசெல். மகனே! என அம்மா கூறும்போது நெஞ்சில் கல்லை எடுத்து வைத்த பாரமாய்த் தோன்றியது.

என்னை இன்றைய தொல்லியல் ஆராய்ச்சியாளரான அனந்த பத்மநாபன் தாணுமாலயன் ஆக மாற்றியதே தாத்தா தான்.

இராணுவத்தில் மேஜராகப் பணியாற்றிய அப்பா ஒரு இராணுவ வேட்டையில் எல்லையில் வைத்து இறந்தபோது எனக்கு வெறும் மூன்று வயது. பள்ளியில் சேர்க்கும்போது அப்பாவின் பெயரும் தாத்தாவின் பெயரும் சேர்த்து அனந்த பத்மநாபன் தாணுமாலயன் எனப் பெயர் வைத்ததும் தாத்தா தான்.

தாணுமாலயன் தம்பி என்னும் வரலாற்று ஆசிரியர் பல்கலைக்கழகத் தாளாளர் ஆக இருந்தார். என்னில் வரலாற்றின் ஆர்வம் ஏற்படுத்தியது வேறு யாரும் இல்லை. தாத்தாவுக்கு 90 வயது ஆகி விட்டது. தாத்தா தான் தனது வாழ்க்கையின் நல்ல நண்பனும் நல்ல ஆசிரியரும் நல்ல பெற்றோரும். வேறு யாருமில்லை.

போக வேண்டும்.... போய் தான் ஆகணும்.

'டேய் தாத்தாவுக்கு சுகமில்லை... எனக்கு வீடு வரைக்கும் போகணும்.... நான் சார் சக்கரியாவைப் பார்த்துச் சொல்லிவிட்டு வருகிறேன்'

சூரஜிற்குத் தெரியும் எனக்கும் தாத்தாவுக்கும் உள்ள உறவுமுறை

'வீட்டிற்கு நானும் வாறேன். கார்பன் சோதனை முடிகிறது வரைக்கும் சிவில் வேலை ஒன்றும் இல்லை.

தலைவர் பால் சகரியாவுக்கு தாத்தாவை நன்கு தெரியும். மிகுந்த மரியாதையும் உண்டு.

பேரா. தாணுமாலயன் தம்பி சாரின் பேரன் என்ற எண்ணத்தால் என்னவோ இந்தப் பாசம் என்று கூட நான் நினைத்திருக்கிறேன்.

அனந்தனின் உதவி தம்பி சாருக்கு மகிழ்ச்சி உண்டாகும். ஒருவேளை அவர் மீண்டு வருவதற்கும் வாய்ப்பு உண்டு... வரலாற்றை நேசிக்கிறவர்கள் அதை ஆசைப்படுகிறார்கள். அவர் ஒரு சிறந்த வரலாற்று ஆசிரியர். வரலாற்று நிபுணர்களுக்கு இல்லாத சிறப்பு அவருக்கு உண்டு. அனந்தன் அவருடைய ஜீன் தான். எதுவானாலும் நமக்கு இரண்டு வாரம் விடுமுறை உள்ளது. அனந்தன் வீட்டிற்குச் செல். அலுவலக வாகனம் எடுத்துக் கொள்... ஒரு அலுவலக செய்முறைக்கான வேலை கூட தாறேன். டாக்டர் இரணியல் மகாதேவன் திருநெல்வேலியில் வசித்து வருகிறார். Eminent historian and epigraphist..அவரைப் பார்த்து நமது project –ஐக் குறித்து விரிவாகச் சொல்லணும்.... Seek his guidelines'

'நன்றி சார்.... கண்டிப்பாக மகாதேவன் சாரைப் பார்க்கலாம்... எனது வீட்டிலிருந்து திருநெல்வேலிக்கு 150 கி.மீ. தொலைவு தான் உள்ளது'

கிளம்புகிற சமயம் அவர் நினைத்தார். ஓட்டுநர் இல்லை... ஒரு வாரம் விடுமுறையில் உள்ளார். கூட இருக்கும் நபருக்கு வண்டி ஓட்டத் தெரிந்தாலும் அவரை அனுப்பி விட்டால் எனக்கு ரொம்ப கஷ்டமாகும்.

'சார்.... எனக்கு வண்டி ஓட்டத் தெரியும். சூரஜும் வருகிறார். அவரும் நல்ல ஓட்டுநர் தான்'

தலைவர் சம்மதிக்கவில்லை.

அதெல்லாம் முடியாது... பிரச்சனைகள் உண்டு.

திடீரென அனந்தனுக்கு ஒரு எண்ணம் தோன்றியது.

'சார் CISF Staff யாரையாவது Depute செய்ய முடியுமா? எனில் அன்சரைக் கொண்டு போகலாம்...

'That I can manage..... You take him....'

கிளம்பும்முன் தலைவர் ஒன்றுகூடச் சென்னார்.

'இரவில் போக வேண்டாம்... அனந்தன் விடியற்காலம் போனால் போதும்.....'

விஷயத்தைக் கேட்டபோது நண்பர்களுக்கு மிகுந்த சந்தோஷம். பருகிய மதுபானத்தின் மயக்கத்தில் தியாவிடம் சொல்ல சூரஜ் தொலைபேசி எடுக்கும்போது அனந்தன் தடுத்தார்.

இந்த இரவில் எதற்காக அவளைக் கூப்பிடுகிறாய்?

சூரஜ் கொஞ்சம் கவுரவமாகக் கூறினான்.

விஷயம் தெரியும்போது பொறாமையினால் அவள் தூங்கமாட்டாள். அவளுக்குத் தூக்கம் வரக்கூடாது.

பேசி முடித்தவுடன் இஞ்சி தின்ற குரங்கைப்போல காணப்பட்ட சூரஜிடம் அன்சர் வீரான்குட்டி கேட்டார்.

'உனக்கு என்னடா.... இஞ்சி தின்றக் குரங்கைப் போன்று'

'அவளும் வருகிறாள்... இரண்டு வாரம் விடுமுறை ஆனதால் அவளது கம்பெனியிலிருந்து அனுமதி கிடைக்குமாம். நாம் இல்லாமல் அவளுக்குப் போரடிக்குமாம்.

'நல்லாயிருக்கும்.... அவளும் வரட்டும்...

பொழுது விடியத் தொடங்கியது. அலுவலக வாகனம் மகிந்திரா பொலரோ ஆகும். தலைவருக்குக் காரும் உண்டு. வண்டிகளில் சிறந்தவன் இது என்பது வீரான் குட்டியின் அபிப்பிராயம். அழைப்பு விருந்தினராக தியா தங்கியிருக்கும் இடத்திலிருந்து அவளையும் அழைத்து ஆற்றின்கரை வழியாகப் போகும்போது எதிராக வந்தது கன்றுகளும் முத்தும் கதிரும். அவர்களது பக்கத்தில் வரும்போது அனந்தன் தலையை வெளியே நீட்டிக் கூறினான்.

'முத்தே... கதிரே... நான் ஊருக்குப் போறேன். தாத்தாவுக்குச் சுகம் இல்லை. நான்கைந்து நாளுக்குள் திரும்பி வாறேன்.. ஆற்றண்டையில் இருந்து எது கிடைத்தாலும் வைத்துக்கோ... எங்கிருந்து கிடைச்சது என்றும் ஞாபகம் வைத்துக்கொள்... நான் திரும்பி வந்த பிறகு காட்டிக்கொடு.

இதற்கிடையே வண்டிக்குள் பார்த்த முத்து இவ்வாறு கேட்டாள்.

'அந்தப் பொண்ணும் வாறாளா சார் உங்க கூட....?'

இதைக் கேட்ட தியாவுக்குக் கோபம் வந்தது.

சூரஜிற்கு சிரிப்பு... அவன் வெளியே தலை நீட்டிச் சொன்னார்....

'ஆமாம் முத்தே...'

அன்சர் கியர் மாற்றினான். வண்டி பாய்ந்தது.

ஐந்து

அன்சர் வீரான்குட்டி சொன்னதைப் போன்று பயணம் மிகவும் மகிழ்ச்சியாக இருந்தது... சிறு சிறு பேச்சுக்கள்.... ஒருவருக்கொருவர் உள்ள நட்புமுறையான கிண்டல்கள்..... சூரஜின் பேச்சுக்கள்... தியாவின் நையாண்டிகள்... அன்சரின் நகைச்சுவைகள்.... தமிழகத்தின் இதய பூமி வழியாக வண்டி சென்று கொண்டிருந்தது.

வரலாற்றில் மூவேந்தர்களான சேர சோழ பாண்டியர்கள்... அடியும் பழியும் யுத்தங்களும், வெட்டிப்பிடித்தலும் கடைசியாகத் தோல்வியுற்று மீதியான திராவிட மக்களும் பேச்சுக்களில் நிறைந்தன. கொற்றவை, வேந்தன், சேந்தன், கண்ணகி ஆகியோர் புது தோற்றங்களில் கனலாட்டமும் கரகாட்டமும் ஆடினார்கள். நாயன்மார், ஆழ்வார்மார், நம்பிக்கையின் வாள்கள் மின்னின. யாழின் சிலம்பு ஓசையில் கூத்தாட்டம் ஆடுகையில் பின்னால் இருந்து வெட்டுபட்டு வீழ்ந்த பாணன், பறையன், குறவன், உழவன் ஆகியோரின் மலைகளும் ஊர்களும், பெண்குழந்தைகளின் கண்ணீர் மழையாக மாறி வரலாற்றின் பாதாளத்தில் தாழ்ந்து போன கதைகள்...

காலில் சிலம்பு கட்டின பெண்களின் கண்களில் கனலாக எரிந்து அரசனின் வீரம் முடக்கிய வீரப்பெண்மணி வரலாறு.

தமிழகத்தின் ஒவ்வொரு முக்கிலும் மூலையிலும் கதைகள் நிறைந்திருக்கின்றன. காற்றும் காடும் கடலும் காட்டாறும் தலைமுறைகளுக்குப் பகர்ந்து கொடுத்த வரலாற்றுக் கதைகள்...

அனந்த பத்மநாபன் சொல்லிக்கொண்டேயிருந்தான்...

வண்டி சென்று கொண்டிருந்தது.

தமிழகத்தின் தென் எல்லை தான் இலட்சியம். அந்தத் தெற்கற்றம் கேரளா மக்களின் இடமாகும்... ஒன்பதாம் நூற்றாண்டின் பழமையான பல்கலைக்கழகம் அமைக்கப்பட்ட இடம்.

தாமிரபரணியின் கரையில் உள்ள பாத்திவபுரத்தில் குழந்தைகளான மாணவர்களுக்குக் கற்கும்படியாக பழைய காந்தளூர்சாலையின் தோற்றத்தில் ஆய்குல அரசனான கருநற்தடக்கன் கல்லூரியைக் கட்டினார். மூவேந்தர்களுக்கு முன் மலைகளும் ஊர்களும் ஆண்ட மேய்ப்பர்கள் தான் ஆய் குடியினர்.

அண்டிரிலயப்பனை கோத்திரக் கடவுளாகக் கொண்ட ஆய்களில் பொதிய மலை ஆண்ட ஆய் அண்டிரன் மிகவும் பழமையானவர் ஆவார்.

நாடானால் என்ன? காடானால் என்ன? பூமியானால் என்ன? குண்டோ குழியோ ஆனால் என்ன? எங்கே நல்லவர் வாழ்கிறார்களோ அது தான் பூமி... நீயும் நல்லவன் எனப் பாடல் பாடிய ஔவையாருக்குக் கிழக்கே மலையின் யானைகள் அனைத்தையும் பரிசாகக் கொடுக்க ஆய் அண்டிரன் தயாரானார்.

கவிகள் மற்றும் அவர்களது வார்த்தைகளுக்கு முன்பாகத் தொழுது நின்ற அண்டிரன், சங்ககாலப் பெருமையின் பெருமலைதான்.

பின்னர் ஆட்சி செய்த ஆய் அரசர்கள் யாரும் அண்டிரனுக்குச் சமமாக வரவில்லை. சமயம் பார்த்திருந்த பாண்டியர்களுக்கு அடிபணிந்து மெதுவாக மலையும் பெருமையும் பொறுப்பு கைவிட்டு உள்ளூர் காடுகளில் வெறும் உழைப்பாளர்களாக ஒடுங்கினார்.

குருநந்தடக்கனும் அவரது மகன் விக்கிரமாதித்ய வரகுணனும் பிற்கால வரலாற்றில் வெற்றிக்கொடி கட்டிய ஆய்குல மன்னர்கள் ஆவார்.

நற்குணங்கள் நிறைந்த தந்தையும் மகனும் மக்களையும் நாட்டையும் சிறப்பாக ஆண்டார்கள். பாதுகாத்தார்கள், குருநந்தடக்கன் தனது பல்கலைக்கழகம் அமைத்தது தாமிரபரணியின் கரையில் உள்ள தனது நாட்டில் தான் என்று சொன்னான் அனந்த பத்மநாபன்.

இவன் ஒரு வரலாற்று அரக்கன் என்று சூரஜ் இதயத்தில் நினைத்தான்.

குருநந்தடக்கனும் மகன் வரகுணனும் மதங்களுக்கு இடம் கொடுக்கவில்லை. ஜைனர், புத்தர் போன்ற அனைவரையும் சமமாகப் பார்த்தனர். கல்லூரியின் திறமையான ஆசிரியர்கள் ஜைனர்களாக இருந்தார்கள். எனவே, அந்தக் கல்லூரியின் மாணவனாக இருந்த வரகுணன் ஜைனர்களுக்காகச் சிதறால் மலைக்கோயிலில் பத்தினியின் கற்சிலை செய்து கொடுத்தார்.

தாத்தா சொன்ன வரலாற்றுக் கதைகளை அனந்தன் நினைவு கூர்ந்தார்.

பழமையான வரலாற்றுக் காதலுக்கும் பார்த்திவபுரம் சாட்சியாக இருந்துள்ளது.

தான் பயின்ற பல்கலைக்கழகத்தின் முக்கிய ஆசிரியர் மற்றும் துணைவேந்தர் ஆன முருகன் என்பவரின் மகள் சேந்தி தான் விக்கிரமாதித்ய வரகுணனின் மனைவி. அவளுக்கு பெண் யானையை நடக்க வைத்தாள். அந்த நிலம் முழுவதும் பரிசாக கொடுத்தது ஆகும்.

சேந்தி கல்லூரியில் கல்வி கற்றாளோ? துணை வேந்தர் ஆன முருகனின் மகள் என்பதால் அங்கு தான் இருந்திருக்கலாம்.

அன்றைய கல்லூரி காதலின் கதையினைத் தாத்தா மிகவும் சிறப்பாகக் கூறினார்.

தியாவின் கண்களைப் பார்த்தால் அவளுக்கு அந்தக் கதை மிகவும் பிடித்ததாகத் தெரியும்.

வரலாற்றுக்கதை சொல்லி முடிந்தபோது வீடு சேர்ந்தனர். தாமிரபரணியின் கரையில் அமைந்த மிகவும் அழகாகப் பழைய கட்டட வடிவமைப்பில் கட்டப்பட்ட இரண்டு மாடி ஓட்டு வீடுதான் தாத்தா பேரா. தாணுமாலயன் தம்பியின் நாங்கோல் வீடு. அனந்தனுடையதும்.

சீவி அழகு படுத்தப்பட்ட வெட்டு கற்களால் எல்கை அமைக்கப்பட்டு பாதை ஏற்படுத்தியுள்ள முற்றத்தில் வண்டி வந்ததும் அனந்தனின் அம்மா பத்மாவதி ஓடி வந்தாள்.

கசவு இல்லாத புளியிலக்கரை வேஷ்டியும் நேரியதும் உடுத்தியிருந்த அவர்களைப் பார்த்தபோது அன்பால் நிறைந்த ஒரு தாயாக தியாவுக்குத் தோன்றியது.

நண்பர்களை அறிமுகப்படுத்திய அனந்தன் தாத்தாவைப் பார்க்க அவசரப்பட்டான்.

'அம்மா, தாத்தாவுக்கு எப்படியிருக்கிறது'

'கொஞ்சம் பரவாயில்லை. தூங்குகிறார். ஆனால் எப்போது என்று சொல்ல முடியாது. திடீரென்று வலிப்பு கூடும். நேற்று நாங்கள் ரொம்ப பயந்தோம். ஐந்தாறு முறை அவ்வாறு வந்தது... கண்கள் வெளியே தள்ளி வந்தது... கால்கள் குளிர்ந்தது.... நேரத்தோடு நேரம் செல்லாது என்று வந்து பார்த்த கொச்சப்பி கூறினான்'

துக்கத்தால் தனது தாயின் சத்தம் இடறி. அதை அனந்தன் உணர்ந்தான். அவன் தாயைக் கட்டிப்பிடித்தான்.

'மகனே, ஒவ்வொரு முறையும் ஒரு பத்து நிமிடம் மிகவும் சிரமப்படுவார். பின்பு கொஞ்சம் கொஞ்சமாகச் சரியாகி விடுவார். அப்போது உடனே உன்னைத் தேடுவார். பின்பு குளிக்க வேண்டும் என்றும் உடையை மாற்றணும் என்றும் கூறுவார். ஒன்றும் செய்வதற்கு இல்லை என மருத்துவர் கூறினார். அவருக்கு வேண்டியதைச் செய்யுங்கள் .... என்று சொன்னார். அதனால தான் உன்னை அவசரப்பட்டு அழைத்தேன்.

அம்மா அழத் தொடங்கினார். உடனே அனந்தன் தெற்கதில் மக்கள் கூடி நிற்பதும் குலைவாழை கட்டுவதும் குருத்தோலைப் பந்தல் போடுவதும் என்ன என்று கேட்டான். வண்டி கேட்டிற்குள் நுழைந்தபோதே அவன் அதைக் கவனித்தான்.

வீட்டிலிருந்து 50 மீ. தொலைவில் முன்னோர்களுக்காக அமைக்கப்பட்ட கோவில் உண்டு. அக்கோயிலின் முன்பாக நாற்காலி போட்டு அதில் சாய்ந்து புத்தகம் வாசிப்பதும் சும்மா சிந்திப்பதும் தாத்தாவுக்குப் பிடிக்கும்.

அழுகையை நிறுத்தி கோயிலைக் குறித்து பேசத் தொடங்கினார் அனந்தனின் தாய்.

எல்லாம் கணக்கன் கொச்சப்பியின் ஏற்பாடு தான். அவர் அங்கு உண்டு. தாத்தாவுக்குச் சுகம் கிடைக்க ஒரு இரத்த சாமுண்டிக்களமும் ஹோமமும் செய்யலாம் என நினைத்தோம். இன்று வெள்ளிக்கிழமை என்பதால் அதற்கான வேலைகள் தான் அங்கு நடக்கிறது.

கணக்கன் கொச்சப்பியின் அம்மாவிடமிருந்து கொஞ்சம் பணம் பெறுவார். குழப்பம் இல்லை.

களமும் ஹோமமும் செய்தால் அம்மாவுக்கு நிம்மதியாகும். அது தான் முக்கியம்.

'நான் தாத்தாவைப் பார்த்து வாறேன்'

பத்மாவதி மகனின் நண்பர்களை அழைத்தாள்.

நீங்களும் வாருங்கள். அப்பாவுக்குச் சந்தோஷம் ஆகும்... மகளே வா.....'

அம்மா தியாவின் கையைப் பிடித்தார்.

தாத்தாவுடையது ஒரு பெரிய அறை. அது தான் அவரது புத்தகசாலை, எழுத்து அறை, படுக்கை அறை எல்லாம்.

இடையிடையே அறையில் அங்கும் இங்கும் நடக்கணும்... அதற்காக இரண்டு அறைகளுக்கு இடையே இருந்த சுவர் நீக்கி ஒரே அறையாக்கப்பட்டது என அம்மா கூறியிருக்கிறார். பெரிய நான்கு ஜன்னல்கள் உள்ளன. மூன்றும் தெற்காகத் திறப்பவை. அறையில் நிற்கும்போது குடும்பத்திலுள்ள வயலும் கோவிலும் பார்க்கலாம். தெற்கு மேற்கு ஜன்னல் வழியாகத் தாமிரபரணியும்

பார்க்கலாம். ஆற்றைக் கடந்து வரும் காற்று எப்போதும் அறையில் தங்கியிருக்கும்.

அந்த ஜன்னல் பக்கம் நாற்காலி போட்டு தாத்தா இருப்பார். வாசிக்க வேண்டிய புத்தகத்துடன்... அல்லது எழுத வேண்டிய காகிதத்துடன்...

படுக்கையில் கண்கள் மூடிப் படுத்திருந்தார் தாத்தா. எப்போதும் தாத்தா மகிழ்ச்சியுடன் தான் காணப்படுவார். படுக்கும்போது அவர் முகத்தில் சோர்வு காணப்பட்டாலும் மகிழ்ச்சிக்குக் கொஞ்சமும் குறைவில்லை. வழக்கமாகச் சுத்தமான உடையில். இறந்தாலும் தட்டையாகக் கிடக்க வேண்டும் என்று சொல்வார்களே. தினமும் மூன்று வேளையாவது உடை மாற்றுவார்.

மயக்கத்திலிருந்து எழுப்ப வேண்டுமா என அனந்தன் தயங்கி நிற்கும்போது நண்பர்களுடன் அம்மா அறைக்குள் நுழைந்தார்.

'அப்பா, தூங்குகிறீர்களா? பாருங்கள்.... அனந்தன் வந்தான்'

பேராசிரியர் தாணுமாலயன் தம்பி கண்களைத் திறந்தார்.

'எங்கே, எங்கே, அவன்?'

மயக்கம் மாறும்போது தொண்ணூறின் பார்வைக்குச் சிறிய மங்கலாகும். நடுங்குகிற கைகள் படுக்கைக்குப் பக்கம் நாற்காலிக்கு மேலே கண்ணாடியைத் தேடினார்.

காத்துக் கிடந்தேனே... இவன் வருவதற்காக... இவன் வருவதற்காக மட்டும்... இவன் தானே நான்.... நான் தானே இவன்.

உன்னிப்பாக பார்த்து நிற்கும் பேரனுடன் வேறு சிலரும் வந்திருந்தனர். பத்மம் கூறினார். அனந்தனின் நண்பர்களும் அப்பாவைப் பார்க்க வந்திருக்கிறார்.

படுக்கையின் பக்கத்தில் இருந்து அனந்த பத்மநாபன் தாத்தாவின் கைகளைச் சேர்த்துப் பிடித்தான். 'தாத்தா..'

'என் குழந்தை வந்துவிட்டாயா.... நன்று'

'தாத்தா இவர்கள் என்னுடன் இணைந்து வேலை செய்பவர்கள்'

சூரஜைக் காட்டி அனந்தன் கூறினார்.

'இது சூரஜ். சிவில் என்ஜினியர்.. ஆலப்புழைக்காரன்'

'மொத்த பிழையும்....' அன்சர் தியாவிடம் மெதுவாகக் கூறினாள்.

'இவர் தியா... Geologist..... பத்தனம்திட்டை மாவட்டத்தைச் சேர்ந்தவர்.

'பத்தனம்திட்டையில் எங்கே' தாத்தா கேட்டார்

'திருவில்லா பக்கம் குந்நூர்' தியா கூறியதும் அனந்தனுக்கு வாய்ப்பு கொடுக்காமல் அன்சர் கூறினான்.

'இவர்களுடன் நானும் வந்தேன்' என்றான் அன்சர் பீரான்குட்டி.

தாத்தாவின் முகத்தில் புன்னகை மின்னலிட்டது.

'காசர்கோடு...தானா?'

'அன்சருக்கு ஆச்சரியம். தாத்தா சரியாகக் கண்டுபிடித்தார். அவன் அனந்தனின் காதில் கூறினான்.

'உனது தாத்தா ஒரு பெரிய ஆள் தான்'

கேட்ட பத்மாவதிக்குச் சிரிப்பு வந்தது. அப்பா போகாத இடங்களோ படிக்காத ஊர்களோ கேரளாவில் உண்டா?'

முதியவருக்குச் சந்தோஷம். பேரன் வந்தான். அவன் நண்பர்களும் அவனுடன்.... இளைஞர்களின் பக்கத்துணை எனக்கு இளமையின் ஆற்றல் கூடுகிறதா?

'மகனே அனந்தா…. எனக்கு உன்னுடன் கொஞ்சம் பேச வேண்டும். இப்போ தானே வந்தே… முதலில் குளித்து சாப்பிடு…. பின்பு பேசலாம்'

வாகனத்தில் வரும்போதே அனந்தன் நினைத்திருந்தான் ஆற்றில் குளிக்க வேண்டும் என்று. தாமிரபரணியில் மூழ்கி பொங்கும்போது அனைத்து சோர்வும் மாறும். சொன்னபோதே அவர்கள் தயார். சூரஜும் அன்சரும்.

அம்மாவை அழைத்துச் சொன்னான்.

'அம்மா, நாங்கள் ஆற்றில் குளித்து வருகிறோம்'

அம்மாவுக்கு எல்லாம் பயம்.

'டேய், பழைய ஆறு இல்லை… மணல் அள்ளி அள்ளி நாசம் பண்ணியிருக்கிறார்கள்….நல்ல ஆழம் இருக்கும்…நீச்சல் அடிக்க வேண்டாம்… கவனமாப் போ…சீக்கிரம் வரணும்…..'

முற்றத்தில் இறங்கிய உடனே தியா உள்ளே இருந்து ஓடி வந்தாள். அவளுக்கும் ஆற்றில் குளிக்க வேண்டும்போல தோன்றியது… நாங்கள் போகிறோம் என்று சொன்னதைக் கேட்டு அவள் வந்தாள். அன்சரும் சூரஜும் ஒருவரை ஒருவர் பார்த்தனர்.

தியா – டேய் நானும் வாறேன்

அன்சர் – எங்கே?

தியா – ஆற்றுக்கு

அனந்தன் – எதற்கு?

தியா – குளிக்க

சூரஜ் – நல்லது

தியா – ஏன்?

சூரஜ் அவளைச் சைகை காட்டி அழைத்து, தோளில் கை வைத்து வியத்தகு முறையில் கூறினான்.

'உனக்குத் தெரியாது குழந்தை …. கிராமத்து ஆறு'

காத்து நின்ற அனந்தன் சிரித்தான்.

'அதற்கென்ன?'... தியா கேட்டாள்.

சூரஜ் திரும்பவும் வியத்தகு முறையில் கூறத் தொடங்கினான்.

வெறிச்சோடிய ஆற்றின்கரையில் அடர்த்தியாக வளர்ந்திருக்கும் பூத்ததும் பூக்காததுமான கைதை மரங்கள்.

தியாவுக்கு ஒன்றும் புரியவில்லை. அவன் தொடர்ந்தான்.

'திறந்தவெளி குளியல் தான் ஆற்றில் உள்ள குளியல். எந்தப் பெண் ஆற்றில் குளிக்க இறங்கினாலும் ஒரு ஜோடி கண்கள் கைதை மரங்களுக்கிடையில் பார்த்திருக்கும். உன்னையும் அந்தக் கண்கள் அனுபவித்து மகிழும். தற்போது எந்தப் பிச்சைக்காரனின் கையிலும் 16 pixel camera உள்ள கைபேசி இருக்கும். உனக்கே தெரியாமல் உனது குளியல் காட்சி நாளை யுடியூப்–ல் வைரல் ஆகும்'

'ச்சே.....' தியா, அவள் கொஞ்சம் பயந்தாள்.

அதை கேட்ட சூரஜ் பெரிய மனுஷன் ஆனான்.

'குளியலறையில் சென்று குளி'

'போடா!' என்று அவனைத் திட்டி தியா திரும்ப உள்ளே செல்லும் போது அனந்தனுக்கும் அன்சருக்கும் ஒரே சிரிப்பு.

தியாவைத் தவிர்க்க சூரஜ் விளையாடிய நாடகம் என அனந்தன் புரிந்து கொண்டான். ஆற்றின்கரையில் வைத்து தான் அவன் துண்டுடுத்தி ஆற்றில் குதித்த பிறகும் மற்றவர்கள் நகரவில்லை. ஒரு முறை நீச்சல் அடித்து திரும்ப வரும்போது அவர்கள் முந்தைய நாள் குடித்ததின் மீதியை ஆற்றுத்தண்ணீர் சேர்த்து குடிப்பதைக் கண்டான்.

'டேய், டேய் பிரச்சனை பண்ணக்கூடாது'

அன்சர் பதில் அளித்தான்.

'யானையின் வாயில் அடைக்காய்'

அவனும் சூரஜும் ஆற்றில் குதித்தார்கள்... கூச்சலிட்டுக் கொண்டு.

ஆறு

பேரன் வந்தவுடனே பேரா. தாணுமாலயன் தம்பிக்குப் புது உற்சாகம் கிடைத்தது. அனந்தனின் கை பிடித்து அறைக்கு நடக்கவும் செய்தார். ஆற்றிற்கு நேராகத் திறந்திருக்கும் ஜன்னல் பக்கம் நாற்காலி போட்டு உட்கார்ந்து முதியவர் பேசத் தொடங்கினார்.

தொடக்கமும் முடிவும் இல்லாதது இந்த உலகம். மனித வாழ்க்கையும் அவ்வாறே தான். எனது வாழ்க்கையும் முடியப்போகும் நேரம் வந்தது... நடப்பதைப் பார்த்தால் எனக்குத் தெரியும்.... உனக்குப் புரிகிறதா?

'தாத்தா சும்மா ஒன்றும் நினைக்க வேண்டாம்'

'வாழ்க்கையில் இதுவரையிலும் வீணாக எதையும் யோசிக்கவில்லை இந்தத் தாணுமாலயன் தம்பி....'

வெளியில் மறுபக்கம் தெற்கே வயற்கரையின் முற்றத்தில் பந்தல் போடும் பணி நடைபெறுகிறது. பரிந்துரை கொடுப்பது ஒற்றை வேஷ்டி கட்டி தோளில் துண்டு போட்ட காதில் கம்மல் போட்ட ஒரு அறுபதுகாரர். கோயிலில் நடைபெறும் வேலைகள் பார்ப்பதற்கு அன்சரும் சூரஜும் சென்றார்கள். அவர்களைப் பார்த்தபோது கணக்கர் கொச்சப்பிப் பிள்ளைக்கு உற்சாகம் கூடி தனது திறமையைக் காட்ட விருந்தாளிகள் உள்ளனர் அல்லவா.... அவர் வேலைக்காரரிடம் வீணாக எதிர்த்துப் பேசினர்.

வகை கிடைத்தால் தடிபோன்று நிற்கணும்... ஒன்றிற்கும் முடியாது...மதியம் சாப்பிட்டியே? அதற்காகவாவது வேலை செய். ஐந்து மணிக்கு காளிப்பெரச்சன் களம் போடுவதற்கு வருவார்.

கோயிலில் தீபாராதனை முடிந்தவுடன் பூசாரியும் வருவார். பின்பு ஹோமம். இதற்கிடையில் இவர்களின் விளையாட்டு.

கணக்கர் கொச்சப்பியின் இந்தத் திறமை அன்சருக்குப் பிடித்தது. அன்சா் சூரஜிடம் இரகசியமாகக் கூறினான்.

'மாமா.... ஆளு ஜோரு தான்'

கணக்கர் கர்வத்துடன் அவர்களைப் பார்த்தார்

'யார்'

சூரஜ் பதில் கொடுத்தான்

'அனந்தனின் நண்பர்கள்....இதையெல்லாம் பார்க்க அவனுடன் வந்துள்ளோம்'

அவருக்கு அது பிடித்தது. இனியும் எவ்வளவோ பார்க்க இருக்கிறது என்னும் நினைப்பு முகத்தில்....

'பார்க்க வேண்டியது... சாயங்காலம்... ஹோமம் துவங்கும்போது.... அப்போது அனைத்தும் சரி பண்ண வேண்டும்? எல்லாவற்றிற்கும் நான் தான் ஓட வேண்டும். தடி இருந்தால் குடையில்லை. குடை இருந்தால் தடி இல்லை... தடியும் குடையும் இருந்தால் ஆளைக் காணாது.

பின்னும் திரும்பி குலைவாழை நாட்டும் வேலைக்காரரைத் திட்டி பெரிய ஆளானார்.

'ஸ்ட்ராங்க் ஆக குத்து... ஏன் வளையல் கழன்று போவுமா என்ன?

பின்னும் கணக்கன் சூரஜையும் அன்சரையும் பார்த்துக் கூறினார்.

'முக்கியமாகச் சொல்ல வேண்டும்... நீங்கள் இளைஞர்கள். ஆனால் ஹோமம் என்பது விளையாட்டு அல்ல. இரத்த சாமுண்டியின் உருவம் வரைத்து ஹோமம் துவங்கும்போது ஆத்மாக்களின் ஊர்வலம் நடைபெறும். அடுத்த புதிய ஆத்மாவை அழைத்துச் செல்ல....'

அன்சர் கொஞ்சம் பயந்தான். அது அவனது முகத்தில் தெரிந்தது.

அறையில் ஜன்னல் கம்பிகளில் பிடித்து கோயிலைப் பார்த்து நின்றார் தாணுமாலயன் தம்பி. தாத்தாவின் தோளில் கை வைத்தபடி அனந்தன்.

முதியவர் சொல்லத் தொடங்கினார்.

'ஆத்மா என்பது ஒரு பறவை. அது இந்த உலகத்தில் உள்ள சரீரம் என்ற கூடு விட்டு இன்னொரு உலகத்திற்குப் போவது தான் மரணம். எனது ஆத்மா என்ற பறவை நான்கைந்து முறை கூட்டிற்கு வெளியே பறந்து போனபின்பும் மறு உலகத்தில் சென்று சேர முடியாமல் திரும்ப வந்து விட்டது. அங்கு வாசல் அடைத்திருந்தது. திறந்தால் தானே உள்ளே ஏற முடியும் அப்போது தானே இறக்கவும் முடியும்'

அனந்தனுக்கு சிரிப்பு வந்தது. தாத்தா என்று முதல் இந்த ஆத்மாவில் நம்பிக்கை வைக்கத் தொடங்கினீர்?

அவனது மனதின் எண்ணத்தை உணர்ந்தபடி அவர் சொன்னார்.

உனக்கு இதெல்லாம் வேடிக்கையாகத்தான் தெரியும். எனக்கும் அப்படித் தான் இருந்தது. இப்போது வயதானதால் அதெல்லாம் மாறவில்லை. எல்லாமே அனுபவத்தில் அறிவது தான்'

கோயிலுக்குப் பின்னால் சூரஜும் அன்சரும் தம்மில் ஆலோசனை நடத்தினார்கள். இரவில் ஹோமம் பார்க்க வேண்டுமானால் அதற்கென ஒரு மனநிலை வேண்டுமா? நேற்று இருந்ததின் மீதி முழுதும் தீர்ந்து விட்டது. ஏதோ நினைத்து சூரஜ் திடீரெனச் சிரித்தான். தன்னம்பிக்கையின் புன்னகை. அன்சருக்குப் புரியவில்லை. சூரஜ் அவனது தோளில் தட்டிச் சொன்னான்.

'அந்த விஷயம் எனக்கு விட்டுக் கொடு. ஏற்பாடு செய்யலாம். செய்திருக்கும். குன்று எத்தனை குளம் கண்டது....

குளம் எத்தனை குன்று கண்டது... அது இல்லாமல் ஒரு பெர்பெக்ஷன் கிடைக்காது.

பெர்பெக்ஷனைக் குறித்து தான் தாணுமாலயன் தம்பியும் அனந்தனிடம் சொன்னார்....

ஆத்மாவிற்கு முன்பாக மறு உலகத்தின் வாசல் திறக்க வேண்டுமெனில் இந்த உலகத்தில் நாம் செய்யும் வேலைகளில் தன்னம்பிக்கை வேண்டும். முழுமை அடைய வேண்டுமென்று நினைத்து தான், நான் எனது வாழ்க்கையின் அனைத்து கிரியைகளும் செய்வது. ஆனால் மகனே.... எங்கேயோ என்னவோ தப்பு நடந்தது.... அந்தத் தப்பைத் திருத்த வேண்டும்.... திருத்தி தான் ஆகணும்....'

சூரஜின் தன்னம்பிக்கை நிறைந்த சிரிப்பின் அர்த்தம், அவன் கணக்கனின் தோளில் கை போட்டு வரும்போது தான் அன்சருக்குப் புரிந்தது. சூரஜ் இரண்டாயிரம் ரூபாயின் ஒரு நோட்டை கணக்கரின் கையில் கொடுத்தான். ரூபாயைப் பார்த்த கணக்கனுக்கு சந்தோஷம் வந்தது, ஆனாலும் அவருடைய முகத்தில் உள்ள கர்வம் குறையவில்லை.

'திருத்த முடியாத பிரச்சனை ஆக மாறுமா?'

சாப்பிட்ட பின் இங்கு பக்கத்தில் வரமாட்டேன் என சூரஜ் நம்பிக்கை கொடுத்தான்.

இங்கு பக்கத்திலிருந்து ஏற்பாடு பண்ண முடியுமா எனப் பார்க்கிறேன். ஒரு இராணுவ வீரர். எக்ஸ் சர்வீஸ் இல்லையெனில் நாட்டுச் சாராயம் தான் கிடைக்கும். ஆனால் அது நல்லது தான்.

சூரஜ் கணக்கரை உற்சாகப்படுத்தினான்.

கணக்கன் நினைத்தால் முடியாத காரியம் உண்டா? எல்லாம் உங்களால் மட்டும் தான் முடியும்.

'உன்னால் மட்டும் தான் முடியும்....'

அறையில் தாத்தா பேரனின் கையைப் பிடித்து மார்போடு

சேர்த்துக் கொண்டு சொன்னார். அந்தத் தவறை திருத்த உன்னால் மட்டும் தானே முடியும். காரணம் நீ எனது பேரன். நான் தான் நீ... நீ தான் நான். தாத்தாவுக்காகப் பேரனான நீ தான் அதை செய்ய வேண்டும்.

'நான் என்ன செய்ய வேண்டும் தாத்தா?'

தாணுமாலயன் தம்பி பக்கத்தில் இருந்த அலமாரிக்கு நேராக தனது கையை நீட்டி...

'நீ அந்த அலமாரையைத் திற'

அனந்த பத்மநாபன் வேலைப்பாடுகள் நிறைந்த உள்ள பெரிய அல்மாரியைத் திறந்தான்.

'டப்பே'

அலமாரியைத் திறந்ததும் மேலே இருந்த பரணி தட்டுபட்டு கீழே விழுந்து உடைந்தது.... பரணியின் உள்ளே இருந்த சிவப்பு மஞ்சாடிமணிகள் அறையில் முழுவதும் சிதறியது... திடுக்கிட்டாள் தியா..

வீட்டின் மேல்மாடியில் அனந்தனும் நண்பர்களும் இருந்தார்கள். தியா கீழே உள்ள அறையில் தான் தங்கியிருந்தாள். அறையில் இருந்த வேலைப்பாடுகள் நிறைந்த அலமாரியை சும்மா திறந்தாள்.

சத்தம் கேட்டு ஓடி வந்த பத்மாவதி பயந்து நிற்கும் தியாவைக் கண்டாள்.

'ஓ.... இது தானா?' இங்கு தோட்டத்தில் இருந்த ஒரு மஞ்சாடிமரம் வெட்டி மாற்றியபோது கிடைத்த மஞ்சாடிமணிகள் எல்லாம் பரணியில் அடைத்து அலமாரியில் வைத்தது நான் தான். அது கீழே விழுந்து உடைந்தது அல்லவா'

பயந்து நின்ற தியாவை அணைத்துப் பிடித்து அவர் தோளில் தட்டினார்.

'பரவாயில்லை.... பரணி ஒரு ஓரத்தில் தான் இருந்தது'

வேலைக்காரியை அழைத்து மஞ்சாடிமணிகளை எடுத்து வைத்து அறையைப் பெருக்கி சுத்தமாக்கச் சொன்னது கேட்டு தியா சமாதானப்பட்டாள்.

அலமாரியைத் திறந்த அனந்த பத்மநாபனிடம் தாணுமாலயன் தம்பி கூறினார்

'அதற்குள்ளே நடுவில் இருக்கும் தட்டில் சிவப்புப் பட்டாடையில் பொதிந்த ஒரு புத்தகம் இருந்தது. அதை எடு'

அனந்தன் கொஞ்சம் பருமனான அந்தப் புத்தகமெடுத்து தாத்தாவிடம் கொடுத்தான். நடுங்குகிற விரல்களால் தாத்தா புத்தகத்தின் பக்கங்களைப் புரட்டினான்.

'வரலாறு மட்டும் எழுதிக் கொண்டிருந்த நான் முதல்முதலாக ஒரு படைப்பு எழுதியதின் கையெழுத்துப் பிரதி தான் இது'

அனந்தனுக்கு. வியப்பும் சந்தோஷமும்........ பொங்கி எழுந்தது

'கிரேட் தாத்தா.....கிரேட்'

தாத்தா சிரித்தார்

'கிரேட் அல்ல மகனே'

'Are you not satisfied?'

தம்பி தீவிரமாகத் தொடர்ந்தார்.

"தலைமுறைகளின் கதை தான் இது... வரலாறும்.... ஒவ்வொரு மனிதனுக்கும் ஒவ்வொரு பிறப்பிலும் கடமைகள் உள்ளன... வாழ்ந்து கொண்டே அந்தக் கடமையைச் செய்கிறார்கள். யாரும் அதை அறிவதில்லை. புரிந்து கொள்வதும் இல்லை. அதை சரியாகப் புரிந்துகொண்டால் தான் பிறப்பு வெற்றியாக அமையும். இதை எழுவது தான் எனது வாழ்வின் கடமையாக இருந்தது"

அனந்தன் – இதை வெளியிடலாம் தாத்தா... தாத்தாவின் வரலாற்றுப் புத்தகங்கள் வெளியிட்டவர்களிடம் சொல்லலாம். இல்லையேல் வேறு ஏதாவது பார்க்கலாம். அதெல்லாம் நான் ரெடி. தாத்தா அதைக்குறித்துக் கவலைப்பட வேண்டாம்.

பேரன் உற்சாகமாகச் சொன்னதைக் கேட்டு தம்பி சிரித்தார்.

'வெளியிடுவதை நினைத்து அல்ல எனது கவலை.... இது இம்பெர்பெக்ட். நான் அதை மனதில் அறிகிறேன். வரலாற்றுடன் தொடர்புடையது தான். ஆனால் இதற்கு ஏதோ குறை உண்டு. வரலாற்று உண்மைகளுடன் ஒத்துப்போகாதவை அவை'

அனந்த பத்மநாபனுக்கு ஒன்றும் முழுமையாகப் புரியவில்லை.

'தாத்தா ஃபிக்ஸன் என்று தானே சொன்னார்?' அதற்கு வரலாற்றின் ஒரு மணம் மட்டும் போதுமே? இலக்கியங்கள் பலவும் இவ்வாறு தான்.

முதியவரின் வார்த்தையில் சோர்வு இருந்தாலும் உண்மை இருந்தது.

வரலாற்றிற்குக் காலங்களின் உண்மை தேவை. கதைக்கு இருதயத்தின் உண்மையும் தேவை. இரண்டும் இல்லாத வெறும் முயற்சி ஆனதோ எனது படைப்பு என்று நான் சந்தேகப்படுகிறேன்.

அனந்தன் தாத்தாவைச் சமாதானப்படுத்தினான்.

அதெல்லாம் உங்களுக்குத் தோன்றுகிறது. ஒருமுறை கூட டிராப்ட் படித்து கரெக்ஷன் பண்ணினால் போதுமே?

வயதும் சோர்வும் மறந்து தம்பி சத்தமாகப் பேசினார்.

'யெஸ் correction... அது வேணும்... வெறும் correction இல்லை. ரிரைட்டிங் அதை நீ தான் செய்ய வேண்டும். தாணுமாலயன் தம்பி என்னும் பழைய வரலாற்று நிபுணரின் பேரன் அனந்த பத்மநாபன் தாணுமாலயன்'

தாத்தா அந்தப் புத்தகத்தைப் பேரனுக்கு நேராக நீட்டினார். இரண்டு கைகளால் அவன் அதை வாங்கினான்.

தாத்தாவின் உள்ளம் நெகிழ்ந்தது. நிறைய நாளாக தான் ஆசைப்பட்ட ஏதோ ஒன்று கிடைத்த மாதிரி.

பழைய ஒரு ஆங்கிலக் கவிதைக்கு தனது நண்பனும் இலக்கிய நிபுணருமான ஓம்சேரி மொழி பெயர்த்து ஒருமுறை டெல்லியில் வைத்து அவர் தாமே பேச்சுக்கிடையில் கூறிய வரிகளைத் தாணுமாலயன் தம்பி நினைவு கூர்ந்தார்.

வேலையை முடியுங்கள் சீக்கிரம்
நேரம் போனது. சூரியன்
மறைந்தது மேற்கில்
இரவு வந்து சேர்ந்தது....
இளைப்பாறுவதற்கு இனி
நேரம் இல்லை எல்லாம் முடித்து
வைக்கணும்... வேலை மீதி
யிருக்க வேண்டாம் போகும்போது...

ஏழு

தாத்தாவின் அறையிலிருந்து வெளியே வந்தபோது நுழைவாயிலின் வெளியே மரங்களுக்கிடையே நடந்து வரும் ஒரு பெண்ணை அனந்த பத்மநாபன் கண்டான். மெலிந்த உடலும் உயரமும் உள்ளவள் அவள். தியாவை விடவும் இளமையானவள். ஜீன்ஸ், குர்தா அணிந்திருந்தாள். மேலும் தோளில் நீண்ட ஒரு பையும் இருந்தது. முடி முடித்து வைக்காமல் நீட்டிப் போட்டிருந்தாள். யார் இவள்? உறவினர்களின் வீட்டில் உள்ள பெண்ணாக இருக்குமோ? ஆனால் இவளை இதற்குமுன் ஒருபோதும் பார்த்ததில்லை. அம்மாவைக் கூப்பிட நினைக்கும்போதே அவள்

முற்றத்தில் வந்தாள். ஒரு சிறப்பான அழகு இருந்தது. தன்னம்பிக்கை உள்ள முகம். அவனை நன்றாகத் தெரியும் என்ற மாதிரியான பேச்சைக் கேட்டபோது அனந்தன் வியந்தான்.

'பல முறை நான் இங்கு வந்திருந்தாலும் இவளை இதுவரைக் காணவில்லை. நான் வரும்போது சாரைக் காணாது. சார் உள்ளபோது எனக்கு இங்கே வருவதற்கு முடிவதும் இல்லை. நான் இந்து... இந்து கிருஷ்ணா'

இந்துவைக் கண்டும் கேட்டும் அன்சரும் சூரஜும் வந்தார்கள். யார் தான் இந்தப் புது அவதாரம் என்று நினைத்தபடி சூரஜ் அவளைக் கவனமாகப் பார்த்தான்.

அனந்தனின் காதில் அவன் மெல்லக் கேட்டான்.

'டேய், உன்னை சார் என்று கூப்பிட நீ என்று தான் இவளைக் கற்பித்தாய்?' நீ மிகவும் மிஸ்ட்ரீயஸ் தான்..... History is a mystery என்று தான் நான் நினைக்கிறேன்'

அவனது மெதுவாகவுள்ள பேச்சு அவன் கேட்டாளோ என்று தெரியவில்லை. அவளது முகத்தில் ஒரு சிரிப்பு மலர்ந்தது.

பத்மாவதியும் தியாவும் வீட்டின் உள்ளேயிருந்து சேர்ந்து வந்தார்கள். இந்துவைப் பார்த்தபோது பத்மாவதிக்கு மிகுந்த சந்தோஷம்.

'ஆ... நீ இன்று வந்தது நல்லது தான்.... அப்பாவுக்காக இன்று ஒரு ஹோமம் நடத்தத் தீர்மானித்துள்ளோம். மகனே...அனந்தா.... உனக்குத் தெரியாதில்லா இந்துவை... நீ பார்த்ததில்லை, அப்பாவின் புது மாணவி கேரளா பல்கலைக்கழகத்தில் ஆராய்ச்சி நடத்துகிறார்.... மலையாள இலக்கியம்.

மலையாள இலக்கியத்தில் ஆராய்ச்சி நடத்தும் பெண் எப்படி தாத்தாவின் மாணவி ஆனார் என்று அனந்தன் யோசிப்பதற்குள் 'நான் தம்பி சாரைப் பார்த்து வரலாம்' என்று

சொல்லி அவள் சுதந்திரமாக உள்ளே போனாள். போகும்போதே திரும்பி அனந்தனிடம் ஒரு கேள்வி.

'என்ன, சாரின் கையில் ஒரு புத்தகம்?'

பதிலுக்காகக் காத்து நிற்காமல் அவள் உள்ளே போனாள். அவளைப் பார்த்து பத்மாவதி கூறினாள்.... 'நல்ல பெண்... அன்பு உள்ளவள்.....'

சூரஜ் அனந்தனின் காதில் சொன்னான். 'அம்மாவின் ஆராய்ச்சி முடிந்தது என்று நினைக்கிறேன். இனி நீ தான் ஆராய்ச்சி செய்ய வேண்டும்.'

அவனது தலையில் அடி கொடுத்தான் அனந்தன்.... 'போடா....'

கணக்கன் கொச்சப்பி ஒரு பெரிய பையைத் தூக்கியவாறு வெளியே இருந்து அவசரமாக உள்ளே வந்தான். வந்த உடன் பத்மாவதியிடம் விளக்கத் தொடங்கினான்.

'காளிப்பெரச்சன் வந்து களம் போடும் வேலைகள் தொடங்கினார். தீபாராதனை முடிந்தவுடன் ஏழு ஏழரை மணியளவில் அர்ச்சகர் வருவார். அப்போ ஹோமம் தொடங்கலாம். அதைக் கணக்குப் பண்ணி அனைவரும் கோயிலுக்கு வாருங்கள்'

பத்மாவதியும் தியாவும் உள்ளே போனபோது கணக்கன் சூரஜை அழைத்தான்.

'பிள்ளைகளே நீங்களும் கோயிலுக்கு வாருங்கள்.... காரியங்களைச் சரியாகப் பார்க்க வேண்டாமா?'

அவர் கண்ணை மூடிக் காட்டியபோது கணக்கருக்கு பின்னால் அன்சரும் சூரஜும் போனார்கள். கணக்கர் இவர்களைக் கையில் எடுத்ததோ.... அல்லது கணக்கரை இவர்கள் கையில் எடுத்தார்களோ என அனந்தன் யோசித்தான்.

கோயிலில் அலங்காரங்கள் அனைத்தும் முடிவடைந்திருந்தது. குலைவாழைகள்.... குருத்தோலைத்

தோரணங்கள்... ஓலை மடல் கீறி வைத்த மாடல்கள்... வாழைத் தடையில் குத்தி நிறுத்தியிருக்கும் ஒற்றை விளக்குகள்.... மேலும் குருத்தோலை முறுக்கிக் கட்டிய சிறிய பந்தல். பந்தலுக்குக் கீழே ஹோமத்திற்காகச் செங்கற்கள் அடுக்கி வைக்கப்பட்டுள்ளன. அதற்குப் பக்கத்தில் பந்தலுக்குக் கீழே சிவப்பு நிற உடை அணிந்த, உடல் முழுவதும் விபூதி பூசிய நீண்ட வெண்மை நிற தாடியுள்ள ஒரு முதியவர், காளிப்பெரச்சன். அரிசிப்பொடி, மஞ்சள் தூள், கரித்தூள் வேறு நிறங்களில் உள்ள இலைத்தூள் போன்றவை பயன்படுத்தி சாமுண்டியின் களம் வரைந்துக் கொண்டிருந்தார். அவரது ஒரு சீடன் எல்லா உதவிகளுக்கும் பக்கத்தில் உண்டு. மூன்று பெண்கள்.... அவர்கள் காளிப்பெரச்சனின் கூட்டத்தில் உள்ளவர் பாக்குமரப் பூக்குலை அடுக்கி வைப்பது, பூ கட்டுவது போன்ற வேலைகள் செய்து கொண்டிருந்தனர்.

கணக்கன் கொச்சப்பி அவற்றையெல்லாம் உற்றுப்பார்த்தார். அவருக்கு அதெல்லாம் அவ்வளவு பிடிக்கவில்லை.

"டேய், என்ன இது குலைவாழைக்கு ஏன் ஒரு வளைவு? முதுமையான வாழையா? (களம் வரைக்கும் முதியவரிடம்) பார்த்தியளா, காளிப்பெரச்சரே.... ஒரு நிமிடம் நான் மாறி நின்றேன்... அதன் லட்சணம் பார்ப்பதற்கு உண்டு என்ன இது? எப்போதும் இவர்களது வாலைப்பிடித்து என்னால் நடக்க முடியுமா? என்ன? (தனது வேலைக்காரரிடம்) பளபளப்பான நல்ல நோட்டுதானே எண்ணித்தாறேன்? பலாக்கொட்டை இல்லையே... நேர்மை வேணும்... நேர்மை (பெண்களிடம்) பிள்ளைகளே.... தண்ணீர் ஏதாவது வேணும்னா வடக்குப்புறம் செல்லுங்கள்... நான் சொல்லியிருக்கிறேன்."

சாமுண்டிக்களத்தில் தேவியின் உக்கிரமான உருவம் முடிவடைந்திருந்தது.

காளிப்பெரச்சன் கொஞ்சம் மாறி நின்று திருப்தி வராமல் தனது உதவியாளரிடம் 'கரித்தூள் எடு' எனக் கேட்டார்.

ஒரு இலையில் வைத்து உதவியாளர் கரித்தூள் கொடுத்தார்.

களத்தில் தேவியின் புருவத்தைக் காளிப்பெரச்சன் கரித்தூளால் கொஞ்சம் கூட கறுப்பாக்கினார்.

கோயிலுக்குப் பின்னால் வாழைத்தோட்டம் உண்டு. கணக்கர் சூரஜையும் அன்சரையும் அழைத்தார்.

நான்கைந்து குப்பி நாட்டுச்சாராயம் உண்டு. எங்கேயாவது கொண்டு வையுங்கள். ஹோமம் முடிந்து தான் சாப்பிட வேண்டும். ஒன்று எனக்கும் வைத்திருங்கள்.

சூரஜ் பையிலிருந்து ஒரு குப்பியை எடுத்து மூடி திறந்து கொஞ்சம் குடித்துப் பார்த்தான்.

'ஓ.... பயங்கரம்'

'தண்ணீர் இல்லாமல் குடிக்கக்கூடாது. ஈரல் வாடிவிடும். கணக்கன் சொன்னார்.

மீதி பணம் கணக்கன் கொடுத்தபோது சூரஜ் அதை வாங்கவில்லை.

கணக்கர் கொச்சப்பிக்கு மிகுந்த மகிழ்ச்சி.

சாயங்காலம்... வீட்டிற்கு முன்னாடி பத்மாவதியின் தலைமையில் பெண்களின் நாமஜெபம் கொழுந்துவிட்டு எரியும் குத்துவிளக்கிற்கு முன்.

அனந்த பத்மநாபன் தாத்தாவின் அறைக்குச் சென்றபோது அவர் தூங்கிக் கொண்டிருந்தார். அவன் ஏணியில் ஏறி அவனது அறைக்குச் சென்றான். மேஜையில் கொண்டு வைத்த தாத்தாவின் புத்தகத்தின் பக்கங்களைப் புரட்டினான்!

அழகான எழுத்தில் 'சந்திர களபம்' என்று எழுதியிருந்தது. நாவலுக்குத் தாத்தா போட்ட பெயர்.

அடுத்த பக்கம் புரட்டினான். தாத்தாவின் கையெழுத்து அழகானதும் வாசிக்க வற்புறுத்துவதுமாக இருந்தது. முதல் வரி படித்தான் அனந்தன். வரலாறு கடந்த காலத்தின் குப்பைத் தொட்டி இல்லை நிகழ்காலத்தின் ஆதாரம்.... வருங்காலத்திற்குத் தெளியும் விளக்கு....

பின்பு வரலாற்றைக் குறித்த பழைய ஆசிரியரின் ஆராய்ச்சிகளில் தொடர்ந்தது கதை.

ஏறக்குறைய ஒரு நூற்றாண்டிற்கு முந்தைய சாயங்காலம்...

சிறந்த இராஜவம்சத்தின் பெருமை சொல்லும் கம்பீரமான ஆசாரக்கூட்டம். அரண்மனைக்கு முன் தொடங்கி கோயிலுக்குப் போகும் நெடுஞ்சாலைக்கு இரண்டு பக்கமும் ஒருமாடி கட்டிடங்கள் இருக்கும் அழகான தெரு.

கீழே இருந்து ஒரு கூக்குரல்.... அம்மாவின் சத்தம்..... 'அப்பா' என்று கூப்பிட்டு அழுகிறார்.

அனந்த பத்மநாபன் திடுக்கிட்டு எழுந்து ஏணிப்படிகள் வழியாக ஓடி இறங்கி தாத்தாவின் அறைக்கு வந்தான். அவரின் மார்பை தடவிக்கொண்டிருக்கும் அம்மா.

அனந்தனைப் பார்த்ததும் அம்மாவின் அழுகை கூடியது.

'நாமம் சொல்லி வந்தபோது அப்பா மிகவும் ஏக்கத்துடன் வலித்துக் கொண்டு இருந்தார்.

அனந்தன் படுக்கையின் பக்கத்தில் இருந்து தாத்தாவின் தலையும் முகமும் நெற்றியும் தடவினான்.

கைகள் சேர்த்து திருமினான்.

மெதுவாக தாணுமாலயன் தம்பியின் ஆவேசம் அனைத்தும் மாறத்துவங்கியது.

அவர் மெதுவாக கண்களைளத் திறந்தார்.

அனந்தனை முதலில் கண்டார்.

மகிழ்ச்சியில் கண்களில் கண்ணீர் வருவதைப் பேரனும் கண்டான்.

அம்மாவுக்கு நிம்மதி. பகவதியைக் கூப்பிட்டு நாமஜெபம் செய்தார்.

அம்மாவின் கூக்குரல் கேட்டு சூரஜும் அன்சரும் தியாவும் இந்துவும் ஓடி அறையில் வந்திருந்தார்கள்.

'இனி பரவாயில்லை' அனைவரும் வெளியே சென்றால் தாத்தாவுக்கு நல்ல காற்று கிடைக்கும்.

அனந்தன் சொன்னபடி அனைவரும் வெளியே சென்றனர். அவர்களுடன் செல்ல முயன்ற அனந்தனைத் தம்பி கைகளைப் பிடித்து நிறுத்தினார். அவனது முகத்தைப் பார்த்துக் கிடந்தார்.

அனந்தன் தாத்தாவைப் பார்த்து சிரிப்புடன் மெல்லச் சொன்னான்.

'நான்... நான் அது படிக்கத் தொடங்கினேன் தாத்தா....'

'நல்லது... உனக்காக நான் எழுதிய பிரதி தான் இது... நீ இதைத் திருத்தி எழுத வேண்டும். உனக்கு உரிமைப்பட்டது தான் தாத்தா பேரனுக்குக் கொடுக்கும் வரலாற்று பொக்கிஷம் அது'

எட்டு

நாங்கோல் குடும்பம் மிகவும் பழமையானது என்பதைத் தான் ஒவ்வொரு காலத்திலும் உள்ள மக்கள் அவருடன் கூறியிருந்தார்கள். தாமிரபரணியின் கரையில் அது ஏராளம் ஆண்டுகளாக உள்ளது... சொற்களின் விறகுகளில் பழைய மகிமையின் அபிமானம் என்னும் நெருப்பைக் கொளுத்தி நாவில் இருந்து செவிக்கும் செவியில் இருந்து நாவிற்கும் பின்பு வருபவர்களுக்காகத் தலைமுறைகளின் கதைகளை அவர்கள் பகிர்ந்து கொடுத்து வந்தார்கள். குடும்பத்தில்

ஒரு குழந்தை பிறந்து அங்கீகாரம் சொல்ல அறிவு பெறும் இளமைப் பருவத்தில் இருந்தே நான் நாங்கோல் குடும்பத்தைச் சேர்ந்தவன் தான் எனச் சொல்லத்துவங்கும்.

அவன் அல்லது அவள் கேட்பது முழுவதும் மகிமையின் கதைகள்.

வேட்டைக்குப் போகும்போது ஓடிய மானிற்கு பின்னால் சென்று வழிதப்பி காட்டிற்குள் மேட்டின் பக்கம் வந்த ஊர்நாதனின் முன்னால் குதித்து விழுந்த புலியை எங்கிருந்தோ ஊஞ்சல் கயிறில் தொங்கி வந்து வெறும் கையினால் அடித்துக் கொலை செய்து அரசனைக் காப்பாற்றியை போராளியான நாங்கோல் பிதாவின் வீரக்கதைகள்... வடக்கு நாட்டிலிருந்து அரச நீதிமன்றத்திற்கு வந்து, வாதமும் பிரதிவாதமும் பேச்சுத்திறமையால் ஊரில் உள்ள மனிதர்களை எல்லாம் தோற்கடித்து சிறந்து விளங்கிய பன்மொழி அறிஞரைச் சில நொடிகளில் கட்டிய நான்கு வரி சங்கீதத்தில் வியந்து தலை குனிந்து அரசனிடமிருந்து பட்டும் வளையும் வாங்கிய அறிஞரான கொள்ளு தாத்தாவின் வாய்மொழி சிறப்புக் கதைகள்... ஆற்றில் குளிப்பதற்காக இறங்கும்போது தனது கையில் கொடுத்த ஒற்றைச் சுருள்முடியில் காதல் மலர்ந்து தேடி வந்த இராஜகுமாரனிடம் புடவை கொடுத்து பெண் யானையின் மீது அழைத்து வந்து அரண்மனையின் செண்பகப்பூக்களின் பூந்தோட்டம் உள்ள அந்தப்புரத்தில் வாழ வைக்க கண்பீலியின் பளபளப்பால் கந்தர்ப்பசீலா காதற்களம் பாடிய அழகு நிறைந்த கொள்ளு பாட்டியின் மயக்கத்தின் அகம்பாடல்கள்.

அந்த முன்னோர்களின் ஆத்மாக்கள் எப்போதும் அனந்த நடனம் செய்து குடும்பத்தைக் காப்பாற்றி வரும் இடம் தான் கோயிலும் வயலும்.

அங்கு சாமுண்டி ஹோமத்தின் சடங்குகள் தொடங்கின.

பூசாரியின் மந்திரச் சொற்கள்..

மணியொலி.... கணீர்...கணீர்....

ஹோமம் முடிந்தால் களப்பாட்டும் முடியாட்டமும் தொடங்கும். அது தொடங்கும்போது அங்கே போகலாம் என நினைத்து அனந்தபத்மநாபன் அங்கே தான் இருந்தான்.

ஹோமக்குண்டத்தில் பூசாரி நெய்யும் எள்ளும் போட்டார்.

தீ பற்றி எரிந்தது பத்மாவதியின் நெஞ்சில்...

தேவீ... அப்பாவைக் காப்பாத்துங்க...குருக்களே...உங்களது சிறந்த பாரம்பரியத்தின் அபிமானம் கொஞ்சம் கூட குறையாமல் காத்தார் அப்பா.

மகனுக்கு மூன்று வயதுள்ளபோது அத்துமீறியவர்களுக்கு எதிராகப் போர் செய்து இராஜ்யத்தின் எல்லை காத்து தனது பிரியமானவன் இறந்து போனார்.

தளர்ந்துபோன தன்னையும் மகனையும் மார்புடன் சேர்த்துப்பிடித்து காப்பாற்றியது அப்பா. தொண்ணூறு தாண்டி விட்டது அப்பாவுக்கு.... பிறந்தால் மனிதன் இறக்க வேண்டும். ஆனால் அப்பா போன பின்பு...? நினைத்துப் பார்க்கக் கூட முடியவில்லை.

கடும் வெயிலில் மலை ஏறி வரும்போது தெரியும் இலைகள் நிறைந்த ஒற்றை ஆலமரம்.. அது தான் அப்பா.

பூசாரி திரும்பவும் மணி அடித்து ஹோமத்தீயில் நெய் ஊற்றினார். அக்கினி கொழுந்து விட்டு எரிந்தது. சலங்கை கட்டின காளிப்பெரச்சன் துள்ளத்தொடங்கினார்.

ஆலயத்தின் ஓரத்தில் ஆற்றங்கரையில் ஒரு தென்னை மரத்தின் அடியில் இருந்து வாற்றுக் கள் குடித்தனர். சூரஜும் அன்சரும். அமாவாசை தினத்தில் சந்திரன் இல்லாமல் ஆற்றில் விழுந்த நட்சத்திரங்களைப் பார்த்து கிராம நிம்மதியின் சுகம் மொத்தம் அனுபவித்து மதுவுமாக இருக்கும் த்ரில் வேறு எங்கும் கிடைக்காது என சூரஜ் நினைத்தான். ஆனால் அன்சருக்குக்

கொஞ்சம் பயம் இருந்தது.

'டேய், அங்கு ஹோமம் நடக்கும்போது நாம் செய்வது தப்பில்லையா?'

'ஏய் அன்சர் இங்க பாரு நீங்கள் இப்படி பயந்தால் எப்படி?. முதல் குப்பி முடித்து நாமும் போவோம் ஹோமத்திற்கு'

ஒரே வழியாக அவன் கிளாஸ் காலி பண்ணினான்.

சூப்பர்.... கணக்கன் கொடுத்த இளநீரும் சேர்த்து வாற்று குடிப்பது ஒரு சுகம் தான்...

மிகுந்த சத்தம்... நண்பர்கள் திடுக்கிட்டார்கள். தென்னையில் பழுத்து நின்ற ஓலை விழுந்தது. கொஞ்சம் நீங்கியிருந்தால் தலைமேலே தான் விழுந்திருக்கும்.

மனதில் ஒரு பயம் வரத் தொடங்கியது என்பது உண்மை.

சாமுண்டி களத்திற்கு முன்னாடி மூன்று பெண்கள் முடியாட்டம் ஆடத்தொடங்கினார்கள். சலங்கை கட்டிய காளிப்பெரச்சனின் துள்ளல் உச்சகட்டத்தில் வந்தது. உதவியாளன் ஒற்றைக் கம்பியுள்ள நந்துணி வாசித்துக் கொண்டிருந்தார்.

அதிரில்லாத ஆகாயம்
பந்தலிட்ட பூமியில்
களம் வரச்சே...
கரி கொண்டும்
களம் வரச்சே...
பொடி கொண்டும்
இலை கொண்டும்
களம் வரச்சே
களம் வரச்சே
களம் சரியானதே
களத்தின் மூலைமேலே

பூ போட்டதே...
அரிசி எள்ளும் பூவும்
தேனும் சர்க்கரை தேங்காப்பூவும்
இலையில் படைக்கின்றதே
கற்பூரம் எரிந்து புகைகிறதே
பூக்குலை துள்ளிக் குதிக்கிறதே
அழகான முடியாட்டம்
சிறந்த தலையாட்டம்

முடியாட்டம் துவங்கியபோதே அனந்த பத்மநாபனும் கோயிலுக்கு வந்தான்.

முடியை விரித்து நிறுத்தாமல் தலை சுழற்றும் பெண்களைப் பாராட்டி தான் ஆக வேண்டும். இவர்களுக்குத் தலை சுற்றாதா? கழுத்து சுளுக்காதா? வாழ்க்கையில் முதல் தடவை இவற்றைப் பார்க்கும் தியாவுக்கு அற்புதம் அடக்க முடியவில்லை. மணியொலியின் தொடர்ச்சியாக வரும் தாளமும் துள்ளுகின்ற காளிப்பெரச்சனின் காலில் சலங்கையின் ஒலியும் களம் நிறைந்து உயர்ந்து வரும் நாடன் தோற்றப்பாட்டின் அழகும் இந்துவின் மனதில் ஆனந்தம் ஏற்படுத்தியது.

தென்னையின் அடியிலிருந்து எழுந்த அன்சர் சூரஜிடம் சொன்னான். 'அதிர்ஷ்டவசமாகத் தப்பிச்சோம்'

இருவரும் நடக்கத் தொடங்கும்போது தென்னையின் பக்கத்தில் காட்டுச் செடிகளின் இடையில் இருந்து ஒரு நல்ல பாம்பு காய்ந்த இலைகளின் மேலாக ஆற்றிற்குப் பக்கமாக ஊர்ந்து சென்றது.

களத்தின் பக்கத்தில்
முடியாட்ட அழகு வளரும் நேரம்
ஊரகத்து மடவாரே
காவகத்து அழகியோளே
களத்தின்மேல் வந்து நில்லுங்கள்
நிறைந்தாடும் காளியம்மே...

செம்புமணியின் ஒற்றைக்கம்பி சத்தம் அதிகரித்தது... முடியாட்டத்தின் இயக்க வேகமும்... பத்மாவதி கண்கள் மூடி கைகள் தொழுது தேவீஸ்தவம் மனதில் சொல்லிக் கொண்டிருந்தாள். ஆகாயமண்டலம் ஊற்றிய மந்திரமான அனுபவத்தில் இருந்தார்கள் பெண்கள். சீக்கிரம் தனது காலில் ஏதோ ஒன்று ஊர்ந்து போவதை தியா உணர்ந்தாள்.

ஒரு கூக்குரல் அவளிடமிருந்து உயர்ந்து வந்தது.

திடீரென வாயை அடக்கி அவள் நின்ற நிலையில் குதித்தாள்.

'என்ன மகளே' பத்மாவதி மெல்லக் கேட்டாள்

'காலில் ஏதோ ஒன்று ஊர்ந்து போன மாதிரி'

கணக்கன் கொச்சப்பி ஓடி வந்தார்

'ஓ... அது பாம்பு, எலி ஊர்ந்து ஓடியிருக்கலாம்.

நினைத்தபோதே தியா நடுங்கினாள். களத்தின் பக்கத்தில் காளிப்பெரச்சன் துள்ளினார். உதவியாளன் அக்கினியில் தெள்ளித்தூள் வீசினான். அக்கினி சுடர் விட்டது.

'அடையாளம்' காளிப்பெரச்சன் சொன்னார்.

சூரஜ், அன்சர் இருவரும் கோயிலுக்கு நேராக மெதுவாக நடந்தார்கள். கைபேசியின் வெளிச்சம் போட அன்சர் சம்மதிக்கவில்லை. கோயிலுக்குப் பின்புற வாழைத்தோட்டத்துக்கு வந்தபோது காய்ந்த இலைகளில் ஏதோ ஊர்ந்து செல்லும் சத்தம்.... தீடிரென சூரஜ் 'அய்யோ' என சத்தமிட்டான். களத்திற்கு பக்கம் முடியாட்டம் பார்த்து நின்ற அனந்தன் அதைக் கேட்டான். கணக்கரும்... இருவரும் அவ்விடத்திற்குச் சென்றனர்.

சூரஜ் நடுங்கிக் கொண்டிருந்தான்.

கணக்கன் : என்ன பிள்ளே...?

சூரஜ் : காலில் ஏதோ ஒன்று ஏறி இறங்கிச் சென்றது...

கணக்கர் : அவ்வளவு தானா....?

தியாவின் காலில் ஏறிய பாம்பு இவர்களின் பக்கம் வந்ததாக இருக்கலாம். துள்ளல், முடியாட்டம் ஆகியவற்றின் சத்தத்தால் பயந்து ஓடியதாக இருக்கும்.

கணக்கன் சொன்னார்.

'அடையாளம்'

அன்சர் அனந்தனின் கையைப் பிடித்தான்.

'டேய்... நீ என்னுடன் கூட நிற்கணும்... நேரமே தென்னையில் இருந்து ஓலையும் விழுந்தது... இப்போது பாம்பு....'

'ஆமாம்... உன்னையெல்லாம் தூக்கிச் செல்வது தானே என்னோட வேலை? இருவரும் நல்லா தண்ணி போட்டிருக்கீங்களே. அறையில் சென்று படுத்துத் தூங்குங்கள்... நான் வீட்டிற்குப் போகிறேன்.

அனந்த பத்மநாபன் வீட்டிற்குப் போனபோது கணக்கன் அவர்களுடன் இரகசியமாகச் சொன்னார்.

சாமுண்டியின் களம் ... உக்கிர ரூபம்.... களத்தில் சாமுண்டி விளையாடும் போது ஆத்மாக்கள் அங்குமிங்கும் பறந்து நடக்கும். புயல் வீசும்.... நத்தை ஊர்ந்து செல்லும்.... கோழி கூவும்... பிடித்தால் பிடி கிடைக்காது பிள்ளே ... தெற்கு வழியாகப் போகும்....'

சூரஜ் பயந்தான்.... என்று சொன்னால்....?'

'ஒரு மரணம் நிச்சயம்....' கணக்கன் களத்திற்குப் பக்கமாகத் திரும்பி நடந்தான். காளிப்பெரச்சனின் ஆட்டத்தின் உச்சகட்டத்தில் மக்கள் வியந்து நிற்கும்போது திடீரெனக் காற்று வீசியது.

சூறாவளியாய் அது சுற்றி வீசியது!

'இன்று மழை இருக்குமே' என்றார் பூசாரி

களத்தின் நாலாபக்கங்களிலும் பந்தலின் தூண்களில் தூக்கியிருந்த தொங்கும் விளக்குகள் காற்றில் அசைந்து ஆடி அணைந்தன.

காற்று வீசியபோது சூரஜும் அன்சரும் பயந்தார்கள்.

ஒரு கறுத்த நாய் அவர்களுக்குப் பக்கமாக ஓடி அய்யத்திற்குள் மறைந்தது.

மழையின் இரைச்சல்

பத்மாவதியும் பெண்களும் ஓடி வீட்டிற்குள் சென்றனர்.

பத்மாவதி தம்பியின் அறைக்குச் சென்று திறந்து கிடந்த ஜன்னல்களை அடைத்தாள்.

அப்பா தூங்குகிறார்.

அனந்த பத்மநாபனின் அறைக்குள் ஜன்னல்கள் மிகுந்த சக்தியுடன் மூடின.

ஜன்னல் வழியாக இரவு மழை பார்ப்பது நல்ல அனுபவம் தான்.

அவன் ஜன்னல் திரும்ப திறந்து தாழ் போட்டு வைத்தான்.

மேஜையின் மேல் இருந்த கையெழுத்துப் பிரதியின் பக்கங்கள் தானாகத் திரும்புவதை அனந்தன் பார்த்தான்.

அவன் அதை எடுத்து மேஜைக்குள் வைத்தான்.... பாதுகாப்பாக

மழை தீவிரமாகப் பெய்யத் துவங்கியது.

'இவர்கள் எங்கே' குடையும் லைட்டும் எடுத்து அனந்தன் படியிறங்கினான்.

பேரொளி மின்னல்...

இடியின் சத்தம்

அன்சர் சூரஜைக் கட்டிப்பிடித்தான்

கடும் மழை

இருட்டில் என்ன ஒரு மணி ஓசை!

சூரஜ் கோயிலுக்கு நேராகப் பார்த்தான்

கொட்டும் மழையில் அவ்விடம் தீ பிடித்த மாதிரி அவன் உணர்ந்தான்.

மீண்டும் திடீரென மணி ஓசை.... அதிர்ச்சியடைந்தான்.

'வா, அன்சர் இக்கா' என்று சத்தமிட்டு அவன் ஓடினான். வீட்டிற்கு ஓடினான். இருட்டில் ஒன்றும் பார்க்க முடியவும் இல்லை. தோண்டிப் போட்டிருக்கும் தோப்பில் ஆங்காங்கே குன்றுபோல் நிற்கும் மண் குவியல்கள் சுதந்திரமாக ஓட விடவில்லை. கொஞ்சதூரம் ஓடி அவன் நின்றான் மீண்டும் மின்னல். அவனுக்குப் பக்கத்தில் நிற்கும் பசுமாட்டைப் பார்த்து சூரஜ் அலறினான்.

மழையினூடே வரும் 'சூரஜே' என்னும் அன்சரின் சத்தம்.

சூரஜ் அப்போது தான் அதைக் கண்டான்.

நீண்ட முடியுடன் ஒரு உருவம். அதனுடன் செல்லும் முடி விரித்துப் போட்ட மூன்று பெண்களும்...

இருளில் மழையில் நகர்ந்து செல்லும் நிழல் வடிவங்கள்.

சூரஜ் சத்தமாக கூப்பிட வேண்டும் என்று நினைத்தான். ஆனால் சத்தம் எழவில்லை.

கோயிலுக்கு முன் கணக்கன் மட்டும் நின்று கொண்டிருந்தான்.

ஹோமமும் சடங்குகளும் சிறப்பாக முடிந்ததால் கணக்கனின் முகத்தில் நிம்மதி.

எல்லாம் முடித்து கடைசியாக யாருக்கும் தெரியாமல் வைத்திருந்த வெடிக்குக் கணக்கன் தீ கொளுத்தினான்.

மழையின் சத்தத்திற்கு மேலாக வெடிச்சத்தம் ஒலித்தது.

'டுமீல்'

கொட்டகைக்குப் பக்கம் திசை தெரியாமல் இருந்த சூரஜ் மயக்கம் போட்டு விழுந்தான்.

இருட்டில் ஓடி வந்த அன்சர் அவனைக் கையால் தாங்கினான்.

சமநிலை தப்பிப்போனது

இருவரும் மழையில் குழைந்த மண்ணில் விழுந்தனர்.

ஒன்பது

காலையில் பத்மாவதி கோயிலுக்குப் போனபோது பெண்களையும் அழைத்துச் சென்றாள்.

மகாதேவரின் கோயில். அதற்குப் பின்பக்கம் மகாதேவருடன் தேவியும் உண்டு.

அப்பாவின் பெயரில் மகாதேவனுக்குத் தாரையும் தேவிக்கு இரத்த புஷ்ப அஞ்சலியும்...

தேவர்களுக்குத் தேவையானவை செய்து அவர்களுடன் சொல்ல வேண்டியவை சொல்லியாயிற்று என்ற மகிழ்ச்சி பத்மாவதிக்கு..

அனந்த பத்மநாபனும் கூட வந்தபோது மிகவும் மகிழ்ந்தனர்.

தாத்தாவைக் குறித்த கவலை அவனுக்கும் உண்டு.

இனி அவனுக்கு ஒரு குடும்பம் உண்டாகணும். அப்பா அடிக்கடி சொல்வதுண்டு அவன் சம்மதிக்க வேண்டாமா? செய்யும் வேலை மிகவும் பிடித்ததும் ஆசைப்பட்டதும் ஆனதால் அதிலேதான் முழு கவனமும் செலுத்துகிறான்... வேறு எந்த நினைப்பும் இல்லை.

கோயிலின் வெளியே சுற்றி வரும்போது தியாவின் பின்பக்கமாக அனந்தனும் இந்துவும் வருவதைக் கண்ட

அம்மாவுக்கு மனதில் மிகுந்த சந்தோஷம். அவள் நல்ல பெண். அப்பாவுக்கு மிகவும் பிடித்தமானவள். அவனுக்கும் பிடித்தால் கடவுளே... நல்ல ஒற்றுமை. ஆம். திரும்பிச் செல்வதற்குள் அவனிடம் இதைக் குறித்து சொல்ல வேண்டும்.

அவர்கள் இருவருக்கும் விருப்பம் இல்லாமலும் இருக்காது.

நீங்கள் வீட்டிற்குப் போங்கள், நான் பிறகு வரலாம் என்று கூறி அம்மாவையும் பெண்களையும் கோயிலிலிருந்து அனந்தன் அனுப்பி விட்டதில் காரியம் உண்டு. ஒருவன் கூட உள்ளே வந்திருக்கிறான். கோயில் சுற்றி வரும் சூரஜைத் தொலைவில் பார்த்தான். யாருக்கும் தெரியாமல் முன்னரே சென்றிருக்கிறான் அவன்.

கோயில் மணி ஒலித்தது. சங்கு ஒலித்ததும் அவன் கோயிலுக்கு வெளியே வந்தான். அனந்தனுக்குச் சிரிப்பை அடக்க முடியவில்லை.

பரமபக்த பாகவதர்... நெற்றி, மார்பு கைகளில் திருநீறு பூசி, காதில் துளசிப்பூ வைத்த ... சூரஜ்.

கோயிலுக்கு எதிர்பக்கம் தேவாலயம் உண்டு. ஜெபம் முடிந்து அன்சரும் வெளியே வந்தான்.

இவர்களுக்கு இது என்ன நடந்தது... நேற்றைய ஆப்டர் எபெக்ட் ஆக இருக்குமோ?

கோயிலில் இருந்து வெளியே வந்து தோப்புக்கரணம் போட்டுத் தொழுகின்ற சூரஜைப் பார்த்த அன்சர் வாயைப் பிளந்து நின்றான்.

அனந்தன் – அவனது காரியத்தில் தீர்மானம் ஆயிற்று... கோயில் வழிபாட்டிற்குப்பின் சுய நினைவின்றி கிடந்தவர்களை நான் தான் அறையில் கொண்டு வந்து விட்டேன்.

அனைவரும் சேர்ந்து காலை உணவிற்காக அமர்ந்தபோது அனந்தன் தாத்தா அவனிடம் ஒப்படைத்த வேலையைப் பற்றிக்

கூறினான். வரலாற்றுப் பின்னணியில் உள்ள ஒரு படைப்பினைத் தாத்தா படைத்திருந்தாலும் அதில் குறைகள் உள்ளதாக அவர் அவனிடம் கூறியிருந்தார். அதைப் படித்து தவறைத் திருத்துவது தான் அவனுடைய வேலை.

அனந்தனால் முடியும் என்றாள் தியா.

'அதற்காக நீ இந்துவையும் சேர்த்துக்கொள்' என அம்மா கூறினார். அவள் எழுத்தாளர். இலக்கிய ஆராய்ச்சியில் வல்லவர்......

அனந்தன் கேட்க நினைத்ததை சூரஜ் கேட்டான்.

'நீ மலையாள இலக்கியத்தில் என்ன ஆராய்ச்சி செய்கிறாய்'

'கேரளா வரலாற்றின் முக்கிய இலக்கணமும் மலையாள இலக்கியத்தில் வந்த மாற்றங்களும்'

நல்ல விஷயம் தான். அதைக்குறித்து ஆராய்வதற்காகத் தான் இவள் தாத்தாவின் மாணவியாகச் சேர்ந்திருந்தாள். தாத்தாவிடம் பிடிக்க வேண்டுமெனில் இவள் சாதாரணக்காரியாக இருக்க முடியாது என அனந்தனுக்குத் தோன்றியது.

'இந்து எதற்காக மலையாளம் படித்தாய்? மருத்துவமும் பொறியியலும் ஏன் முயற்சி பண்ணல'

மீண்டும் எனது மனதில் தோன்றிய கேள்விகள் தானே இவனும் கேட்கிறான்.

மலையாளம் படிக்க வேண்டும் என ஆசைப்பட்டு தான் இதைத் தேர்ந்தெடுத்தேன். +2 வில் கணிதமும் கணினியும் இயற்பியலும் தான் படித்தேன்.

'நுழைவுத் தேர்வு எழுதி கிடைக்கவில்லையா?' என்றாள் தியா.

இந்து சிரித்தாள்.

'ITI நுழைவுத்தேர்வு வெற்றிகரமாகத் தாண்டினேன். காண்பூர் IIT -யில் Computer Science கிடைத்தது. போக வேண்டாம் எனத் தீர்மானித்தேன்.

IIT-யில் கிடைத்த பிறகும் போகாத பிள்ளைகளை அடித்துக் கொல்லாத பெற்றோர்கள் உள்ளனரா என்பது சூரஜின் சந்தேகம்.

பின்னர் அவள் பேசத் தொடங்கினாள்.

'கேரளாவில் உள்ளவர்களுக்குக் கல்வி என்பது மூடநம்பிக்கை தான். அவர்கள் தங்கள் பிள்ளைகளை மலையாளம் கற்பிக்கவில்லை. அதன் குறைபாடு பிள்ளைகளுக்கு உண்டு. பிள்ளைகளை மலையாளம் மொழி கூட கற்பிக்க வேண்டாம் என்று பெற்றோர்கள் நினைக்கிறார்கள். தங்களது நாட்டிற்காக அவர்கள் பிள்ளைகளைக் கற்பிக்கவில்லை மற்ற நாடுகள் வளர்ச்சியடைய NRI ஆக மாற்ற கற்பிக்கிறார்கள். தங்களது வாழ்க்கையில் இருந்து வாழ்வின் இடமான தாய்மொழியில் இருந்து செல்கிறவர்கள் தான் மலையாளிகள்....'

அன்சர் அனந்தனின் காதில் சொன்னான்.

'இவ, நாம நினைச்ச மாதிரி இல்லை... ரொம்ப உஷார்...'

'மலையாளம் எந்த மொழிக்கும் பகை இல்லை.. அறிவு தாய்மொழி வாயிலாக வரும்போது அது மாணவர்களுக்கு விழிப்புணர்வு ஏற்படுத்தும்...'

மலையாளம் நன்றாகத் தெரிந்ததால் தான் எனக்கு மற்ற மொழிகளும் கற்க முடிந்தது என்றாள் இந்து. ஆங்கிலம், பிரெஞ்சு, தமிழ், தெலுங்கு ஆகியவை தேவைக்குப் பயன்படுத்த முடிந்ததே மலையாளம் கற்றதால் தான்.

அவளை தாழ்வு படுத்துவதற்காக சூரஜ் இவ்வாறு கேட்டான்.

'நீ.... தற்போது எந்த மொழி கற்றுக்கொண்டு இருக்கிறாய்?'

அதைப் புரிந்தபடி அவளும் மறுமொழி கூறினாள்.

'கிரேக்க மொழி'

சூரஜ் – கிரேக்கம்? எதற்கு

இந்து – கிசான் கசான்த் சாக்கீஸ்–ஐ எனக்கு நேரடியாகப் படிக்க வேண்டும்.

சூரஜ் பிளாட் ஆனான்.

தற்போது சூரஜ் நேர்மையாகத்தான் கேட்டான்.

'அந்த கால் நீட்டினால் தொட்டு கும்பிடலாம்'

பத்மாவதி மிகவும் சிரித்தாள். புத்திசாலி. இந்து இவர்கள் அனைவரையும் தோற்கடித்து விட்டாளே... அவர் தனது மகனின் முகத்தைப் பின்னோக்கிப் பார்த்தாள். இந்துவைப் பார்த்த அவனது முகத்தில் வாழ்த்துக்கள் நிறைந்த மகிழ்ச்சி.

நண்பர்கள் அனைவரும் பெரிய மாமரத்தின் நிழலில் நாற்காலிகள் போட்டு உட்கார்ந்தனர்... அனந்த பத்மநாபன், தனது கையில் இருந்த தாத்தாவின் 'சந்திரகளபம்' நாவலின் கையெழுத்துப் பிரதியைத் திறந்தான்.

பத்து

பாரம்பரியம் மற்றும் வரலாற்றைப் பற்றி கூற வேண்டுமெனில் ஏராளம் உள்ளன. குருக்ஷேத்ரா யுத்தத்தில் சிப்பாய்களுக்குச் சாப்பாடு கொடுத்த சேரனின் மனைவி ஆயர்வேள்ப்பெண் நல்லினியில் இருந்து துவங்கலாம்.

கூரையில்லாத காவில் புற்கள், கொடிகள், பூக்கள், இளந்தளிர்கள் போன்றவற்றின் சாந்தமான சூழலில் மழையும், வெயிலும், குளிரும் ஏற்று கன்றின் தாயைத் தேடியுள்ள அழுகை மந்திரமாகக் கேட்க ஆசைப்பட்ட இண்டிரிலயப்பன் என்னும் கோத்திர தேவனின் முன்னாடி கைகள் கூப்பி கிழானின் மகளான

கன்னிப்பெண் ஜெபம் செய்தபோது அவளது அழகான கண்களில் வீரன் சேரனிடம் காதல் மலர்ந்ததோ? நூற்றாண்டுகளுக்கு நீண்டு தொடர வேண்டிய பாரம்பரிய வரலாற்றின் கனவின் பிறப்போ?

வெளியன் வேண்மான் எயினனின் மகள் நல்லினியின் வழியில் ஒரு கூட்டம் மக்கள் மலைகள் நிறைந்த கீழ்ப்பேரூர் என்னும் சிறிய கிராமத்தில் பாற்கடலில் குடிகொள்ளும் தேவனைக் குடிவைத்து குடும்பம் உண்டுபண்ணி வாழ்ந்த வரலாறு முதல் தொடங்கலாம்.

குடும்பத்தின் பின் தலைமுறையினர் பாற்கடல் தேவனைக் கிராமத்தின் வயல்வெளிகளில் விட்டுவிட்டு மக்களும் பரிவாரங்களுமாக பயஸ்வனி சுற்றி ஒழுகும் ஆற்றிற்குச் சென்றதும் வரலாறு தான். அங்கே தங்கி இளையிடம், குந்நும்மல், பேரகம், தேசிங்குநாட்டிலும் கிளைகளும் கொம்புகளும் நீட்டி பெரிய மரமாக வளர்ந்ததும் வரலாறு.

பன்னிரண்டாம் நூற்றாண்டில் முதன்முதலாகப் போரில் பாண்டியனை விரட்டி மலைகளும் நாடுகளும் கைப்பற்றி நாட்டில் ஓடிக்கொண்டிருந்த ஆற்றிற்குப் போராளியான மன்னனின் பெயர் சூட்டி அணை கட்டி, வரட்சியாகக் கிடந்த வயல்களின் நெற்செடிகளுக்குத் தண்ணீர் கொடுத்ததும் வரலாறு.

புதையல் ஏராளம் கொடுத்த பூமியிலும், கொடிகட்டி வாழ்ந்த நாட்டிலும் வரலாற்றிற்கு வடிவம் கிடைத்தது 18-ஆம் நூற்றாண்டில்.

வரலாறு படைத்தவர் தங்களது இஷ்டதெய்வத்தின் பெயர் வைத்து அழைத்த நாட்டில், அதாவது பத்மநாபபுரத்தில், அரண்மனை முற்றத்தில், பிற்பகல் நேரம் மக்களின் ஆரவாரத்தில் அனைவரும் அவசரமாகக் காணப்பட்டார்கள்.

அரண்மனை ஊழியர்கள், காவலர்கள், வாள் கூர்மை செய்பவர்கள், சுண்ணாம்புக் கலவையால் சுவரில் காணப்பட்ட துவாரம் அடைத்து சாயம் பூசுகிறவர்கள்.... களைகளும் புற்களும் பறிப்பவர்கள், முற்றம் பெருக்குபவர், சாமான்களுடன் உள்ளே செல்கிறவர்கள்.

கறுத்து உயரம் குறைந்து சாதாரண உடம்புடன் கூடிய ஒரு மனிதன் அரண்மனையின் மதிலுடன் சேர்ந்த பாதை வழியாகப் பானையில் ஏதோ வைத்து தலையில் சுமந்து கொண்டு ஒற்றைத் துண்டு கட்டி மிகவும் வேர்வை சிந்தி நடந்து செல்கிறார்.

அவரது முதுகில் உருண்டு வந்த வேர்வை துளிகள் ஒழுகி ஓடி பின்னுடலை நனைத்தது. அவை சூரியனின் ஒளி பட்டு வைரம் போன்று ஒளிர்ந்தது. அதிகாரமுடைய ஒரு நபர் வாளுடன் எதிராக வருவதைப் பார்த்த, பாரம் சுமந்து சென்ற அந்த அப்பாவி மனிதர் பாதையின் ஓரம், ஒதுங்கி தனது இடது கையால் பானையை ஏந்தி வலது கையால் தனது வாயை மூடி அவருக்கு எதிராக வணங்கி நின்றார்.

அவரது பயமும் பணிவும் கண்ட வாள் ஏந்திய மனிதன் மிகவும் மகிழ்ந்தார்.

'என்னடா?'

பயந்து போன சத்தம் கொஞ்சமாக வெளியே வந்தது

'ஊட்டுபுரைக்கு தயிர் தான் எஜமானே'

'ஙா ஙா சீக்கிரம் போ.... சீக்கிரம் போ...'

மதியம் சாப்பாட்டிற்கு புளிசேரி தயார் செய்ய ரெடியாக இருந்த தயிருடன் உண்டான ஒலி கொத்துவாளின் பேச்சில் இருந்தது.

அரண்மனை வாசலுக்கு வெளியே, நீண்டு கிடக்கும் பாதை கோயிலுக்குச் செல்கிறது. மதிலுடன் சேர்ந்து பக்கங்களிலும் பாதைகள் உள்ளன.

வலது பக்கமாகச் செல்லும் வழி இன்னொரு தெருவிற்குச் செல்கிறது. ஏராளம் கடைகளும் வர்த்தகமும் நடைபெறும் பரபரப்பான தெரு தான் அது. அந்தத் தெருவிலிருந்து பிரிந்து செல்லும் ஏராளமானச் சின்னச் சின்னப் பாதைகள்.

பெட்டிகளுடனும் பைகளுடனும் பொருட்கள் வாங்க கடைகளில் செல்கிறவர்களும், அவர்களை வசீகரிக்கத் தங்களது பொருட்களின் சிறப்பைத் தொண்டை கிழியும் அளவிற்கு கூவிச் செல்லும் வர்த்தகர்களும், கடினமான சூட்டில் கஷ்டப்படுபவர்களுக்குத் தண்ணீர தாகம் தீர்க்க உப்பும் மிளகும், இஞ்சியும் போட்டு சம்பாரம் விற்பவர்களும், கயிறில் கட்டிப்போட்ட குரங்கை வைத்து வித்தைகள் காட்டி குழந்தைகளைச் சிரிக்க வைக்கும் நாடோடிக் குறவர்களும், சேம்பு, சேனை, கவலை ஆகிய கிழங்குகளின் விதைகள் கூட்டிப்போட்டு 'காச்சில்....காச்சில்' என்று கூறி விற்பனை நடத்தும் விதை விற்பவர்களும், சுயமாக இரண்டு காசு சம்பாதிக்க வெற்றிலைக் கொடியின் வள்ளியும் நடுவதற்கான பாக்கு விதையும் வழியே செல்பவர்களிடம் காட்டி வாங்கும்படிச் சொல்லி விற்பாரும், பெரிய பனையோலைப் பெட்டிகளில் கருப்பட்டியுமாகக் குலுங்கி குலுங்கி நடக்கும் மெலிந்த பெண்களும் மதிய நேரம் வர்த்தகத்தெருவைத் திருவிழாக் கோலம் ஆக்கியிருந்தது.

வள்ளியில் இருந்து பறித்தெடுத்த வெற்றிலைகள் ஒவ்வொன்றாக அடுக்கி வைத்து, அந்த அடுக்குகள் வாடாமல் இருக்க வாழையிலைகளால் பொதிகட்டி, வாழை நாரினால் இறுகக்கட்டி தலையில் வைத்து, ஒரு பாதை வழியாக முதிர்ந்த பெண் ஒருவர் நொண்டி நொண்டி முதுமையில் தள்ளாடி நடந்து வருகிறார். இடது கையால் வெற்றிலையைப் பிடித்து வலதுகையில் இருக்கும் ஊன்றுகோலைத் தரையில் ஊன்றி நடந்து வருகிறார். அந்தக் கிழவியின் நல்ல காலத்தில் பெற்று கூட்டிய பிள்ளைகள் உறிஞ்சிக் குடித்த முலைகள் அவர்களது நடப்பிற்கேற்றவாறுக் குலுங்கிக் கிடந்தது.

பாதையின் ஓரத்தில் வலிய தெருவில் ஓரம் சேர்ந்திருக்கும் கடைக்குப் பின் சென்றவர் இருமினார். பாரம் தலையில் ஏந்தி கோலும் தாங்கிப்பிடித்து அவர் நின்றார்.

இருமல் சத்தம் கேட்டு வெற்றிலைப் பாக்கும் மூக்குப்பொடியும் வேறு சில சில்லரைச் சாமான்களும் விற்கும்

அந்த கடையின் உரிமையாளர் கடையின் பின்னால் இருக்கும் வாசலைத் திறந்து மெதுவாகப் பார்த்தார்.

'யார் அங்கே'

திரும்பவும் இருமல் மட்டும்

'ஙா, சேந்தலத்தண்ணயோர' தாம்பூலத்தைச் சீக்கிரமாக் கொண்டு தரச் சொல்லியிருந்தேனே'

பணப்பெட்டியில் மூடி மாற்றி, நான்கரைப்பணம் எண்ணி எடுத்து பின்னாடி சென்றபோது சேந்தலத்தள்ள வெற்றிலைக்கெட்டும் தலையில் வைத்து நிற்கிறார்.

'அங்கே வை தள்ளே.... திண்ணையில் வை...'

மிகவும் சிரமப்பட்டு கீழே விழாதபடி சுவரில் கைபிடித்தவாறு வெற்றிலைக்கட்டுத் திணைணையில் வைத்தார்.

'விலகி நில்.... தூரமாக மாறி நில்... என்று கூறி உரிமையாளர் வெற்றிலையை மொத்தத்தில் ஒரு பார்வை பார்த்தார்.

'தளிர் குறைவு.... கண் காணாமல் பறிப்பதால் தான்... முற்றி நாசமானதைக் கொண்டு வந்திருக்கிறாய்'

அவர் அப்படி சொன்னவுடன் அவர் மிகவும் கூனி குறுகி நின்றார்.

அவர் கையில் இருந்த பணத்தை நீட்டினார்.

வயோதிகரின் நீட்டிய கையில் தொடாதபடி மிகவும் கவனமாகக் கடைக்காரர் அந்தப் பணத்தைப் போட்டுக் கொடுத்தார். அதைத் தடவிப்பார்த்த கிழவியிடம்,

'எண்ண வேண்டாம், நான்கரைப்பணம் சரியாக உள்ளது .... போ...போ...

அவர் போனபோது வெற்றிலையை எடுத்து கடைக்குள்ளே கொண்டு வைத்தார்.

கொளுத்தும் வெயிலில் தடி ஊன்றி சேந்தலதள்ளை நடந்தார். சிறிய பாதைக்குள் உள்ள வளைவில் சென்றபோது பூணூலும் போட்டு குடுமி வைத்த குடவயறன் நம்பூதிரி எதிராக வந்தார். உடம்பில் திருநீறு பூசி, நெற்றியில் சந்தனக்குறியும் சிந்துரப்பொட்டும் போட்டு 'மஹாவிஷ்ணோ.... கிருஷ்ணா.... கிருஷ்ணா... ! என்று நாமம் கூறியவாறு வந்து கொண்டிருந்தார்.

திடீரென முனனால் கண்ட கிழவியை அவர் வெறுத்துப் பார்த்தார். எதிராக வரக்கண்ட நேரம்.... தொடக்கூடாத ஜாதி.

சேந்தலத்தள்ளையால் ஓட முடியாதே. பயத்தினால் கையில் இருந்த தடியும் கீழே விழுந்தது. அதைத் தடவி எடுத்து பாதையில் முகத்தோடு சேர்த்து அவர் இருந்தார். பாதையின் மறு பக்கம் ஏதோ பெரிய ஆபத்து வந்த மாதிரி ஊர்ந்து ஊர்ந்து நம்பூதிரி சென்றார். 'நாதாரிப்பய' என்று கோபப்பட்டவாறே முக்கிய பாதை வழியாக இறங்கினார்.

கடைக்காரர் திரவியம் இம்பிளி சேந்தலத்தள்ள கொடுத்த வெற்றிலைக்கட்டை அவிழ்த்து இலைகளை தரம் பிரித்து வைக்கும்போது நம்பூதிரி கோபமாக வந்தார்.

திரவியம் இம்பிளி கோபமாக இருக்கீரே? என்ன காரணம் கேட்டார்.

எதிரே வந்த கிழவியை நம்பூதிரி திரும்பவும் திட்டினார். "மகாபிராமணர்களின் தெய்வீகத்தன்மையைக் கெடுக்க வந்த மூதேவிகள்! பரிசுத்தமான இராஜநகரத்தின் பக்கத்தில் சேர்க்காமல் தொலைவில் நிறுத்த வேண்டியவர்கள் இந்த ஈன ஜாதிகள்" என்றார் நம்பூதிரி.

'ஒரு முறுக்கான் எடடா திரவியம் இம்பிளி' எனக் கேட்டார்.

நம்பூதிரியின் போகம் தணிக்க நல்ல தளிர் வெற்றிலை வைத்து முறுக்கான் கொடுக்கலாம் என்று நிச்சயித்தார் திரவியம் இம்பிளி.

'சுவாமிக்கு நல்ல தளிர் வெற்றிலை தரலாம். அந்த சேந்தலத்தள்ளை இப்போது தான் கொண்டு வந்தார். அப்போது தான் சுவாமிக்கு எதிராக வந்தது.'

தளிர் வெற்றிலை என்றவுடன் நம்பூதிரியின் முகத்தில் ஒரு சந்தோஷம்.

'ஙா எடு எடு அடைக்கா நல்லா பழுத்தது தான் எடு... புகையிலையும்'

கட்டளை கொடுத்து கடையில் போட்டிருந்த அகலமில்லாத பலகையில் அமர்ந்தபோது பாதை வழியாக நடந்து போகும் இன்னொரு பிராமணரையும் கூடப்போகும் நாயரையும் இவர் கண்டார்.

'டேய்... வைத்தீ... ராமோரா... இங்கே வாடா'

ஒன்றும் செய்வதற்கு இல்லாதவன் என்ன வேணும்னாலும் செய்வான் என்ற மாதிரி வைத்தியும் ராமோரரும் கடைக்கு வந்தார்கள்.

'வெத்திலைப் பாக்கு வேணுமா....'

நம்பூதிரியின் நட்பு எதற்கு வேண்டாம்னு வைக்கணும் என்ற நினைப்பு வைத்திக்கும் ராமோரருக்கும்

'அடைக்கா பழுத்தது எடுங்கள் தொரவியம் இம்பிளி இல்லையேல் கறை கூடும்' என ராமோரன் நாயர் கூறினார்.

பிராமணன் திட்டி அனுப்பிய சேந்தலத்தள்ளை கொண்டு வந்த வெற்றிலை தான் இம்பிளி சுண்ணாம்பு தேய்த்து அடைக்காயும் புகையிலையும் சேர்த்து நம்பூதிரிக்குக் கொடுத்தான். அது கொடுக்கப்போகும் போதையின் சந்தோஷத்தை இப்பவே நினைத்து அவர் அதை வாய்க்குள் போட்டார்.

வைத்திப்பட்டரு கேட்டார்.

'என்ன இராமலிங்கம், சாப்பிட்டாச்சா?'

'ஆமாம்'

'கோயிலில் படைச்சோறு... தானா'

வெற்றிலைப் பாக்கை மென்றவாறே இராமலிங்கம் கேவலமாகக் கூறினார்.

'ஊட்டுப்புரையில் மூன்று வேளை சாப்பாடு இருக்கும்போது கோயில் படைச்சோறு யாருக்கடா வைத்தீ?'

'சரிதான்....' ராமோரன் நாயர் ஆவேசப்பட்டார். 'இனி ஒன்பது நாட்கள் சிறப்பு தான் சுவாமி... மூன்று வேளை சாப்பாடும். சாயங்காலம் பாட்டுக்கச்சேரியும்'

வைத்திப்பட்டரு இடையில் பேசினார்.

'கச்சேரி மட்டுமா? தணாங்கு தண தண... தணாங்கு தண தண... டான்சும் இருக்கு... சதிராட்டம்.... குச்சுப்புடி...'

முறுக்கான் கவிட்டில் ஒதுக்கி உதட்டில் இரண்டு விரல் வைத்து அதன் நடுவாக சாற்றை தெருவில் நீட்டித் துப்பி இராமலிங்கம் விவரித்தார்.

'இங்கு அரண்மனை வைத்து ஆண்டு 75.... இதை இவ்வளவு திருவிழாவாகக் கொண்டாட வேண்டும் என்பது அரசரின் கட்டளை'

திரவியம் இம்பிளிக்குச் சந்தேகம் இல்லை.

'பொன்னு தம்புரான் கண்கண்ட கடவுள்... வெளுத்து இருட்டும் வரைக்கும் கஷ்டப்படும் மக்களுக்குக் கொஞ்சம் சந்தோஷம் கிடைத்தால் கிடைக்கட்டும் என்று நினைத்தாற்போலும்...'

வைத்தி – அடடா, ஆதி கேசவக்குலசேகரப்பெருமாள் அய்யா பெரிய அறிவாளர்... எழுத்தாளர்.... சின்ன வயதிலே எவ்வளவு கீர்த்தனம் படைச்சிருக்காரு... ஆண்டாள் சரஸ்வதி அவரது இதயத்தில் தான் குடிகொள்கிறார்.

பாடகர்கள், நடனக்கலைஞர்கள் என்றால் ஐயாவின் மனதில் ஒரு சிறப்பு இடமுண்டு.

இராமலிங்கம் – 'டேய் ராமோரா.... அதனாலதானே கேள்விப்பட்ட பெரிய கலைஞர்கள் எல்லாரும் வருகிறார்கள்... இன்று நாட்டிய இசை விழாவின் முதல் நாள்.

தெரவியம் இம்பிளி கேட்டார் – யார் சுவாமி இன்றைய பாடல்?

வைத்தி ஆவேசமாகப் பதில் கூறினார்.

'சோழ, சேர, பாண்டிய நாடுகளில் மட்டுமின்றி... நாடு முழுவதும் கேள்விப்பட்ட மகாஞானி... சங்கீதகுலமாணிக்கம்... கலைமாமணி ரங்கநாத தீட்சிதர்....'

இராமலிங்கத்திற்குச் சந்தேகம்

'தீட்சிதரா? இன்றா? அடடே.... சின்ன சாஸ்திரிகள் என்று தான் நான் நினைத்தேன்.

ராமோரன் – இசை விழாவிற்கு வரவேண்டும் என அரண்மனையிலிருந்து குறிப்பு வந்தபோதே முதல் நாள் தான் வேணும்னு தீட்சிதர் மகாராஜாவிற்குக் கடிதம் போட்டார் என்று தான் கேள்விப்பட்டேன்....'

வைத்திக்குச் சந்தேகம் இல்லை.

'அது அப்படியே தான்... பெரிய கலைஞர்களுக்கு இடமும் பெரியதாகத்தான் வேணும்... 64 மேளைகர்த்தா இராகங்களிலும் கீர்த்தனம் படைத்த மகாஞானி தானே அரங்கநாத தீட்சிதர்...'

'பாடல் முடிந்தா சுவாமியாட்டம்... அப்படியா?' என்றார் திரவியம் இம்பிளி.

இராமலிங்கம் நிகழ்ச்சிகளின் வரிசையை உற்சாகமாகக் கூறினார்.

'கோயிலில் தீபாராதனை முடிந்ததும் இசைக்கச்சேரி.. இரண்டோ மூன்றோ பாடல் முடிந்து சதிராட்டம்... அதில் ஒரு

தில்லானா முடிஞ்சா மீண்டும் பாடல் ... அப்படியே திருவிழாவாகப் போயிடும்...'

பார்க்கப்போகும் நடன விருந்தின் கனவு மயக்கத்தில் இருந்தார் வைத்தி.

'வடிவேலு, பொன்னய்யா, சிவானந்தம், மங்கள நாயகி, வெங்கடாசலம் அவரோட மகள் உண்ணாமலை, சுந்தரி அவரோட பொண்ணு, பெரிய வேதபுரம் காவேரி, அவரோட பொண்ணு இவங்க எல்லாம் இங்கே வந்து ஆடப்போறாங்க.

தாமோதரன் நாயருக்கு இராஜா நல்ல மனதுடன் புறப்படுவாரா என்ற சந்தேகம்.

இராமலிங்கம் வாயிலிருந்து தாம்பூலத்தைத் தெருவில் நீட்டித்துப்பி புறம்கையால் முகத்தைத் துடைத்துக் கொண்டு சொன்னார்.

'கண்டிப்பா .... இன்று கண்டிப்பா வருவார்...'

அரண்மனையில் வேலை பார்க்கும் வேலைக்காரருக்கும் தெருவில் உள்ள ராமோரன் நாயரின் சந்தேகம் தான்.... மகாராஜா எழுந்தருள்வாரா? எப்போது எழுந்தருள்வார்? பெரிய பெரிய விஷயங்கள் சேவைகாரருக்கு எப்படி தெரியும்.

இதே சந்தேகம் அரண்மனைக்குள் சேவை செய்யும் இரண்டு கொத்துவாள்காரர்கள் பேசிக்கொண்டு இருந்தார்கள். அரண்மனையில் உள்ள இராயசம்பிள்ளை சந்திரமுத்து போவதைக்கண்ட ஒரு கொத்துவாள்காரர் அவருக்குப் பின்னாடி போனார். இராயசம்பிள்ளைக்கோ மிகவும் அவசரம்....

என்னவெல்லாம் செய்ய இருக்கிறது?

அரண்மனை இராயசம் என்று சொல்வது சின்ன விஷயமா?

எல்லாம் என்னோட முதுகில் தானே.

இல்லை அது மேலே உள்ள அனைவருக்கும் தெரியும்.

தற்போது கொஞ்சம் கூடுதல் செய்தாலும் அதனால் நல்லது தான் வரும்

இராயசம் சேவையிலிருந்து மேற்பார்வைக்கு ஒரு பதவியேற்றம் அடுத்து ஓணத்திற்கு முன்னே கிடைத்தாலும் ஆச்சு.

இவ்வாறு கணக்குக் கூட்டியும் கனவு கண்டும் நடக்கிறாரோ இல்ல ஓடுகிறாரோ அதுமில்லை என்னும் எண்ணத்தில் செல்லும் இராயசம்பிள்ளையின் பின்னாடி தான் கொத்துவாள் வந்தார்.

'இராயசம்பிள்ளை ஐயா, இராஜா எப்போது எழுந்தருள்வார்?'

'புறப்பட்டு விட்டார்.... குதிரை வண்டியில் தான் எழுந்தருள்கிறார். இன்று தீபாராதனை தொழ வருவதாக அறிவிப்பு உண்டு.'

அப்போ அறிவிப்பு கிடைத்தாயிற்று.

எழுந்தருள்வார் என்பது உறுதி.

இசைக்கச்சேரி கேட்கவும் செய்வார்.

கொத்துவாளிற்கு விஷயம் தெரிந்த நிம்மதி.

'சரி... இராயசம் பிள்ளை ஐயா... பாகவதர்களுடன் சொல்ல வேண்டாமா?'

'இராயசம்பிள்ளை சந்திரமுத்துவிற்குக் கோபம் வந்தது. என்னவெல்லாம் தெரியணும் இவனுகளுக்குத் தெரிந்தாலோ தேவையில்லாத விஷயங்களில் மணம் பிடித்து வருவார்.

பூனைக்குத் தங்கம் உருக்கும் இடத்தில் என்ன வேலை?

'அழகன்பிள்ளே.. நீ கொத்துவாள் சேவுகம் தானே...? அதைச் சிறப்பாகப் பார்த்தால் போதும்... மற்ற காரியங்கள் பார்ப்பதற்கு திருமுகம்பிள்ளை இருக்கிறார்.'

திருமுகம் பிள்ளை உண்ணிக்கிடாவு அரண்மனை கட்டிடத்தின் மொத்த பொறுப்பாளர்.

அரண்மனையின் அனைத்து சேவுகர்களின் மேற்பார்வையாளர்.

மகாராஜா அல்லது திவான் போன்ற திருவனந்த புரத்திலிருந்து வரும் அனைத்து ஊழியர்களும் பத்மநாபபுரத்திற்கு வரும்போது அவர்களின் காரியம் கவனிக்க வேண்டியவர் திருமுகம்பிள்ளை.

உண்ணிக்கிடாவு ஒரு சாந்தமானவர்.

முன்கோபி இல்லை... நல்ல மனிதர்

ஆனால் தவறு நடந்தால் கோபம் வரும்.

காரணம், தவறு நேர்ந்தால் இவர்தானே சமாதானம் சொல்லணும்.

அவ்வாறு தவறு செய்த ஒருவனைக் கேள்வி மேல் கேள்வி கேட்டுக் கொண்டிருக்கும் நேரத்தில் தான் இராயசம்பிள்ளை சந்திரமுத்து அரண்மனையில் கீழே மாடியில் இருக்கும் தனது அறைக்கு ஏறிச்சென்றார். திருமுகம்பிள்ளை தனது அதிகாரத்தின் மதிப்பு கூறும் நாற்காலியில் அமர்ந்திருந்து கொண்டு கையால் வாயை மூடி நிற்கும் வேலையாளனைச் சொற்களால் எச்சரிக்கை கொடுத்துக் கொண்டிருக்கிறார்.

உனது சாப்பாடு அரண்மனையின் கூலி என்பதை மறக்க வேண்டாம். சோறு கிடைக்கும் இடத்தில் நம்பிக்கை வேணும். சொற்படி நின்றால் உனக்கு நல்லது...

வேலையாளன் பூமி பிளந்து உள்ளே போனால் நல்லது என்னும் நினைப்பில் நின்று கொண்டிருக்கிறான்.

ஆனால், அவனைக் கொலை செய்து நாசம்செய்ய வேண்டும் என்னும் எண்ணம் திருமுகம் பிள்ளை உண்ணிக்கிடாவிற்கு இல்லை.

தண்டனையில் இல்லை, சரி செய்வதில் தானே காரியம்!

'மேலும் இதுபோல ஏதாவது தவறு செய்தா, அரண்மனைக்கு வெளியே தான் நீ... பின்பு வீட்டிற்குச் சென்று காளையும் கன்றுகாலிகளையும் குளிப்பாட்டியும் வாழலாம்... கேட்டியா'

சேவகன் : உத்தரவு

உனது உத்தரவில் ஒரு ஊன்றல் இல்லாமல் இல்லை. உன்னை இங்கிருந்து அனுப்பிவிட்டா அரண்மனை சேவைக்கு நூறு நூறு ஆட்கள் வரிசையாக இருக்கிறார்கள்... கம்மல் போட்டவன் போனால் கடுக்கண் போட்டவன் வருவான்...சரியா?

சேவகன் : உத்தரவு

போ...

இராயசம்பிள்ளை சந்திரமுத்துவிற்குச் சிரிப்பு வந்தது.

சும்மா பயமுறுத்துவார்…. துன்புறுத்தமாட்டார்

ஆனாலும் அவர் கோபப்பட்டா அரண்மனையில் உள்ள அனைவருக்கும் பின்னர் வருத்தத்தால் தூக்கம் வராது.

தனக்கு வணக்கம் சொன்ன இராயசம்பிள்ளையைத் திருமுகம் பிள்ளை ஒரு பார்வை பார்த்தார்.

'என்ன இராயசம்பிள்ளே..... ஏற்பாடுகள் அனைத்தும் முடிஞ்சுதா? இனி ஒன்றரை நாழிகை இல்லை இராஜா எழுந்தருள....'

இராயசம் – உத்தரவு... இராஜாவின் தர்பார் மாளிகையில் ஏழு அரசுக்கான காவலர்களைக் கூடுதலாகப் போட்டிருக்கிறார்.

திருமுகம் – காவலர்கள் மட்டும் போதுமா? ஈட்டியைப் பிடித்துக் கொண்டு சும்மா நிற்பதற்கு அல்லாமல் காவலர்களால் வேறு பயன் என்ன?

அவர் ஒரு சுத்தமானவனும் பாவமும் ஆனாலும் ஒவ்வொரு சின்ன சின்ன விஷயமும் சரியாகத் திருமுகம் பிள்ளை அறிவார். அது சந்திரமுத்துவிற்கும் தெரியும்.

உத்தரவு... காவலுக்குத் தனியாக ஐந்து பேர் உள்ளனர். சமையல் அறையில் சங்கு அய்யரின் மேற்பார்வையும்....

திருமுகம் பிள்ளைக்குச் சமாதானமானது. இராயசம்பிள்ளை காரியங்கள் அறிந்து சரியாகச் செய்பவர் என்பது தான்.

சரி சரி... ஆனால் இராயசம்பிள்ளை அங்கே நிற்கணும்.. தர்பார் மாளிகையில்...

உத்தரவு... அது சரியானது தானே? சொல்லணுமா என்ன?

திடீரெனத் திருமுகம்பிள்ளைக்கு இன்னொரு விஷயம் நினைவுக்கு வந்தது.

இன்றைய பாகவதர் அரங்கநாத தீட்சிதருக்கு தங்குவதற்கு இடம் எங்கே ஒருக்கியிருக்கிறீர்கள்?

புறமேரி அரண்மனையின் அருகில். தனியாகக் கடிதம் வந்திருந்தது.. திருவிழா நடக்கும் மண்டபத்திற்குப் பக்கத்திலே தான்.

தனக்குக் கிடைத்த உதவியாளன் தான் இந்த சந்திரமுத்து. அரண்மனை மேற்பார்வை பதவிக்கு இவரைப் பரிந்துரைப்பதில் தவறு ஒன்றும் இல்லை.. சரி ஒரு மூன்று நான்கு மாதம் கடந்து செல்லட்டும்.. திருமுகம்பிள்ளை மனதில் நினைத்தார்.

அனைத்திலும் ஒரு கண்ணு பார்வை வேண்டும் திருமுகம்பிள்ளே... ஙா. கண்ட அண்டனிடமும் அடகோடனிடமும் எல்லா விஷயங்களும் சொல்ல வேண்டாம். எல்லாம் நாம தீர்மானித்தால் போதும்.

அந்த நாம் என்பதில் நானும் உள்ளேனே என்பதை நினைத்த சந்திரமுத்துவிற்கு மனதில் ஒரு சந்தோஷம்.

உத்தரவு..

திருமுகம் பிள்ளை எழுந்தார். நாற்காலியில் போட்டிருந்த துண்டை எடுத்து தனது தோளில் போட்டார்.

இராஜா முதலில் மாளிகையில் எழுந்தருள்வாரா.... அல்லது கோயிலில் எழுந்தருள்வாரா என்பது இப்போதும் ஒரு நிச்சயம் இல்லை... இராயசம்பிள்ளை தர்பார் மாளிகையில் நின்றால் போதும்.... நான் கோயிலுக்குச் செல்கிறேன்.

பதினொன்று

பெரிய யானைக் கொட்டிலும் மண்டபமும் நீண்ட தாழ்வாரமும் கற்கள் பதித்த சுற்றம்பலமும் உள்ள பழைய கோயில். ஆதிசேஷனின் மேலே கையினை ஊன்றி அமர்ந்திருக்கும் மகாவிஷ்ணுவின் சொரூபம்.

வட்டஸ்ரீகோயிலும் சுற்றிலும் கருங்கல் தூண்களும் உள்ள திடப்பள்ளியும்.

ஸ்ரீகோயிலிற்கு சேர்ந்துள்ள நமஸ்கார மண்டபத்திற்கு இடையில் படிக்கட்டுக்கள் நிறைந்த பாதையுண்டு.

அஸ்தமன சூரியனின் வண்ணக்கோலத்தில் சூரியக் கதிர்கள் அழகு சேர்த்தன. படைத்ததுமன்றி கோயிலின் உள்ளே எண்ணெய் விளக்குகள் ஒளிர்ந்தன.

படிக் கட்டுகளில் ஒன்றரையாள் உயரத்திலுள்ள ஆலுவிளக்கில் உள்ள ஆயிரம் திரிகளும் ஒளிர்ந்தபோது ஸ்திதியின் தேவனாகிய பட்டாரகனின் உதட்டிலும் புன்னகை சிந்தியதோ?

ஆலய அலங்காரச் சிறப்பில் ஏற்பட்ட உள்ளம் துள்ளலில் பாம்புப் படுக்கையில் தேவன் ஒன்று அசைந்திளகிப் படுக்கிறாரோ?

இளங்காற்றில் ஆடும் திரிவிளக்குகளின் சிறு கதிர்களின் வழியாகத் தன்னை இன்று யார் தேடி வருவார்களோ?

மாலை மூன்றுமணி தீபாராதனை வணங்க மகாராஜா எழுந்தருள்வார். கோயில் பணியாளர்கள் அனைவரும் தயாரானார்கள். சங்கினைத் தனது வலது கையில் எடுத்து ஓச்சன் விருத்தியும், திமிலாவின் முகம் தனது விரல்களால் தடவி திமிலாவிருத்தியும், மூளிப்பறந்த மசகம் தனது பின்முதுகில் ஏறியதை அறிந்த பின்னும் பறக்கோலால் சொறியாமல் கருங்கல் தூணில் இரகசியமாக உரசிய பெரும்பற விருத்தியும், கட்டி பெட்டியில் வைத்திருந்த மாலைகள் வாடிவிட்டதா என

அவ்வப்போது பார்த்து கவனிக்கும் பூவிருத்தி வாரஸ்யாரும் மூச்சடக்கி நின்றனர்.

வழக்கத்திற்கு மாறாகச் சாந்திக்காரர்கள் புது துண்டுடுத்தி வேட்டியைக் குத்திக்கட்டி கசவு முண்டினால் ஏத்தாப்புகட்டி சுத்தமான உடையில் நின்றனர்.

தாழ்வாரத்தின் வேறொரு மூலையில் நடைக்குப் பக்கம் அரண்மனை சேவகரின் சத்தம் ஒலித்தது.

ஸ்ரீபத்மநாபதாச வஞ்சிப்பாலை குலசேகரகிரீடபதி மனைசுல்தான் மகாராஜராஜ இராமராஜா பகதூர் மகாராஜா ஷம்ஷேர்ஜங்க் ஆதிகேசவகுலசேகரப்பெருமாள் திருமனசு எழுந்தருள்கிறார்...

கோயில் மதிலிற்கு வெளியே சுவாமி புறப்பாடு பார்ப்பதற்காக வந்து கூடிய ஜனங்களுக்கு மத்தியில் ஒரு சலனம் ஏற்பட்டது... புறம் சுற்றுவழியில் பட்டாசுகள் வெடித்தன...

குதிரைவண்டி வருவதை எதிர்பார்த்து உற்சாகத்துடன் நின்ற குழந்தைகளை ஏமாற்றி பல்லக்கில் எழுந்தருளினார். பல்லக்கிற்குப் பின்னால் ஒருவர் குதிரை துள்ளாமல் இருக்க கவனமாக அதை நடத்திக் கொண்டு வருகிறார். அதற்கு பின்னால் ஆயுதங்கள் ஏந்திய ஆறேழு சேவகர்கள்..... வேல் பிடிப்பவர்...அதற்கு பின்னால் இன்னொரு பல்லக்கும்...

கோயில் வாசலில் சங்கத்தினர் வானத்தைப் பார்த்தவாறு உயர்த்திய குழல் ஊதினார்கள்....

மகாராஜனின் பல்லக்கு கோயில் வாசலிற்கு முன்னால் நிறுத்தியபோது திருமுகம்பிள்ளை உண்ணிக்கிடாவு தனது தோளில் போட்டிருந்த துண்டை எடுத்து தனது இடுப்பில் கட்டி பல்லக்கிற்கு முன்னால் சென்று வணங்கி வாயைப் பொத்தி நின்றார். பல்லக்கிற்குப் பின்னால் வந்த குதிரையில் இருந்து மன்னரின் காவலாளர்கள் குதித்து இறங்கி பல்லக்கிற்குப்

பக்கத்தில் வந்து புறம் வாசலை மறித்து நின்றவர்களை ஒதுக்கி வழிவிடச் செய்தார்.

மெலிந்த உயரமுள்ள அழகான மகாராஜா. பட்டு வேஷ்டியும் துண்டும் தான் உடை. கோயில் தரிசனத்திற்கு வந்ததால் தான் அரச உடை இல்லாமல் இந்த சிறிய உடை. தலையில் ஒரு பக்கமாகச் சரிந்த கொண்டை..... ஊழியர்களைப் பார்த்து சிறு புன்னகையுடன் தலையைக் கொஞ்சமாகத் தாழ்த்தினார் இராஜா. பின்பு மதிலிற்கு வெளியே நின்ற ஜனங்களைப் பார்த்து தொழுது வணங்கினார்.

மகாராஜா நீடுழி வாழ்க....

ஜனங்கள் ஆர்ப்பரித்தார்கள்.

ஐந்து வாத்தியங்களும் முழங்கின. வாசலில் காவல்நின்ற ஏழு பிராமணர்கள் முன் பக்கமாக வந்தார்கள். பக்கத்தில் நின்ற ஒரு வாலிபர் பட்டர் ஒரு கிண்டியில் தண்ணீருமாகக் குனிந்து மகாராஜனின் கால்களைக் கழுவினார். நடுவில் நின்ற வயது சென்ற பிராமணர் அவருக்கு நேராக கும்பத்தை நீட்டினார். மந்திரங்கள் ஒலித்தன. ...கண்களை மூடி மந்திரம் கேட்டு வலது கையால் குடத்திற்குமேல் வைத்து ஆசீர்வதித்து தொட்டு வணங்கி மகாராஜா நடந்து சென்றார். பிராமணக்கூட்டம் வாசலின் இரு பக்கங்களிலும் அவரைச் சூழ்ந்து சென்றனர்.

இரண்டாவது பல்லக்கில் சர்வாதிகாரி வந்தார். மகாராஜா முன்னால் போனதும் திருமுகம் பிள்ளை உண்ணிக்கிடாவு சர்வாதிகாரியின் முன்னால் சென்று வணங்கினர். மகாராஜாவிற்குப் பின்னால் சர்வாதிகாரியும் அவருக்குப் பின்னால் திருமுகம்பிள்ளையும் கோயிலிற்கு உள்ளே தலை வணங்கி ஏறினார்கள். சங்கு முழங்கப்பட்டது. ஸ்ரீகோயில் வாசல் மூடப்பட்டது.

மூடப்பட்ட ஸ்ரீகோவிலுக்கு உள்ளே பூஜை நடந்து கொண்டிருந்தது. தீபாராதனைக்கு வேண்டியவைகள் நடந்து

கொண்டிருந்தன. மகாராஜா கண்களை மூடியவாறு தொழுது வணங்கினார். ஸ்ரீகோயிலின் பக்கத்திலிருந்து உடுக்கை என்னும் இசைக்கருவியின் சத்தம் முழங்கிக் கேட்டது. ஒரு வாலிபன் உடுக்கை வாசித்தபடி அஷ்டபதி பாடல்கள் பாடிக்கொண்டிருந்தார். அழகான இசைஞானம். நல்ல இராகம்...இனிமையான சத்தம்...மகாராஜனின் உதட்டில் புன்னகை மலர்ந்தது. இவன் நல்லவன். புதிய ஆளு.. போன தடவை தரிசனத்திற்கு வந்தபோது வழிபாடு பாடும் ஒரு முதியவர் இருந்தார். கேட்டபோதே பிடிக்கவில்லை. அஷ்டபதி கேட்ட ஆதிசேஷன் சீறுவாரே சர்வாதி – என சர்வாதிகாரியுடன் கிண்டலாகக் கூறியிருந்தார். அதனால் இன்றைக்குப் புதிய நபரைக் கொண்டு வந்திருக்கிறார்.

சிறிது நேரத்திற்காகப் பாடினாலும் ஒரு சரணம் மட்டும் பாடினாலும் இராகம் சரியாக அமைய வேண்டும். ஜயதேவாக்மயம் புரிந்து கொள்ளணும். இராகமும் தாளமும் ஒன்றாக இணைய வேண்டும். கேட்போரின் மனதில் சங்கீதத்தின் நாதம் அலையடித்து உயர வேண்டும்.

அந்த அலையில் ஆடுகின்ற தேவன் இருப்பார்.

"கோபீபீனபயோதரமர்தன சஞ்சலகரயுகசாலீ...."

சஞ்சலகரயுகளத்தின் உரிமையாளர் நான்தான் என்ற நினைப்பில் அமைந்தது வாலிபரின் பாடல். அவனது மனதை மட்டும் பார்த்தவண்ணம்.. அது அவ்வாறு தான் இருக்க வேண்டும்.

அரசனுக்கு முன்னர் பாடினாலும் பாடல் பாடலாக இருக்கவேண்டும் என்பதன்றி அவன் மனதில் அரசன் இல்லை.

இந்தப் பாடகருக்கு ஒரு காதல் கண்டிப்பாக இருக்க வேண்டும். பாடலில் அந்த ஈரம் உள்ளது.

நடை திறந்தது. கோயில் மணிகள் முழங்கின. மகாராஜா கண் திறந்து பகவானின் சிலையை நோக்கித் தொழுது நின்றார்.

"மகாவிஷ்ணோ..காருண்யசிந்தோ....படைப்பு காத்தல் அழித்தல் ஆகியவைகளில் படைப்பின் முதல் ரூபம் நீயே..... ஜீவனும் ஜீவிதமும் படைப்பு தானே...... பூமியும் படைப்பு தானே..... இராஜ்யமும் படைப்பு தானே ..... உலகப்படைப்பின் பராமரிப்பு நடத்துபவரும் நீரே. உமது தாசனும் ஆட்களுமாக இந்த இராஜ்யத்தின் பராமரிப்பு மட்டும் செய்கிறேன். இடறாமலும் எந்த தடையுமின்றி இந்த ஜன்மத்தில் இதைத் தொடர்ந்து செய்ய கிருபை தர வேண்டுமே"

பகவானைச் சுற்றிய தீபம் மேல்சாந்தி நீட்டியபோது அதைத் தொட்டு கண்களில் வைத்தார். இலையில் பூவும் படையலும். அதை வாங்குவதற்கு முன் மகாராஜா சர்வாதிகாரியைப் பார்த்தார். கையால் வாயை மூடிக்கொண்டு ஒரு கிழி காரியக்காரன் அவருக்குக் கொடுத்தார். கிழி வழிபாடாக கொடுக்கப்பட்ட படையலும் வாங்கி மகாராஜா திரும்பிப் போகத் தயாரானார்.

வாலிபரின் அஷ்டபதி இசை அழகான இராகத்தில் தொடர்ந்து கொண்டிருந்தது. புன்னகையுடன் பாடகரைப் பார்த்து விட்டு மகாராஜா கோயிலுக்கு வெளியே நடந்தார்.

திருமுகம்பிள்ளைக்கும் உண்ணிக்கிடாவிற்கும் மிகவும் மகிழ்ச்சி. கடந்த முறை வந்தபோது மகாராஜாவிற்கு அஷ்டபதியில் ஒரு வெறுப்பு இருந்தது போன்று தோன்றியது எனக் காரியக்காரன் சொன்னதின்படி நாடு முழுவதும் அலைந்து திரிந்து தேடிதான் இந்த வாலிபனைக் கண்டுபிடித்ததும். பாடவைத்து திருப்தியானதற்குப் பிறகு தான் அவனை வேலையில் நியமித்ததும். இன்றைய மகாராஜா ஓரக் கண்ணால் பார்த்த பார்வையும் புன்னகையும் திருப்தியின் லட்சணங்களாகத் தான் உண்ணிக்கிடாவிற்குத் தோன்றியது.

மஹாவிஷ்ணோ.... இதுவரைக்கும் எல்லாம் சிறப்பாக முடிந்ததே...இனி பாட்டுக்கச்சேரியின் காரியம்..... ஓய்வறை

மாளிகையில் சென்று கொஞ்சம் ஓய்வெடுத்த பிறகே மகாராஜா மண்டபத்திற்கு எழுந்தருள்வார். அதற்குமுன் அவ்விடமனைத்தும் ஆயத்தமாக்க வேண்டும்.

திருமுகம்பிள்ளையும் உண்ணிக்கிடாவும் நடந்தனர்.

பன்னிரண்டு

பத்மநாபபுரத்திற்குத் திருவிழா. மக்கள் எல்லாம் அதன் பக்தியிலும்.. இசை மற்றும் நடனத்தால் மேடை அலங்கரிக்கும் ஒன்பது நாட்கள் வரப்போகிறது. இந்த நாட்டிலும் மறுநாட்டிலும் எந்த நாட்டிலும் பெயர்போனத் திறமையுள்ள கலைஞர்கள் வரப்போகிறார்கள். இன்றைய நாள் அதன் தொடக்கம். நாடு வாழும் தம்புரான் திருமனஸ் எழுந்தருளி விட்டார். கேள்விப்பட்டு வந்தவர்கள் நாட்டிலுள்ளவர்கள் மட்டுமல்ல, அயல்நாடுகளிலிருந்தும் மக்கள் திரண்டு வந்தனர். மறுநாடுகளில் வாழும் இந்நாட்டவர்களின் உறவினர்களும் சினேகிதர்களும் காலையிலேயே வந்தார்கள். நடைமுறை வாழ்க்கைக்கு ஒன்பது நாட்கள் விடுமுறை கொடுத்து விட்டு கலைகளில் கவனம் செலுத்தினர்.

கோயிலின் அருகாமையில் தான் கலைநிகழ்ச்சிகள் நடைபெறும் மண்டபம். அதற்குப் பக்கத்தில் தான் அரண்மனைகளும் மாளிகைகளும் அனைத்தும். மண்டபத்திற்கு முன்னால் பரந்த மைதானம். அந்த இடத்தில் மக்கள் கூட்டம். மண் வாரி போட்டால் கீழே விழாது.

இசை மற்றும் நடன நிகழ்ச்சிகள் நடைபெறவிருக்கும் மேடை, கலர் துணிகள், கொடிகள் மற்றும் குஞ்சலங்களாலும் மிகவும் அழகாக அலங்கரிக்கப்பட்டிருந்தது. .....மேடைக்குக் கீழே மக்கள் கூட்டத்திற்கு கொஞ்சம் அப்பால் ஒரு சிங்காசனம். மகாராஜா வரும்போது இதில்தான் அமர்வார். இரண்டுபேர்கள் அந்தப் பக்கமும் இந்தப் பக்கமுமாக வேல் பிடித்தவண்ணம் நிற்கிறார்கள்.

பாகவதரின் வாத்திய சங்கத்தினர் மேடைக்கு வந்தார்கள். மிருதங்கம், கடம், பிடில், ஆகிய இசைக் கருவிகள். பாகவதருக்குக் குடிக்க சுக்கு போட்ட தண்ணீர் ஒரு பாத்திரத்தில் எடுத்து ஒரு சேவகனும் வந்தான். மேடையை மொத்தமாக ஒரு பார்வை பார்த்த ஒருவன் அதன் நடுவில் தனது கையிலிருந்த பலகையை வைத்தார். இன்னொருவர் அதற்கு மேல் பட்டுத்துணி விரித்தார்.

மேடையின் கீழே அரண்மனை ஊழியக்காரர்களும் கொத்துவாள்மாரும் உள்ளனர். உடனே தொடங்க இருக்கும் இசைக்கச்சேரி தரவிருக்கும் இசைபோதையில் மயங்கியும், அதைக் கேட்க வருகை தரவிருக்கும் மகாராஜாவின் எழுந்தருளுதல் காத்தும் அவருக்குப் பிடிக்காத ஒரு சிறு அனக்கம்போலும் கூட்டம்கூடியிருக்கும் ஜனங்களுக்கு மத்தியில் ஏற்படக்கூடாது எனக் கண்காணித்து நிற்கிறார்கள். ... குடுமி சரித்துக் கட்டி நெற்றியில் சந்தனத்தாலும் அதற்குமேல் சிந்தூரத்தாலும் வட்டப்பொட்டு போட்டு நேரியது உடுத்திய அழகியராவணன் மேடையில் பெண்கள் உட்கார்ந்திருக்கும் இடத்தில் அவர்களுக்கு முன்பாக நிற்கிறார். அரண்மனை சேவுகர். சத்தம் போடக்கூடாது என விரல்களால் உதட்டில் அமர்த்திப் பிடித்தவாறு அங்கிருக்கும் கன்னிப்பெண்களை மௌனமாக எச்சரித்தும் அவர்கள் பார்க்கும்போது புன்னகையால் நான்தான் இவையனைத்தும் செய்வதற்கு மேற்பார்வையாளன் என முகபாவங்களால் காட்டிக்கொடுத்தும் அவர் நிற்கிறார். தொட்டடுத்து இருக்கும் புறமேரி அரண்மனையின் மேல்நோக்கி கண்ணச்சன் குமரன்.

பெண்களுக்கு நேராக வாயைப்பார்த்து வந்த ஒரு முடவன் வாலிபனின் தலையில் தட்டி போடா என்று அதட்டி அவனை விரட்டியடித்து கம்பீரமாகக் கண்ணச்சன் குமரன் நிற்கும்போது தன்னில் பதித்த பெண்களின் பார்வைக்கு நான் தான் உரிமையாளன் என்னும் நினைப்பில் நிற்கும்போது தான் திருமுகம்பிள்ளை உண்ணிக்கிடாவு அவசரமாக அங்கு வந்தார்.

அவருடைய அவசரம் அங்கு நின்ற கீழ்சேவகர்களின் முகத்தில் பணிவுடன் பதிந்தது.

மகாராஜாவுக்கென அமைக்கப்பட்ட மாளிகையில் வந்து விட்டார். .... உடன்தான் இங்கு எழுந்தருள்வார்....புறமேரி அரண்மனைக்குச் சென்று தீட்சிதருக்கு அறிவிக்க வேண்டும்..... டா கண்ணச்சன் கொமரா... பெண்களின் நடுவில் சுற்றி நடக்காமல் அதற்கான ஏற்பாடுகள் செய்யடா... என்று கட்டளையிட்டு மகாராஜா ஓய்வெடுக்கும் இருப்புப்புரை மாளிகைக்கு உண்ணிக்காடாவு கால் நீட்டி நடந்தார். ஏற்கனவே திட்டி அனுப்பிய முடவனைத் திரும்ப அழைத்து திருமுகம்பிள்ளை தன்னிடம் கொடுத்த பொறுப்பை கண்ணச்சன் கொமரன் கைமாறினார். அவன் நொண்டிநொண்டி ஓடத் தொடங்கியபோது மக்கள் கூட்டத்திற்கிடையில் ஆரவாரம் எழுந்தது.

கருத்த இரும்பு உலக்கை கிடையாது...

யாருக்கு எப்போ எங்கேயும் எப்படியும் எடுத்து கறக்க முடியும் வெறும் முள்கரண்டி என்று இம்மாதிரி நிகழ்ச்சிகள் பார்க்க வரும்போது மக்கள் கூட்டத்தில் சிக்கும்போதுதான் புரிய முடிகிறது.

நான் சொல்வது தான் அறிவியல் மற்றும் உண்மை என்னும் நினைப்பில் தான் ஒவ்வொருவரும் கருத்துக்களைக் கூறுவார்கள்.

ரங்கநாத தீட்சிதரின் இசை நிகழ்ச்சி கேட்க கூடி வந்தவர்களிடமும் இவ்வாறு கருத்துக்கள் ஏற்பட்டன.

ஆறு காலங்களிலும் இசையின் ஒவ்வொரு வகையினையும் அறிந்து கொள்ளத்தக்க திறமை வாய்ந்த இசைக்கலைஞர்கள் நீங்கள். இசைக்கடலின் ஆழம் கண்டவராக மாறுங்கள் என்பது தான் மக்கள் கூட்டத்தில் சில அறிவாளிகளின் எண்ணம். அவ்வாறு பாடும்போது இயற்கையின் ஆறு காலங்களின் மாற்றங்களும் சிறப்புக்களும் கேட்கிறவருக்கு அனுபவித்து அறிய முடியுமாம். பாடல் பாடி மழை பெய்யச் செய்தது

எல்லாம் அதனால் தானாம். கடந்த நவராத்திரிக்கு அதே நாட்டுக்காரனான இசைக்கலைஞரின் இசைநிகழ்ச்சியில் ஆபேரி இராகம் பாடும்போது ஏற்பட்ட தவறுகளை நான் புரிந்து கொண்டேன் என்பது பாடல் பாடத்தெரிந்த ஒருவரின் எண்ணம். .. அல்லாமலும் அவ்வாறுள்ள மேதைகள் நமது நாட்டில் எங்கே இருக்கிறார்கள் என்பது இன்னொருவரின் கேள்வி. ஆனால் வேற்று நாட்டில் இருந்து வருபவர்களுடையது தான் கேட்க வேண்டும். எனவே., தான் அவர்களின் சிறப்பு மலையும் காடும் ஆறும் கடலும் கடந்து பரந்து கிடக்கிறது. முற்றத்தில் உள்ள முல்லைக்கு வாசனை இல்லை எனவும் சிலர் கூறினார்கள்.

திருவிழாவின் முதல்நாளே அரங்கநாததீட்சிதர் வருவது பெரும்பேறு என்பதில் யாருக்கும் சந்தேகம் இல்லை. அவரது பெயரும் பெருமையும் அந்த அளவுக்கு உள்ளது. எத்தனை நாடுகளில் சென்று பாடி அங்குள்ள அரசர்களிடமிருந்து பட்டும் வளையும் பட்டமும் வாங்கியிருக்கிறார் தீட்சிதர்..! அறிவுள்ளவர்களை மட்டுமே அவர் தன்னுடைய கச்சேரியில் சேர்க்கவும் செய்வார்.

ஒரு பெரிய காற்று வீசினால் பறந்து போவார் என்ற நிலையில் துண்டினால் உடம்பை மூடியிருக்கும் நெட்டையன் ராமசுப்பன் பிடில் வாசிக்கிறார். கச்சேரி முடியும்போது திரும்பவும் பிடிலும் மிருதங்கமும் கடமும், மோர்சங்குமாக ஒலிப்பது வழக்கம். அதில் வண்டு முரலுவதும் யானை பிளிறுவதும் சிங்கம் கர்ஜிப்பதும் எல்லாம் பிடில் வழியாக வரும். அதற்கு ஈடுகொடுத்து மிருதங்கம் வாசிக்கவும் செய்வான் மிருதங்கக்காரன் பார்த்தீஸ்வரன்.

அதற்கு ஏற்றார்போல் மோர்சங்கு வாசிக்கும் கிருஷ்ணசர்மா வாசிப்பார். மாட்டிற்கு புற்கள் போட்டுக் கொடுப்பது போன்று அவர் தனது மூக்கில் பொடி போட்டுக்கொண்டிருக்கிறார். குடத்தை வயிற்றில் சேர்த்து வைத்து தடம் வாசிக்கும்போது வயிறு எது, குடம் எது எனத் தூரத்தில் இருப்பவர்களுக்கு அறிய முடியாத

வகையில் மேடையில் அமர்ந்திருக்கிறார் அரியக்குடி ஆதிச்ச சுவாமி. அனைவரும் பிரமுகர்களும் பிரபலங்களும். இன்று மகிழ்ச்சியாக வீட்டிற்குச் சென்று படுக்கலாம் என எல்லோரும் ஆனந்தமாயிருந்தனர். மகாராஜா எழுந்தருளினால் உடனே கந்தர்வலோகம் ஆகி மாற மேடை காத்திருக்கிறது, கந்தர்வன் வருவதற்காகவும்.

திருமுகம்பிள்ளை உண்ணிக்கிடாவு ஓடி மன்னன் அமர்விட இருப்புபுரை மாளிகையில் வந்தார். அவரது ஆசை வாசலில் காத்துநின்றிருந்த இராயசம்பிள்ளை சந்திரமுத்துவையும் பாதித்தது. காரியங்கள் எல்லாம் ஒதுக்கவும் ஒருக்கவுமாக முடிந்தது என மகாராஜாவைத் தெரியப்படுத்தவும் சர்வாதிகாரியை அறிவிக்கவும் ஓடிய உண்ணிக்கிடாவு சந்திரமுத்துவின் ஆர்வம் நிறைந்த விசாரணைக்காக நேராக தலையினை அசைத்துக் கொண்டு இருப்புபுரை அரண்மனையின் முன்தளத்தில் வந்தார்.

திருமுகம்பிள்ளை வந்ததும் மகாராஜா அதிகாரப்பூர்வ ஆடையணிந்து தளத்திற்கு நடுவே இருந்த சிம்மாசனத்தில் உட்கார்ந்ததும் ஒரே சமயத்தில் நிகழ்ந்தது. சர்வாதிகாரனும் இன்னொரு உதவியாளனும் பவ்வியமாக வாயை மூடியவாறு நின்றார்கள். மார்பில் கட்டியிருந்த துண்டை எடுத்து இடுப்பில் கட்டி திருமுகம்பிள்ளை மகாராஜாவை வாயை மூடி வணங்கியவாறு கூறினார்.

அடியேன்...அரங்கநாததீட்சித பாகவதர் மேடைக்கு அழைத்துவர கட்டளை கொடுத்தார். அவர் இப்போது வந்து சேருவார். கட்டளையிட்டு ..... அவ்விடம் செல்லுமாறு கூறினார்.

சிம்மாசனத்தில் உட்கார்ந்த இராஜா ஓரிரு வார்த்தைகளில் கூறினார்.

ஏராளமான இராகங்களில் மேளம் இசைத்துப்பாடி மக்களை மன மகிழச்செய்த பெரிய இசைஞானியை முதலில்

இங்கே அழைத்து வாருங்கள்... இசை உலகில் அவர் அரசன்... இராஜ்ஜியத்தின் அரசனும் கலையின் அரசனும் மேடைக்கு ஒரே பல்லக்கில் ஒன்றாகச் செல்லலாம்.... மேடையில் முதலில் நமது நாட்டின் ஒரு வீரச்சங்கிலி. பின்பு போதும் இசை விருந்து.... மதிக்கப்பட்ட கலைஞர் அறிந்தும் நிறைந்தும் பாடுவார்.

சர்வாதிகாரி – அடியேன்... வீரச்சங்கிலி தயார்.

அவருடைய உதவியாளன் கையிலிருந்த செப்பைத் திறந்து வீரச்சங்கிலியை ராஜா பார்க்கும்படி நீட்டினார்,

நிகழ்ச்சிகளின் மாற்றம் வந்து விட்டதே கடவுளே என நினைத்து சர்வாதிகாரிக்கு நேராகப் பார்த்து தலை குனிந்து விட்டு திருமுகம்பிள்ளை உண்ணிக்கிடாவு இருப்புப்புரை மாளிகையில் இருந்து வெளியே இறங்கி திரும்பவும் ஓடத்தொடங்கினார். வெளியே நின்ற கொத்துவாள் சங்கத்திலிருந்தும் இரண்டுபேர் அவருடன் ஓடித்துடங்கினர்.... தனது மேலாளருக்கு இது என்ன என்ற ஆர்வத்தில் சந்திரமுத்து அவருக்குப் பின்னால் ஓடி அவருடன் சேர்ந்தார்.

உத்தரவு. நானும் வருகிறேன்... திருமுகம்பிள்ளை அவர்களே...

இராயசம்பிள்ளே. நீர் ஓடிச்சென்று அரங்கநாததீட்சிதர் பாகவதர் புறமேரியில் இருந்து புறப்படவில்லை எனில் அவரிடம் நிற்கச்சொல். அவரை முதலில் இங்கே அழைத்து வரவேண்டும். பல்லக்கு அங்கே இருக்கிறது அல்லவா?

இருக்கிறது....! திருமுகம்பிள்ளை அவர்களே மெதுவாக வந்தால் போதும். ஓட வேண்டாம். எல்லாம் நான் பார்த்துக் கொள்ளலாம்.

அம்பு விட்டமாதிரி இராயசம்பிள்ளை புறமேரிக்கு ஓடினார்.

இன்று யாரைக் கண்டாலும் அவலட்சணமாகிப் போகும் என்று நினைத்த பின்னும் சில நாட்கள் இவ்வாறு ஆவதற்குரிய

காரணம் நமது கையில் இல்லை என்ற நிம்மதியில் திருமுகம்பிள்ளை உண்ணிக்கிடாவு அரங்கநாததீட்சிதர் வசிக்கும் புறமேரிக் கொட்டாரத்தில் வந்து சேர்ந்தார்.

பத்மநாபபுரம் அரண்மனை கட்டுவதற்கு முன் இருந்த முக்கியமான மாளிகை தான் இந்தப் புறமேரி அரண்மனை. கற்களும் செங்கல்லும் தடியும் கொண்டு அழகாகச் செய்த பெருமையும் கம்பீரமும் வாய்ந்த மாளிகை. முற்காலங்களில் அரசர்கள் கோயில் தரிசனத்திற்காக வரும் நாட்களில் ஓய்வெடுப்பதற்கு இருப்புப்புரை மாளிகை இருந்தாலும் ஒன்றிரண்டு நாட்கள் தங்க வேண்டி வந்தால் புறமேரியில் தங்குவார்கள். இருப்புபுரையும் புறமேரியும் தம்மில் பெரிய தூரம் ஒன்றும் இல்லை. வெறும் இருநூறு அடி. பத்மநாபபுரம் அரண்மனை வேலை செய்து முடிந்தபோது இந்த அரண்மனைகளுக்கு அவ்வளவு பெரிய முக்கியத்துவம் இல்லை என்று தான் சொல்ல வேண்டும். நான்கோ ஐந்தோ சேவைக்காரர்கள் மட்டும் உள்ளனர். திவான்ஜி வரும்போது தங்கும் மாளிகை இந்த அரண்மனைகளில் இருந்து கொஞ்சம் கூட தெற்காக இருக்கிறது.

புறமேரி அரண்மனையின் பெரிய வாசல் திறந்து தான் கிடக்கிறது..

சேவகர்களும் எவரும் அங்கு இல்லை

உத்தரவாதம் இல்லாதவர்கள் என இராயசம்பிள்ளை முறுமுறுத்தார்.

ஓ! புறமேரி நோக்கி நடத்திக்கொண்டிருந்த கண்ணச்சன் கொமரனை அரங்கமேடையின் காரியங்கள் பார்க்கும்படியாக நான் தானே அனுப்பி விட்டேன் என்பதைக் குறித்து திடீரென அவர் நினைவு கூர்ந்தார். கீழ் தளத்தின் முக்கிய அறையில்தான் தீட்சிதர் என்பதை நினைத்து அந்தப் பக்கத்திற்கு சந்திரமுத்து ஓடினார்.

திருமுகம்பிள்ளையும் கொத்துவாள்மாரும் தொடர்ந்து வந்து புறமேரியின் முன்தளத்திற்கு வந்தார்கள். ஒரு பானீஸ்

மட்டும் கொளுத்தி வந்திருந்தனர். மொத்தத்தில் அரண்டும் இரண்டும் கிடக்கிறதே எனத் திருமுகம்பிள்ளை நினைத்தார். மகாராஜா எழுந்தருளும்போது அனைவரும் அங்கே தான் போவார்கள் அல்லது எவ்வளவு பெரிய ஆளானாலும் வெளிநாட்டவரின் காரியம் பார்க்கமாட்டாரே? யாரையும் குற்றம் சொல்லிப் பயன் இல்லை.

ஓடிச்சென்ற சந்திரமுத்து அதைவிட வேகமாகத் திரும்ப ஓடி வருகிறானே... என்ன ஆச்சு.

இராயசம் – உத்தரவு. தீட்சிதர் ஓய்வெடுக்கும் அறை உள்ளிருந்து பூட்டியிருக்கிறது...... தட்டி அழைத்தும் திறக்கவில்லை.

காவலரை அழைத்துக் கொண்டு திருமுகம்பிள்ளை அறையில் முன்னர் போனார். சரிதானே! ஜன்னல்களும் உள்ளிருந்து பூட்டியிருக்கிறது. இந்தப் பாகவதர் உள்ளே என்ன எடுக்கிறார்? கலைஞர்களுக்கு ஆணவம் கொஞ்சம் அதிகம் தான்.

திருமுகம்பிள்ளை காவலரிடம் கட்டளை கொடுத்தார்.

தட்டுங்கள்.....தட்டுங்கள்......திறக்கவில்லை எனில் தள்ளித்திறவுங்கள்..

காவலரில் ஒருவன் நல்ல உடல்பருமன் உள்ளவன். அவனது முதல் தட்டிற்கு உள்ளே பூட்டு குலுங்கும் சத்தம் கேட்டது. அடுத்த தட்டிற்கு பூட்டு உடைந்து தெறித்து அறை திறந்தது.

திருமுகம்பிள்ளை உண்ணிக்கிடாவு அறையினுள் சென்றார்...

இங்கே வெளிச்சம் இல்லையே. விளக்கு ஒன்றும் கொளுத்தி தூக்கவில்லையா? நல்ல இருள்.

விளக்கோ பந்தமோ ஏதாவது குந்தமோ கொண்டுவாருங்கள்..

காவலன் ஓடினான்...

இருளிலும் சந்திரமுத்துவின் கண்கள் நல்ல பார்வை.

"திருமுகம்பிள்ளை அவர்களே! நாற்காலியில் யாரோ இருக்கிறார்... பாகவதர் என்று தோன்றுகிறது. தூங்குகிறார்..."

மாலை 3 மணியிலிருந்து தூங்குபவன் எங்குள்ள பாடகனோ என்னவோ என மனதில் நினைத்து உண்ணிக்கிடாவு பணிவுடன் கூறினார்.

"தீட்சிதர் அவர்களே... மகாராஜா இருப்புபுரை மாளிகைக்கு எழுந்தருளி உமக்காகக் காத்திருக்கிறார். கச்சேரிக்குச் சேர்ந்து போகலாம் என நினைத்து... அழைத்துக் கொண்டு செல்ல கற்பித்திருக்கிறார்"

ஆ..காவலன் பந்தமுடன் வந்தான்.

ஆ....தீட்சிதர் அசையவில்லை.

தட்டி அழைத்துப்பார் இராயசம்பிள்ளே.. அவரைத் தட்டிக் கூப்பிடுங்கள்.

தட்டி உணர்த்த முன்னால் போன சந்திரமுத்து திடுக்கிட்டு நின்றான்.

ஓர் அழுகை ஒலி வெளியே வந்தது.

திருமுகம் பிள்ளை அவர்களே...

என்ன இராயசம் பிள்ளே?

வாயிலிருந்து இரத்தம் ஒழுகிக் கொண்டிருக்கிறது

திருமுகம்பிள்ளை உண்ணிக்கிடாவின் நெஞ்சில் ஒரு வலி.

அழகான தோற்றமுடைய தீட்சிதர்

நெற்றியில் மூன்று வரையுள்ள கோபிப்பொட்டு

விலையுள்ள பட்டுவேஷ்டி

அதே நிறத்திலும் குணத்திலும் உத்தரீயம்

கசவு சேர்த்துப் பிடித்த தலைப்பாகை கீழே நாற்காலியின் காலுடன் சேர்ந்து கிடக்கிறது.

கைகள் நாற்காலியின் கைகளை முறுகப் பிடித்திருக்கின்றன.

வாயின் இடது பக்கத்திலிருந்து இரத்தம் வடிந்து இறங்கியிருக்கிறது.

உண்ணிக்கிடாவு சத்தமாக அலறினார்.

ஐயோ? என்ன சமாதானம் கூறுவேன்? ஐயா....

பதிமூன்று

பத்மநாபபுரம் ஸ்தம்பித்தது.

விழாவைக் கொண்டாட தயாராகிக் கொண்டிருந்த உள்ளூர்வாசிகளுக்கு இருள் சூழ்ந்தது போல் இருந்தது.

நடன இசைவிழா தொடங்கிய நாளிலேயே தடைபட்டு விட்டதே.

உண்ணும் சோறில் கல்லைக் கட்டியது போல.

இன்று பாட வேண்டிய அரங்கநாத தீட்சிதருக்கு என்னவோ உடல்நிலை சரியில்லாமல் போனது என்று மட்டுமே வெளியே பேசிக் கொண்டனர்.

அப்போது நடனமாவது நடத்தக்கூடாதா?

பெரியவேதபுரம் காவேரி குழுவினரின் சதிராட்டமும் குறவஞ்சியும் குச்சிப்புடியும் ஒன்றாக கவர்ந்ததாக தானே இருந்தது...?

ஆனால் இன்றைய முக்கிய இனம் அரங்கநாத தீட்சிதரின் இசைதான். அவருக்கு உடல்நிலை சரியில்லாமல் போனால் அப்புறம் யார் என்ன நடத்தி என்ன பயன்?

கடவுளே! மஹாவிஷ்ணோ! நாளைக்காவது அவருக்கு உடல்நிலை சரியாகிப் பாட வேண்டும்... இவ்வாறு கடவுளை வேண்டி மக்கள் வருத்தத்துடன் கிளம்பிப் போனார்கள்.

செய்வதற்கு வேறு எந்த வேலையும் இல்லாத சிலர் மண்டபத்திற்குப் பக்கத்திலும் தொலைவிலுமாக அங்குமிங்குமாக நடந்த வண்ணமிருந்தார்கள்.

திருமுகம்பிள்ளை உண்ணிக்கிடாவின் தந்திரமாக இருந்தது என்பது உறுதி. அரண்மனையில் நடப்பது வெளியே யாரும் அறிய வேண்டிய காரியமில்லை. பாகவதருக்கு ஒரு சிறிய அசௌகரியம் என்றல்லாமல் வேறு ஒன்றும் வெளியே தெரியக் கூடாதென ஊழியர்களை திருமுகம்பிள்ளை கண்டித்திருந்தார்.

ஆனால் அது உண்மையல்ல. வாயில் இரத்தம் வடிந்தவண்ணம் காணப்பட்ட அரங்கநாத தீட்சிதர் இறந்திருந்தார். மிகவும் கௌரவமேறிய நிலைதான்... ஒரு நிமிடம் நடுக்கம் கொண்டு மூடனாக நின்றாலும் உண்ணிக்கிடாவின் மூளை சமயோசிதமாகச் செயல்பட்டது. பாகவதரின் மூச்சு நின்று விட்டது.... மகாராஜாவிடமும் இந்த இராஜ்யத்தோடும் மட்டுமின்றி தீட்சிதரின் புகழ் பரவியிருந்த அயல்நாடுகளிடமும் சமாதானம் சொல்ல வேண்டும். பத்மநாபபுரம் அரண்மனையின் பொறுப்பில் திருமுகம்பிள்ளை இருப்பதால் அவருக்குத் தான் அதன் பொறுப்பு. செய்தி கேள்விப்படும் மகாராஜா துவங்கி அனைவரும் என்னிடம்தானே முதலில் விசாரிப்பார்கள்? இன்றைய நாள் மோசம் என்பது உறுதி. தூக்கம் எழும்பியதும் இடது பக்கமாக இருந்ததோ? உண்ணிக்கிடாவு நினைத்துப் பார்த்தார். தனது ஜாதகத்தில் தற்போது கேது இருந்து வருகிறார். தொடுவதெல்லாம் நாசமாக வேறு ஏதாவது காரணம் வேணுமா? ஆனாலும் நான் செய்ய வேண்டியதை ஒழுங்குடனும் சிறப்பாகவும் செய்ய வேண்டும். தீட்சிதர் இறந்து விட்டார் என்பது உண்மை.

ஆனால் அதை நான் உறுதிபட சொல்லக்கூடாது. இராயசம்பிள்ளை சந்திரமுத்துவை அனுப்பி அரண்மனை வைத்தியரை அழைப்பித்தார். அவர் பரிசோதித்தார். இனி வைத்தியர் தான் நேரடியாகச் சொல்லட்டும். அதற்காக தான் அரண்மனை வைத்தியரையும் அழைத்து இருப்புப்புரை மாளிகைக்கு நேராக மகாராஜாவின் முன் சென்றதும். மகாராஜா முற்றிலும் மனசோர்வடைந்து காணப்பட்டார். பிற நாடுகளின் மற்ற மன்னர்களின், பிறநாடுகளின் ஜனங்களை நான் இனி எவ்வாறு பார்க்க முடியும்? இது தான் அவரை மோசமாக அசைத்தது. மகாராஜாவின் வார்த்தைகளில் ஒரு வெளிப்படையான கோபம் இருந்தது.

சேரசோழ பாண்டிய நாடுகள் தவிர மராட்டியிலும் மாநில நீதிமன்றத்திலும் எல்லாம் புகழ் வாய்ந்த சிறந்த இசைக்கலைஞர். கலை உலகிற்கு முன் தலை குனிந்து நிற்க வேண்டிய சூழ்நிலை நமக்கும்... நமது நாட்டிற்கும்.

மனதிற்குள் நிம்மதியின்றி அங்கும் இங்குமாக நடந்து கொண்டிருந்த மகாராஜா முன் திருமுகம்பிள்ளை உண்ணிக்கிடாவு பணிந்து நின்றார். அவருடன் முழுமையும் வழுக்கை விழுந்த தலையுடன் ஒரு அறுபது வயதுமிக்கவர் இருந்தார். வைத்தியர்.

அடியேன். அரண்மனை வைத்தியரை அழைத்து பரிசோதித்தேன்.

வைத்தியர் பரிசோதித்ததைத் தெரிவித்தார்.

அடியன்.. தீட்சிதருக்குள் கொடிய விஷம் சென்றுள்ளது.

என்ன? மகாராஜா வைத்தியரை முறைத்துப் பார்த்தார். விஷம் என்றால் பெரிய பிரச்சனை ஆகுமே?

தொடர்ந்துள்ள நியாயமான சந்தேகம் திருமுகம்பிள்ளை உண்ணிக்கிடாவிற்கு இருந்தது.

விஷம் சென்றது என வைத்தியர் கூறியதும்... இனி ஒருவேளை தீட்சிதர் தானாக விஷம் சாப்பிட்டதாக இருக்குமோ? அவர் இருந்த அறையின் கதவு உள்ளிருந்து சரியாக மூடியிருந்தது. நான் தெளிவாகப் பார்த்தேனே.

மகாராஜாவிற்கு அவ்வளவு ஏற்றுக்கொள்ளும்படியாக இல்லை உண்ணிக்கிடாவின் சந்தேகம்.

சுயமாக விஷம் சாப்பிடுவது என்றால் தற்கொலை.. தீட்சிதர் புகழ் மற்றும் செல்வத்தின் உச்சத்தில் தான் வாழ்ந்து வந்தார். பிறகு எதற்காக அவர் விஷம் சாப்பிட்டு தற்கொலை செய்ய வேண்டும் சர்வாதி..

அடியன்...உத்தரவு

நமக்கும் நமது நாட்டிற்கும் அவமானம் ஏற்படுத்திய இந்த சம்பவத்திற்குப் பின்னால் என்ன இருக்கிறது? யார் காரணம்? என்பதைக்குறித்து விசாரித்து உண்மை உணர்த்த வேண்டும். நாளை சூரியன் மறைவதற்குள் எனக்கு அதைத் தெரிந்தே ஆகணும்.

சர்வாதி பணிவுடன் கட்டளை ஏற்றார்.

அடியன்..

தீட்சிதரின் உடல் அவரது சொந்த நாட்டில் சடங்கு முறைப்படி அரச மரியாதையுடன் கொண்டு செல்ல வேண்டிய நடவடிக்கை மேற்கொள்ள வேண்டும். அந்த நாட்டு மன்னருக்கு இந்த விஷயத்தைத் தெரியப்படுத்தி அறிக்கையும் அனுப்புங்கள்.

அடியன்.

பதினான்கு

இரவு துவங்கி நான்கரை நாழிகை ஆனது. புறமேரி அரண்மனையின் வாசலில் இராயசம்பிள்ளை சந்திரமுத்து மனதிற்கு

நிம்மதியின்றி கூட்டில் அடைபட்ட கிளியைப்போன்று அரண்மனை வாயிலின் வீதியில் அங்குமிங்கும் நடந்து கொண்டிருந்தார்.

பகவானே...இன்று சிவராத்திரி தான். பாடல் கேட்டும் ஆடல் கண்டும் மகிழ்ச்சியான ஒரு இரவில் சொப்பனம் கண்டேன். அது இவ்வாறு ஒரு கொலைக்கான காரணம் கூறவேண்டிய நிலைக்கு வந்தால் எவ்வாறு நிம்மதி கிடைக்கும்? தனது அதிகாரி திருமுகம்பிள்ளை அவர்களின் காரியம் ரொம்ப கஷ்டம்.. இன்று சூரியன் உதித்தபின் இதுவரையிலும் அவருக்கு ஓய்வே இல்லை. நடந்தும் ஓடியும் ஓடிநடந்தும் பாவம் அவர் ஒரு நிலையில் வந்தார். எங்கெல்லாம் உள்ள என்னென்ன காரியங்களில் எப்படியெல்லாம் கண்கள் போக வேண்டிய பெரிய வேலையாக இருந்தது? அவ்வாறு செய்தபின்பும் உலகத்தை படைத்தவர் கருணை காட்டவில்லையே. திரும்பவும் கொம்பன் யானை சோலையில் உள்ள தண்ணீரைக் கலக்கியமாதிரி வாழ்க்கையைக் கலக்கிக் கொண்டே இருக்கிறார்.

இருளில் மெதுவாக நடக்கும்போது திருமுகம்பிள்ளை உண்ணிக்கிடாவு யோசனையில் மூழ்கி இருந்தார். டிப்புவின் படயோட்டக்காலம் சாமூதிரிக்கோலத்திலுள்ள ஏற்பாட்டாளர்களுடன் அவர்களது சேவைக்காக அச்சன்மூப்பர் திருவனந்தபுரத்திற்கு வந்தார். நிறைமாத வயிற்றுடன் தனது தாயும் அவருடன் வந்தார். நான் பிறந்தது திருவனந்தபுரத்தில். நாடன் சீரப்பாட்டில் மூழீலு முளை பொட்டி கொல்லாயில் வேரு வந்தது என்பது போல வடக்கு முளைபொட்டி தெற்கு பிறந்து வீழ்ந்த நான் தகப்பன் வழியே அரச சேவகனாக மாறினேன்.

படை முடிந்தபோது ஏறால்ப்பாடு திரும்ப போனபோதும் போவதற்கு அப்பா இருந்ததில்லை. சொர்க்கத்திலுள்ள கோயிலில் சேவுகத்திற்காக அப்பாவை அழைத்தார்.

மித்ராநந்தபுரம் கோயிலில் செம்பும் வார்ப்பும் பாத்திரங்களும் கழுவி கோயிலில் மீதி வந்த படைச்சோறு தந்து அம்மா வளர்த்தார். தெருவில் உள்ள குழந்தைகளுடனும் காலிக்குழந்தைகளுடனும் விளையாடி வளர்ந்தேன்.

நோயின் பிடியால் கஷ்டப்படும்போது நடுங்கும் கைகளால் தனது நாக்கில் முதல் எழுத்து எழுதிக் கொடுத்த அப்பாவின் இராசியில் பிறக்கும்போது போக்கும்வரத்துமாக நின்ற நட்சத்திரங்களின் இராசியால் வந்த தலைவிதியோ ஏதோ வாழ்க்கையில் உதவியது என்பது குறித்து தெரியாது.

அரண்மனையில் அறிவிப்பு எழுதும் உதவியாளனாகச் சேர்ந்தேன். ஏற்படுத்தின வேலையை மிகவும் ஒழுங்குடனும் அடுக்காகவும் அழகாகவும் செய்து முடித்ததால் அதிகாரிகள் அனைவருக்கும் மிகவும் திருப்திகரமாக இருந்தது.

சேவுகத்தின் அனைத்து படிக்கட்டுகளும் சீக்கிரம் ஏற முடிந்தது.

பத்மநாபபுரம் அரண்மனையின் அனைத்தும் பார்த்து நடத்தவேண்டிய அதிகாரியான திருமுகம்பிள்ளையாக ஒரு வருடத்திற்கு முன் உயர்வு கிடைத்தது கடவுளின் கிருபை. யாரையும் கோபப்படுத்தவோ சங்கடப்படுத்தவோ எந்தச் செயலும் இதுவரையிலும் செய்யவில்லை. திருவனந்தபுரம் அதிகாரிகளுடன் மட்டுமின்றி இங்குள்ளவர்களுடனும் அவ்வாறு தான். நேராக வா நேராக போ என்றுதான் இதுவரையிலும் செயல்பட்டிருக்கிறேன். சிலவேளை ஒன்றிரண்டு வார்த்தைகள் சொல்லியிருக்கலாம். ஆனாலும் அவர்களின் உணவை கெடுக்கவோ அண்டம் பிளந்து குடல் எடுக்கவோ துணியவில்லை. இனி துணியவும் மாட்டேன். சரி செய்வதற்காகத் தான் திட்டுவது. அது அனைவருக்கும் தெரியும். தோளில் ஒரு தட்டும் உதட்டில் ஒரு புன்னகையும் அது தான் எனது குணம். அவ்வாறு உண்மையாக அனைத்து வேலையையும் செய்தபின்பும் இப்படி ஒரு பிரச்சனையில் எதற்காகக் கடவுள் என்னை கொண்டு வந்து விட்டார்? இங்குள்ள பொறுப்பாளன் நான் அல்லவா? இன்று நடந்த அனைத்திற்கும் பதில் சொல்ல வேண்டியதும் வேறு யார்? இனி இராஜாவின் கோபம் கூட ஏற்கவேண்டி வருமோ?

திருமுகம்பிள்ளை உண்ணிக்கிடாவின் மனதில் தோன்றிய நினைவுகளை அறிந்த வண்ணம் சர்வாதிகாரிகள் அவரைச் சமாதானப்படுத்த முற்பட்டனர். கீழ் வேலையாளின் மனது கொஞ்சம் வருத்தப்பட்டால் கண் உள்ள அதிகாரிக்கு முகத்தைப் பார்த்தே அறிய முடியும்.

இராஜசேவகம் என்று சொன்னால் இருபுறம் கருக்குள்ள காயம்குளம் பட்டயம் திருமுகம்பிள்ளை அவர்களே

உத்தரவு...உண்மை...கொஞ்சம் மாற்றிச் சொல்லவில்லை எனில் எங்களையும் கொண்டுதான் போகும்.

முன்னாடி நடக்கும் காவலர்கள் நீட்டிப்பிடித்த தீப்பந்தத்தின் வெளிச்சத்தில் வழியில் கிடந்த கல்லை மிதித்துக் கடந்த சர்வாதிகாரன் மார்த்தாண்டன்பிள்ளை தன்னிடம் சொன்னார்.

உண்மை அறிகிற வரையிலும் நிம்மதியில்லை. இங்கிருந்து ஏதாவது கிடைக்குமோ என்னவோ.... பத்மனாபனுக்குத் தெரியும்.

இவர்களுடன் அதிகார உடையின் அனைத்து பெருமையுடனும் அழகுடனும் நடந்து கொண்டிருந்த கொத்துவாள்மேலாவு இட்டி சங்கரன் சர்வாதியைச் சமாதானப்படுத்தினார்.

சமாதானப்படணும்.... முயற்சி செய்யலாம்.

மூன்றுபேரும் புறமேரி அரண்மனையின் வாசலில் வந்தபோது உள்ளேயிருந்து இராயசம்பிள்ளை ஓடி வந்து வணங்கினார்.

சந்திரமுத்து உண்மையான சேவுகன் தான். பொய் சாப்பாடு சாப்பிடுகிறவன் இல்லை. தன்னுடன் நிற்பான். வேலை தான் பத்மநாபன் என்ற எண்ணம்.

இராயசம்பிள்ளே.. இங்குள்ள சேவுகங்களும் விருத்திகளும் அனைவரும் இருக்கிறார்களா? யாரும் போகவில்லையே?

உத்தரவு.... ஒருவரும் குறையாமல் அனைவரும் உள்ளனர்.

இராயசம்பிள்ளை கையால் சைகை காட்டியபோது ஒரு சேவுகம் முன்னர் வந்து திருமுகம்பிள்ளையை வணங்கினான். சர்வாதியையும் கொத்துவாள் மேலாவியையும் குனிந்து வணங்கினான்.

மூன்றுபேரும் தளத்தில் போட்டிருந்த நாற்காலிகளில் உட்காரவே இட்டிசங்கரன் சத்திரமுத்துவும் கூறினான்.

இராயசம்பிள்ளையே... அனைவரையும் வேறு இடங்களுக்கு மாற்றுங்கள். ஒவ்வொருவர் ஒவ்வொருவராக இங்கு வந்தால் போதும்.

உத்தரவு... சந்திரமுத்து தலைவணங்கிக் கூறினார். பின்பு பயந்து காற்றில் இலை அசைவதுபோல் நின்றிருந்த உதவியாளர்களிடம் கூறினார்.

அனைவரும் வடக்கே தளத்தில் சென்று அமருங்கள்.

முதலில் முன்னாடி வந்து தொழுத சேவுகமும் அவர்களுடன் சேர்ந்து வடக்கே தளத்திற்கு நேராக போக முயன்றார். இராயசம்பிள்ளை திடீரென்று அவனைத் தடுத்தார்.

நில்...நில்... நீ மட்டும் இங்கே நில்.

கச்சேரி துவங்குவதற்கு முன் அரங்கமண்டபத்திற்கு முன்னால் ஜனங்களுக்கிடையே இருந்த பெண்களுக்கிடையே நின்ற வட்டப்பொட்டு போட்டிருந்த நபர் தான் இவர். தனியாக காட்டில் புலிகளுக்கு இடையே அகப்பட்ட மானின் பயம் அவரது முகத்தில் காணப்பட்டது.

இராயசம்பிள்ளையின் எழுத்து உதவியாளன் ஒருவன் ஓலையும் எழுத்தாணியுமாகத் தளத்திற்கு வந்தான். கேட்கக்கூடிய தொலைவில் ஒரு மூலையில் சுவருடன் சேர்ந்து உட்கார்ந்தான்.

திருமுகம்பிள்ளைக்குச் சந்திரமுத்துவைக்குறித்த மதிப்பு உயர்ந்தது. கௌரவமாகத்தான் அவர் காரியங்களைக்

காண்கிறார். நடவடிக்கைகள் கேட்டு எழுத நீட்டெழுத்தையும் அழைப்பித்தான்.

இராயசம்பிள்ளையில் சத்தம் முழங்கியது.

புறமேரி விசாரிப்பு விருத்தி சேவுகம் கண்ணச்சன் கொமரன்

கொத்துவாள் மேலாவு இட்டிசங்கரன், கண்ணச்சன் கொமரனைக் கீழிருந்து மேலாகப் பார்த்தார்.

அந்தப் பார்வையில் கொமரனுக்குச் சிறுநீர் போகவில்லை என்று தான் உண்டு.

இட்டிசங்கரன் – பாகவதர் அரங்கநாததீட்சிதர் புறமேரியில் வந்தது எப்போது?

அடி கிடைக்கக்கூடுமோ எனப் பயந்து இருக்கும்போது தனக்குத் தெரிந்தவற்றைக் கூற அனுமதி கிடைத்தது.

இது இவ்வளவு தானா? கண்ணச்சன் கொமரன் மூச்சை இழுத்து விட்டார்.

அடியன் .... உத்தரவு .... தீட்சிதரு சாமியின் இருப்பு புறமேரியில் என அறிவிப்பு வந்து நான்கைந்து நாட்கள் ஆயிற்று... அப்போது நாங்கள் எல்லாம் சரி பண்ணினோம்.

இட்டி சங்கரனுக்குக் கோபம் வந்தது. இவன் எங்குள்ளவன்! கேள்விக்குப் பதில் சொல்லவில்லையே!

இராமாயணம் வாசிக்கச் சொல்லவில்லை.. தீட்சிதர் எப்போது இங்கே வந்தார். யாரெல்லாம் உடன் வந்தார்கள்.

கொத்துவாள் மேலாவின் கோபம் கண்டு கண்ணச்சன் கொமரனின் அடிவயிறு கலங்கியது. அவர் மிகவும் பயந்து நடுங்கினார்.

உத்தரவு .... அடியன் .... உத்தரவு ... இன்று .... காலை..... வானத்தில் ... வட்டப்பொட்டு வந்து ... நேரம் விடிந்தது.

ஃபா.... தத்தம்பித்தம். வானத்தில் அவனுடைய பாட்டியின் வட்டப்பொட்டு... டா சூரியன் உதித்து எத்தனை நாழிகையாயிற்று?

கண்ணச்சன் கொமரனின் நல்லுயிர் போனது.

அடியன் ... உத்தரவு ... சூரியன் உதித்து ஐந்து நாழிகைக்குப்பின் குதிரை வண்டியில் தீட்சிதர் வந்தார். அவர் மட்டும் இறங்கியபின் குதிரையும் வண்டியும் சத்திரத்திற்குச் சென்றது. சாமியின் பக்கவாத்தியக்காரர்களின் தங்குமிடம் சத்திரத்தில் தான் ஒதுக்கும்புறமாயிருந்தது.

ஹூம். இங்கு வந்தபிறகு தீட்சிதர் வெளியே எங்காவது சென்றாரா?

அடியன் ... உத்தரவு ... சூரியன் மறைவதற்கு நான்கு நாழிகைக்கு முன்னது வரை எங்கும் போகவில்லை.

அந்த நான்கு நாழிகைக்கு இடையில் என்னவாயிற்று?

உத்தரவு ... அது அடியேனுக்குத் தெரியாது

ஏன் தெரியாது?

உத்தரவு ... இராயசம்பிள்ளை அவர்கள் சொன்னபடி அடியேன் கச்சேரி நடைபெறும் மண்டபத்திற்குச் சென்றேன். அங்குள்ள வேலைகள் எவ்வாறு இருக்கிறது என்பதைக் குறித்து விசாரிக்க.

பிறகு நீ எப்போது இங்கு திரும்ப வந்தாய்?

அடியேன் ... உத்தரவு .... கோயிலின் தீபாராதனை முடிந்து ஒரு நாழிகைக்கு முன் ... புறமேரியின் வைத்து தீட்சிதர் சாமிக்கு ஏதோ கொஞ்சம் உடம்பு முடியாமல் இருந்ததாக அங்கே யாரெல்லாமோ சொல்வது கேட்டேன்.... இங்கே வந்தபோது தான்.... பெரிய துக்கமாகி விட்டதே...

போ... போ.... அடுத்த ஆளை அனுப்பி விடு.

பகவானே... தப்பிச்சேன் என்ற நினைப்பில் கண்ணச்சன் கொமரன் தோளில் கிடந்த துண்டினை எடுத்து முகத்தில் இருந்த

வேர்வையைத் துடைத்து வடக்கே தளத்திற்கு நேராக நடந்தார். துடைத்தபோது அவரது வட்டப்பொட்டில் இருந்த சிந்தூரம் துண்டில் சேர்ந்தது. இட்டிசங்கரன் மேலாளர் அப்போது அவரை அழைத்தார்.

டேய்.... நீ மற்றவர்களின் கூட்டத்தில் சென்று இருக்க வேண்டாம்... அவர்கள் வடக்கே தளத்தில் தானே இருக்கிறார்கள்? நீ தெற்கே தளத்தில் இருந்தால் போதும். இராயசம் பிள்ளே.... அடுத்தவரைக் கூப்பிடுங்கள்.

வடக்கே தளத்தில் வேறே மூன்று நான்கு பேர் அழைப்பை எதிர்பார்த்து இருக்கிறார்கள். கைகள் கூப்பி சகல தெய்வங்களையும் தொழுது கொண்டு தான் அவர்கள் இருக்கிறார்கள்.

அடுத்ததாக காவலாளன் அழைத்துக் கொண்டு வந்தது ஒரு முடவனான வாலிபனை.

பத்திருபத்தைந்து வயது தான் இருக்கும். இராயசம்பிள்ளை அவனை அறிமுகப்படுத்தினார்.

புறமேரி பலவேலை சேவுகம் அப்பிணிக்கிட்டன்.

கால் முடமாக இருந்ததால் அப்பிணிக்கிட்டனின் உடம்பு மொத்தமாக விறைப்பது யாருக்கும் தெரியவில்லை. நொண்டி நொண்டி வந்து அனைவரையும் வணங்கினான்.

அந்த வணங்கல் நொண்டிக்கால் தரையில் ஊன்றியதால் ஒரு பக்கமாகக் கோணிப்போனதோ என்ற சந்தேகம் வந்ததால் அவன் ஒரு காலைத் தூக்கிப்பிடித்து ஒற்றைக்காலில் சரியாக நின்று திரும்பவும் வணங்க முற்பட்டான்.

இட்டிசங்கரன் கேள்விமேல் கேள்வி கேட்டார்.

நீ தீட்சிதரை எப்போதெல்லாம் பார்த்தாய்.

ஒற்றைக்காலில் நின்ற அப்பிணிக்கிட்டனின் உயர்த்திப் பிடித்த கால் இலை ஆடுவதுபோல் நடுங்கத் தொடங்கியது.

உத்தரவு ... அடியேன் ... உத்தரவு ... அடியேன்...

அவன் நிற்பதற்குக் காட்டும் நடுக்கம் கண்ட இட்டிசங்கரன் கோபத்தால் அலறினார்.

ஃபா...காலூன்றி நின்று கேள்விக்கு பதில் சொல்லடா... உனது மாயவேலை இங்கு வேண்டாம்.... எப்போது பார்த்தாய்.

உத்தரவு ... அடியேன் ....

அவர் வந்து இறங்கியபோது தான் பார்த்தேன். பிறகு பார்க்கவில்லை.

பார்க்காமலிருக்க நீ எங்கே போனாய்?

உத்தரவு .... அடியேன்.... அடியேனுக்கு வெளிவேலை தானே ... குதிரைக்காரன் சொன்னபடி வந்தபோதே குதிரைக்குப் புல் சத்திரத்தில் கொண்டு கொடுத்தேன்... முதிரை மத்தியான வேளையில் வேகவைத்துக் கொண்டு கொடுத்தேன். மதியத்திற்கு பின் கொச்சும்மிணியக்கன் சொன்னபடி பாத்திரங்கள் எல்லாம் கழுவிக் கொடுத்தேன்... அடியேன் அரண்மனைக்கு உள்ளே செல்லவில்லை...

மனுஷனை கஷ்டப்படுத்த வந்தவன் தான் இவன் என்ற எண்ணம் இட்டி சங்கரனின் முகத்தில் காணப்பட்டது. அவனை அனுப்பிவிடு என்று புறம்கையால் சைகை செய்தான். இராயசம்பிள்ளை காவலாளியிடம் கற்பனை நிறைத்த கண்களை உருட்டினான்.

அடுத்ததாக காவல்காரனால் அழைக்கப்பட்டது உயரம் குறைந்த ஏறக்குறைய அறுபது வயது மதிக்கத்தக்க பூணூல் அணிந்த ஒரு தொப்பையுள்ள பிராமணன்.

பாளைத்தாறு உடுத்தியிருந்தான். அதன் மீது வேட்டியை உருட்டி வயிற்றின் பக்கத்தில் கட்டி வைத்திருந்தான். பாளைத்தாறில் பற்றியிருக்கும் முளகு, மஞ்சள், கரி ஆகியவற்றின் நிறத்தால் அவர் ஒரு சமையல்காரன் என்று பார்த்தவுடன் தெரிந்து விடும்.

'புறமேரி சமையல் சேவுகம் ஈச்சரன் கலந்தன் பட்டேரி' இராயசம்பிள்ளை அழைத்துக் கூறினார்.

இட்டிசங்கரன் பட்டேரிணை பாதம் முதல் தலைவரைப் பார்த்துவிட்டு சர்வாதிகாரி கேட்டான்.

'பட்டேரி இங்கு வந்து சேர்ந்தவர் அல்லவா'

'ஆம், கொஞ்சம் வருடங்கள் ஆயிற்று..... முறை ஜெபத்திற்கு திருவனந்தபுரத்திற்கு வந்தேன்... பின் திரும்பிப் போக மனதிற்குத் தோன்றவில்லை .... அங்கிருந்து நடந்து அலைந்து இங்கே வந்தேன். நிம்மதியாக இங்கே வந்து சேர்ந்தேன்'

இட்டிசங்கரன் கேள்விகள் தொடுத்தார்.

'தீட்சிதருக்குத் தேவையான உணவு எல்லாம் சமைத்தது நீங்க தானே?'

'சமைத்தது மட்டுமல்ல கொண்டு சென்று கொடுத்ததும் நாமே தான்?'

'சரி! நீங்க தீட்சிதரை நேராகப் பார்த்தீர்கள் அப்படி தானே?'

'பார்த்தது மட்டுமல்ல.... பேசவும் செய்தோம்.... பால் கொண்டு கொடுத்தபோது. ஒரு இராகம் பாடினார். என்ன இராகம் என்று தெரியுமா எனக் கேட்டார்.. எனது கையில் அடைப்பாயசம் கலக்குவதற்குள்ள கோல் அல்லவா இருக்கிறது வீணை இல்லையே சாமீ எனப் பதில் சொன்னபோது பாகவதர் சிரித்தார்.... (மூச்சை இழுத்து விட்டுக் கொண்டு) போயிட்டாரே....?'

'பட்டேரி, நீங்க எப்போது பால் கொண்டு கொடுத்தீர்கள்?'

'மதியத்திற்குப் பின் ஒரு ஐந்தாறு நாழிகை சென்றிருக்கும்'

'அப்போது. சாயங்காலம்....'

இட்டிசங்கரனும் திருமுகம்பிள்ளையும் ஒருவருக்கொருவர் பார்த்தார்கள்.

இட்டிசங்கரன் கேள்விகளைத் தொடர்ந்தார்.

'கச்சேரிக்குச் செல்ல தயாராக இருந்தபோதா பால் கொண்டு கொடுத்தீர்கள்?'

'ஏய்... இல்லை. சுவாமி குளிப்பதற்காக தயார் நிலையில் இருந்தார்.... துண்டு கட்டி உடம்பு மொத்தமும் எண்ணெய் பூசி இராகம் பாடி அறையில் அங்கேயும் இங்கேயும் நடந்து கொண்டிருந்தார்..... பரமபாகவதர். (மூச்சை இழுத்து விட்டுக் கொண்டு) போயிட்டாரே....'

இட்டிசங்கரன் நாற்காலியில் இருந்து எழுந்து கேள்விகள் கேட்டவாறே நடந்தார்.....

'பாலுடன் சாப்பிட ஏதேனும் கொடுத்தீர்களோ? என்ன கொடுத்தீர்கள்?'

'ஒரு வாழைப்பழம் அவ்வளவுதான்'

பட்டேரிக்கு முன்னால் வந்து நின்றார் இட்டிசங்கரன். அவருடைய கண்களை உற்றுப் பார்த்தார்.

'வாழைப்பழத்தின் தோல்நீக்கி சின்ன சின்ன துண்டுகளாக்கி மேல் இனிப்பு போட்டுத் தானே கொடுத்தீர்கள்? என்னவெல்லாம் பழத்தில் போட்டீர்கள்? சர்க்கரை? தேங்காய்? தேன்?'

'இல்லை....இல்லை.... பழம் தோல் எடுக்காமல் தான் கொடுத்தேன்'

இட்டிசங்கரனின் கறுத்த முகம் கோபத்தால் சிவந்தது. தடயம் ஏதும் கிடைக்கவில்லையே.

'பால் கொடுக்கப் போனபோது மட்டும் தான் தீட்சிதரைப் பார்த்தீர்களா?'

'இல்லை.... அவர் வந்து ஒரு இரண்டரை நாழிகைக்குப் பின் நான் அறைக்குச் சென்றேன். ஒரு கிண்டியில் சம்பாரம் கொண்டு போனேன்....அது முழுவதும் குடித்தார். நன்றாக அறிமுகப்பட்டோம்.

பின்பு மதியம் கொச்சும்மிணிப் பெண்ணிடம் சாப்பாடு எடுத்து வரச்சொல்லி நான் தான் பரிமாறிக் கொடுத்தேன். சாப்பிட்டு விட்டு அடைபாயசம் நன்றாக இருந்தது என்று சொல்லவும் செய்தார் பாகவதர். (மூச்சை இழுத்து விட்டுக் கொண்டு) போயிட்டாரே...'

இட்டிசங்கரனின் நடையில் வேகம் கூடியது. தவறு நடந்திருப்பதாக அவர் உணர்ந்தார். பட்டேரிக்கு முன்னால் வந்து கண்களில் ஒருமுறை கூட உற்றுப்பார்த்தார். பட்டேரி அப்பாவித்தனமாகச் சிரித்தவாறு நின்றார்.

இட்டிசங்கரன் – 'பட்டேரி தற்காலம் போங்கள்... இராயசம் பிள்ளே... அந்தப் பெண்ணைக் கூப்பிடு... கொச்சும்மிணியை....'

'கலந்தன் பட்டேரி போவதற்கு முன் அனைவரையும் தொழுதார். இராயசம்பிள்ளை, காவல்காரன், எழுதுவதற்கு இருந்த உதவியாளன் உட்பட அனைவரையும்.

'பட்டேரி ஒரு சுத்தமானவன் தான்....'

வடக்கு பக்கத்துடன் ஒரு சிறிய பாசம் உள்ளதினால் இல்லை திருமுகம் பிள்ளை உண்ணிக்கிடாவு அவ்வாறு கூறினார். ஆனால் இட்டிசங்கரனின் மனதில் இப்போது என்னவோ கணக்கு கூட்டல்கள் நடந்து கொண்டே இருந்தது.

'மனதின் சுத்தியும் அசுத்தியும் மற்றவர்கள் எப்படி உறுதிப்படுத்துவார்கள்...?'

காவல்காரருடன் நின்ற கொத்துவாளை பக்கத்தில் அழைத்து இட்டிசங்கரன் இரகசியமாக ஏதோ பேசினார்.

'பட்டேரியைக் கவனமாகப் பார்த்துக் கொள்ள வேண்டும்... வெளியே எங்கும் விட வேண்டாம்.

அப்போது ஒரு முப்பது வயது தோன்றத்தக்க ஒரு பெண்ணைக் காவல்காரன் அழைத்துக் கொண்டு வந்தான். அவள் அவருக்கு முன்னால் கைவணங்கி நின்றாள்.

'புறமேரி சமையல் சேவுகம் காளிக்குட்டி கொச்சும்மிணி...'

பெண் என்பதால் கவனமாக விசாரணை செய்ய வேண்டும்.

இட்டிசங்கரன் மனதில் எண்ணினார்...

'பயப்பட வேண்டாம்... கேட்கப்படும் கேள்விகளுக்குப் பதில் சொல்லணும்'

என்ன சொல்லணும்? எதாவது சொன்னால் தவறாக வந்து விடுமோ என்ற எண்ணத்தால் கொச்சும்மிணி ஒன்றும் கூறாமல் தலையசைத்தாள்.

இட்டிசங்கரன் கேள்விகளை தொடங்கினார்.

'கொச்சும்மிணி இன்று இங்கு எப்போது வந்தாய்?'

'காலையில்....'

இட்டிசங்கரன் உரத்த சத்தத்தோடு கேட்டார்.

'காலையில் என்றால்...?'

'சூரியன் உதித்தவுடன்...'

'இதுவரை வீட்டிற்குச் செல்லவில்லையா?'

'இல்லை..'

பாகவதர் வந்து இறங்கும்போது தானா முதலில் கண்டாய்?'

'இல்லை..... காணவில்லை...'

இட்டிசங்கரனுக்குக் கோபம் மூண்டது.

'என்னடி..... நீ மறைந்து நின்றிருந்தாயோ?'

'இல்லை.... அடியேனுக்குச் சமையல் வேலை இருந்தது...'

பலகை பரப்பிய தரையில் கால்களைக் கொண்டு மிதித்த இட்டிசங்கரன் அலறினான்.

'எப்போது பாகவதரைப் பார்த்தாய்? எத்தனை முறை கண்டாய்? சொல்லடி....'

கொச்சும்மிணி நடுங்கிக் கொண்டு கூறினாள்.

'மதியம் பட்டேரி தம்புரான் கூறியபடி சாப்பாடும் கறியும் எல்லாம் பாத்திரத்தில் எடுத்து அரிப்பெட்டியில் வைத்து அறையில் கொண்டு கொடுத்தேன். அப்போது பட்டேரி தம்புரான் இருந்தார்.

'பின்னர் எப்போது பார்த்தாய்?'

'அவரது சாப்பாடு முடிந்தபின் எச்சில் இலை எடுக்க அறைக்குப் போனேன்'

இட்டிசங்கரன் மிகவும் கவலையுற்றார்.

இவர்களின் வாயிலிருந்து உருப்படியாக ஒன்றும் கிடைக்கவில்லையே. ச்சே..

கொத்துவாள் மேலாவின் நடத்தைக்கு வேகம் கூடிற்று.

கொச்சும்மிணியின் முன்னால் அங்கும் இங்குமாக நடந்து கொண்டேயிருந்தார்.

கொச்சும்மிணியைக் கடந்து போகும்போதெல்லாம் அவர் அவளை உற்றுப்பார்ப்பார்.

கொச்சும்மிணி நடுங்கிக் கொண்டு நின்றிருந்தாள். திடீரென இட்டிசங்கரன் கொச்சும்மிணிக்கு நேராக நின்று முகத்தை உற்றுப்பார்த்துக் கொண்டு இரகசியமாகக் கேட்டார்.

'இன்று இங்கே யார் யார் எப்போதெல்லாம் வந்தார்கள்?'

'சமையல் வேலையில் இருந்ததால் மற்றவற்றைப் பார்க்க எனக்கு நேரம் கிடைக்கவில்லை எசமானே....'

'ச்சே...'

அந்தச் சத்தத்தில் புறமேரி அரண்மனை மொத்தமாக அலறிய மாதிரி தோன்றிற்று.

'எப்போதும் சமையல் அறையில் இருக்கமாட்டாயே... சொன்னது பொய் என்று எனக்குத் தெரியும்.... உண்மையைச் சொல்'

'லேசாக இருட்டிய நேரம் விளக்கு கொளுத்தி வைக்கலாம் என நினைத்து நான் அப்பிணிக்கிட்டனைப் பார்த்தபோது அவனைக் காணவில்லை... அவன் எங்காவது பெண்களின் வாயைப் பார்த்து நிற்பான் என நினைத்து நான் தான் விளக்கைக் கொளுத்தி இந்த அறைக்குக் கொண்டு வந்தேன்.... அப்போது... அப்போது...

'அப்போது என்ன? சொல்லடி....'

'அப்போ உண்டு ஏமானே.... ஒரு பெண் பாகவதரின் அறைக்கு முன்னால் நிற்பது போன்று அடியேனுக்குத் தோன்றியது.... மாலை மூன்று மணி நேரம்.... யக்ஷியின் போக்கும் வரவும் உள்ள நேரம்.... எனது காலில் பெருவிரலில் இருந்து பயம் அப்படி வந்தது.... ஆனாலும் நான் அழைத்துக் கேட்டேன்.... யார் அதுன்னு... அப்போது... ஏமானே.... ஒரு சத்தம்...'

'என்ன சத்தம்'

'சலங்கை சத்தம்... சில் சிலுன்னு.... அந்தச் சத்தம் பாகவதரின் அறைக்குப் போனது... இது யக்ஷி இரத்தம் குடித்தது தான்... எசமானே....'

கொத்துவாள் மேலாவு இட்டிசங்கரனின் முகத்தில் ஒரு புன்னகை மலர்ந்தது.

'உம்... யக்ஷியின் முகத்தை நீ பார்த்தாயா?'

'ஒரு மின்னல் போல மட்டும் தான் பார்த்தேன்... எசமானே... முடிப்பொன்னும் மூக்குத்தியும் நாகமணி மாலையும்..... யக்ஷி தான்....'

இட்டிசங்கரன் தன் இரு கைகளையும் இணைத்துத் திருமினார்.

அது தனது மனதில் தோன்றிய சந்தோஷத்தின் வெளிப்பாடாக இருந்தது.

'இவளை இன்னொரு அறைக்கு மாற்று'

இட்டிசங்கரனின் கட்டளைப்படி ஒரு கொத்துவாளும் காவல்காரனுமாக கொச்சும்மிணியைப் பக்கத்திலுள்ள அறைக்கு நேராகக் கொண்டு போனார்கள். உதவிக்காகத் தளத்தில் இருந்த சேவுகர்களில் இராயசம் பிள்ளையைத் தவிர மற்றவர்களை எல்லாம் இட்டிசங்கரன் கைவிரல் அசைத்து அங்கிருந்து மாற்றினார். இடுப்பில் இரண்டு கைகளையும் வைத்தவாறு இட்டிசங்கரன் சர்வாதியையும் திருமுகம்பிள்ளை இராயசம்பிள்ளையையும் பார்த்தார். ஒரு வெற்றியாளனின் தோற்றம் அந்த பார்வையில் தெரிந்தது.

இட்டி – நாட்டியக் கலைஞர்கள் எத்தனைபேர் உண்டு இராயசம்பிள்ளே?'

இராயசம் – 'உத்தரவு .... இன்று பெரியவேதபுரம் காவேரி மற்றும் சீடர்களின் பரதநாட்டியமும் குச்சுப்புடியும் நடக்க இருந்தது... அவர்கள் எல்லாருமாக ஏழெட்டுபேர் உள்ளனர்.

'அவர்கள் எங்கே இருக்கிறார்கள்?'

உத்தரவு.... பக்கத்தில் தான்.... திவான்ஜி வரும்போது தங்குவதற்கென ஒரு இடம் உண்டு.... அதைத் தான் நடனக்கலைஞருக்குக் கொடுத்துள்ளேன்.'

சர்வாதிக்கும் திருமுகம்பிள்ளைக்கும் இட்டிசங்கரன் மேலாளரின் எண்ணங்கள் யாவையும் மொத்தமாகப் புரிந்தது. எவ்வளவு சிறப்பாக இட்டிசங்கரன் உண்மையை அழிக்கிறார். சர்வாதி கட்டளையிட்டார்.

'இராயசம்பிள்ளே.... இந்தப் பெண்ணை திவான்ஜி மாளிகைக்குக் கொண்டு வாருங்கள்'

பதினைந்து

திருவனந்தபுரத்திலிருந்து எப்போதாவது திவான்ஜி வரும்போது தங்குவதற்குப் பயன்படுத்தப்பட்ட இடமாக அது

இருந்தது. நுழைவு வாயில் ஒரு கொட்டியம்பலம். கொட்டியம்பலம் தாண்டி ஒரு பத்திருபது அடி நடந்தால் திவான்ஜி மாளிகைக்குச் செல்லலாம். வட்டமான தூண்கள் வரிசையாக நிற்கும் பரந்த வெளி அறை மாளிகையில் உண்டு. பெரிய வளைந்த வாசல் வழியாக உள்ளே நுழைந்தால் பெரிய தளம். திவான்ஜி வரும்போது அனைவரையும் அழைத்து செய்திகளைக் கேட்டறிவது இந்தத் தளத்தில் தான். அல்லாதபோது மாளிகை மூடிக் கிடக்கும்.

திவான்ஜி ஆலப்புழையில் தான் அதிகமாக இருப்பார். இராஜ்ஜியத்தில் கருவூலம் நிறைக்க வேண்டிய வணிகம் நடப்பது கொல்லத்திலும் ஆலப்புழையிலும் தான். வெவ்வேறு இடங்களுக்குப் பயணம் மேற்கொண்டாலும் வாரத்தில் ஒருநாள் கண்டிப்பாகத் திருவனந்தபுரத்திற்கு வந்து மகாராஜாவைப் பார்த்தார் திவான்ஜி. தவறாமல் அதை அவர் செய்வார். மகாராஜா முக்கியமான காரியங்களுக்குக் கடிதம் அனுப்பும்போதும், இங்கரீஸ் கொம்மஞ்ஞியின் ரசிடன்ஸ்சாயிப்புடன் சந்திக்க இல்லத்தில் தவறாமல் வருவதுண்டு.

பத்மநாபபுரத்தில் காரியங்கள் ஒழுங்காக நடத்துவதற்கு திருமுகம் பிள்ளையில் தலைமையில் ஒருகூட்டம் வேலையாட்கள் உள்ளனர். மட்டுமின்றி திருவனந்தபுரத்திலிருந்து சர்வாதிகாரிகளின் பார்வையும் எப்போதும் இங்கு கண்டிப்பாக இருக்கும். அதனால் அரிதாக திவான்ஜி வரும்போது மட்டுமே இந்த மாளிகைக்குச் சிறப்பு வரும்.

கூட்டிப்பெருக்கித் தூய்மை செய்வதற்கு தினசரி காலை வரும் பெண்களைத் தவிர வேறு எந்த பதிவு சேவுகர்கள் யாரும் இந்த மாளிகையில் இல்லை. அரங்கமண்டபத்திற்கு பக்கத்தில் நடனம் ஆட வந்தவர்களுக்கு இந்த இடம் ஒதுக்கிக் கொடுக்கப்பட்டது.

சர்வாதிகாரியின் கட்டளைப்படி இராயசம்பிள்ளை சந்திரமுத்தி கொச்சும்மிணியையும் அழைத்து திவான்ஜி

மாளிகையில் கொட்டியம்பலம் தாண்டி முற்றத்தில் வந்து காத்து நின்றார். காவலாளர்களும் கொத்துவாள்மாரும் கூட உண்டு. பெண்கள் நான்குபேர் பங்களாவில் வராந்தாவில் என்ன நடக்கப்போகிறது என்பதைக் குறித்து அறியும்படிக்கு மிகவும் ஆர்வமாகத் தூண்களை மறைத்து நின்றுகொண்டிருந்தனர்.

சர்வாதியும் திருமுகம்பிள்ளையும் கொத்துவாள் மேலாவும் சேர்ந்து இனி ஒரு நிமிஷம் கூட பாழாக்கக் கூடாது என்னும் எண்ணத்தில் அதிக வேகமாக இரண்டு கொத்துவாள்மார் உயர்த்திப்பிடித்த தீப்பந்தங்களுக்கு பின்னால் மாளிகைக்கு நடந்து வந்தார்கள். அவர்கள் கொட்டியம்பலம் தாண்டி முற்றத்தில் வந்தவுடனே இராயசம்பிள்ளை சந்திரமுத்து ஓடிவந்து வணங்கினார்.

'உத்தரவு..... நடனப் பெண்கள் எல்லாம் முன் தளத்தில் வந்து நிற்கச் சொல்லியிருக்கிறேன்'

அது அப்படித்தான் வேண்டும் என்றவாறே பதில் கூறாமலும் தலை அசைக்காமலும் மேலாளாகள் மூன்றுபேரும் மேல்தளத்திற்கு படி ஏறி பெரிய வட்டத்திலுள்ள வாசலின் முன்னால் வந்தார்கள்.

கொச்சும்மிணி பெண்ணையும் கூட அவருடன் அழைத்துவர இராயசம்பிள்ளை தாயாரானபோது கொத்துவாள் மேலாளர் இட்டிசங்கரன் கையசைத்து விலக்கினார்.

'அழைக்கும்போது கொண்டு வந்தால் போதும்'

'உத்தரவு...'

மாளிகையின் பெரிய முக்கியமான தளத்தின் பக்கங்களில் அறைகளோ வாசல்களோ கிடையாது. பெரிய வட்ட ஜன்னல்கள் மட்டும் உள்ளன. தரையோடு பாவிய தரை. தளத்தின் பின்னால் மத்திய பாகத்தில் பெரிய ஏறுபடிகள் வலப்பக்கமும் இடப்பக்கமும் பிரிந்து மேல் தளத்திற்குச் செல்கிறது. தளத்திற்கு ஏறும்போதே வலதுபக்கத்தில் சர்வாதிக்கும் திருமுகம் பிள்ளைக்கும் கொத்துவாள் மேலாளருக்கும் அமருவதற்கு

நாற்காலிகள் போடப்பட்டிருந்தன. மூன்றுபேரும் சென்று அதில் உட்கார்ந்தார்கள்.

ஏணிப்படியின் வலதுபக்கமாக நர்த்தகிகள் வரிசையாக நிற்கிறார்கள். சூழ்ந்து நிற்கவில்லை. பயந்து ஒருவருக்கு ஒருவர் மறைந்தபடி நிற்கிறார்கள். முன்னால் நிற்பவரின் கூட்டத்தில் இருபத்தி ஐந்து வயதுடைய பெண்ணொருத்தியும் நின்று கொண்டிருந்தாள்.

மூன்றுபேர் சதிராட்ட உடையில் இருந்தார்கள். உடுத்துக்கெட்டும் முடிப்பொன்னும் பூவும் அரப்பட்டையும் மாலையும் அணிந்திருந்தனர்... மீதியுள்ளவர் குச்சுப்புடி நடனத்திற்கு உள்ளவர்கள்.

அவர்கள் கணுக்கால் மூடும் அளவிற்கு பாவாடையும் தாவணியும் துப்பட்டாவும் அணிந்திருந்தனர். இட்டிசங்கரனுக்கு ஆச்சரியம். அவர் திருமுகம்பிள்ளை உண்ணிக்கிடாவிடம் இரகசியமாகக் கேட்டார்.

'இவர்கள் அனைவரும் எப்போதும் இவ்வாறு ஆடை ஆபரணங்கள் அணிந்து தான் இருப்பார்களோ?'

'கச்சேரி முடிந்து இவர்களது நடனமும் இருந்ததே.. அதற்கு உடை உடுத்தி தயாராக இருந்ததாகலாம்... இன்றைய நாட்டியம் மாற்றி வைத்ததாக அறிவிப்பு கிடைக்காததால் வேஷங்கள் அழிக்காமல் இருக்கிறார்கள்.'

இட்டிசங்கரன் எழுந்து நர்த்தகிகளின் பக்கத்தில் சென்று ஒவ்வொருவரையும் உன்னிப்பாகப் பார்த்தார். காவல்காரன் நீட்டிப்பிடித்த தீப்பந்தத்தின் வெளிச்சத்தில் பெண்களின் முகத்தில் இருந்த பயம் தெளிவாகக் கண்டது. பின்னாடி நிற்பது மிகவும் அழகான பெண் அல்லவா.

இடி முழக்க சத்தத்தில் இட்டிசங்கரன் அழைத்தார்

'இராயசம்பிள்ளே....'

இரை தேடி காட்டில் குகைக்கு உள்ளே நுழைந்த சிங்கத்தைப்போன்று கொத்துவாள் மேலாளர் அலறினார். திவான்ஜி மாளிகையின் ஒவ்வொரு துகள்களும் அந்தச் சத்தத்தில் நடுங்கியதாகத் திருமுகம்பிள்ளை உண்ணிக்கிடாவிற்குத் தோன்றியது. நொடி நேரத்தில் இட்டிசங்கரனிடம் வந்த மாற்றம் சர்வாதிகாரி மார்த்தாண்டன்பிள்ளைக்குப் புன்னகை வந்தது.

குளத்தின் தண்ணீர் மேல்பரப்பிற்குச் செல்லும் மீன் கொத்தியின் வேகத்தில் இராயசம்பிள்ளை கொச்சும்மிணியை அழைத்துக் கொண்டு தளத்தில் வந்தார்.

இட்டிசங்கரன் கொச்சும்மிணியைக் கூர்மையான கண்களால் பார்த்தார்.

'நீ புறமேரியில் பார்த்த யக்ஷிக்கு இவர்களில் யாருடனாவது ஒற்றுமை உள்ளதா?'

கொச்சும்மிணிபெண் கிடு கிடு என நடுங்குகினாள்.

'பார்த்துச் சொல்லடீ..'

அந்தச் சொல்லில் பயந்த கொச்சும்மிணி வரிசையாக நிற்கும் ஆட்டக்காரிகள் ஒவ்வொருவரையாக நடந்து பார்த்தாள். கொச்சும்மிணியின் முகத்தில் ஏதாவது மாற்றம் வருகிறதா என்று உன்னிப்பாகப் பார்த்து நின்ற இட்டிசங்கரன் திரும்பவும் அலறினார்.

'யாரு?'

பயந்து நடுங்கியவாறு யாரும் இல்லை என்றாள் கொச்சும்மிணி.

பூமியில் திடீரென ஒரு வெடிப்பு உண்டானது. அதன் வெடிப்பு வழியாகத் தான் கட்டி உயர்த்திய மாளிகை கீழே போனதாக இட்டிசங்கரனுக்குத் தோன்றியது. ஏமாற்றத்துடன் காலைத் தூக்கித் தரையில் மிதித்து அவர் அலறினார்.

'ச்சட்...'

அந்த அலறலின் எதிரொலி போன்று திருமுகம்பிள்ளை உண்ணிக்கிடாவு, சர்வாதிகாரி ஆகியோரிலும் ஏமாற்றத்தின் வேறு இரண்டு அலறல்கள் ஒரே நேரம் உண்டானது.

இருவரும் நாற்காலியில் இருந்து குதித்து எழுந்தார்கள்.

மூன்று மேலாளன்களும் கைகளைப் பின்னால் கட்டி துக்கத்துடன் அறையின் நீளம் அளந்து அங்கேயும் இங்கேயும் நடப்பதைப் பார்த்த சந்திரமுத்துவிற்கும் மனதில் நடுக்கம் ஏற்பட்டது. பகவானே! நாளைக்குத் தம்புரானிடம் பதில் சொல்ல வேண்டுமே? என்ன செய்வேன்? கைக்கு எட்டியது வாய்க்கு எட்டவில்லை என்னும் ஏமாற்றம் சந்திரமுத்துவையும் பாதித்தது.

தளத்தில் மிகவும் அமைதி. நாட்டியக்காரிகள் மூச்சடக்கி நிற்கின்றனர்.... கொச்சும்மிணி மனதில் எல்லாக் கடவுளையும் எண்ணி வேண்டுதல் செய்தாள். பயத்தினால் யாருடைய மூச்சும் நேரே வெளியே வரவில்லை.

திடீரென்று ஒரு சத்தம்

சில்....சில்.....

யாரோ மேலேயிருந்து ஏணிப்படி வழியாக வருகிறார். வருகிறவர் காலில் சலங்கை அணிந்திருக்கிறார். அந்தச் சலங்கையின் சத்தம் தளத்தின் அமைதியைக் குலைத்தது. வலப்புறமும் இடப்புறமும் இரண்டு வழிகளாகப் பிரியும் இடத்தில் ஒரு மேல்தளம் உள்ளது. இப்போது சலங்கையின் சத்தம் அங்கே வந்தது. தளத்தில் பந்தம் இருந்ததால் படிக்கட்டுகளில் சிறிய வெளிச்சம் மட்டுமே இருந்தது.

ஒரு பெண் படிக்கட்டு இறங்கி வருகிறாள்.

ஒன்று, இரண்டு, மூன்று.....

சலங்கை கட்டிய பெண் படியிறங்கி வருகிறாள். தளத்திலிருந்த அனைவரும் அவரையே பார்த்து நின்றார்கள்.

தற்போது பந்தத்தின் வெளிச்சத்தில் அவள் வந்தாள்.

இட்டிசங்கரன் திடீரென்று அவர்களிடமிருந்து பார்வையை மாற்றி கொச்சும்மிணியின் முகத்திற்கு நேராகப் பார்த்தார்.

கொச்சும்மிணியின் முகத்தில் பயத்தின் அலைகள்...

கண்கள் வெளியே வந்தன.

வாய் பிளந்தது

ஒரு ஏக்கம்

'யக்ஷி'

கொச்சும்மிணி மயக்கமுற்று தரையில் விழுந்தாள்.

இட்டிசங்கரனின் உதட்டில் ஒரு சிறு புன்னகை மலர்ந்தது.

பெண் படிக்கட்டுகள் வழியாக இறங்கியிறங்கி வந்தாள்.... இனி இரண்டு படிக்கட்டு மட்டும் தான் உள்ளன தளத்திற்கு... அவர் அந்தப் படிக்கட்டில் நின்றாள்.

சதிராட்ட நர்த்தகியின் வேஷம். அற்புத நடனத்தின் பாவனைகள் மலரவேண்டிய முகத்தில் தற்போது உணர்ச்சியற்ற தன்மை. நாற்பது வயது இருக்கும்.

சர்வாதிகாரன் மார்த்தாண்டன்பிள்ளை மெதுவாகப் படிக்கட்டில் கீழே வந்தார். அங்கே நின்று கொண்டு அவர் அவளது முகத்தில் உற்றுப்பார்த்தார். தாழ்த்தியிருந்த தலையை உயர்த்தி நர்த்தகி சர்வாதிகாரியின் கண்களைப் பார்த்தார்.

சந்தேகத்தோடு சுண்டுவிரலை அவளது முகத்திற்கு நேராகக் காட்டி சர்வாதிகாரி கேட்டார்.

'பெரிய வேதபுரம் காவேரி...?'

உண்மை புரிந்து கொண்டதன் நடுக்கத்தில் சர்வாதிகாரி மார்த்தாண்டன் பிள்ளை குழப்பத்துடன் அங்குமிங்கும் நடந்தார். திடீரெனப் படிகட்டிற்குக் கீழே நின்று பெரிய வேதபுரம் காவேரியைப் பார்த்தார்....

'புறமேரி மாளிகைக்கு இந்த நேரத்தில் காவேரி எதற்காகப் போனாய்? அரங்கநாத தீட்சிதரைப் பார்க்கவா?'

'ஆமாம்...'

'எதற்கு?'

'கொலை செய்ய'

பதினாறு

அதிகாலை நேரம். பத்மநாபபுரம் விழித்திருந்தது. நாட்டின் அனைத்து வீடுகளிலும் பெண்கள் முற்றம் பெருக்கும் சத்தமும், குழந்தைகளின் அழுகையும் தாய்மார்களின் பேச்சு சத்தமும் கால்களை நீட்டி உட்கார்ந்து பாட்டிமார்கள் வெற்றிலைப் பாக்கு கல்லில் வைத்து இடிக்கும் சத்தமும் பால் குடித்துக் கொண்டிருந்த கன்று ஓடிப் போனதை உணர்ந்த தாய்ப்பசு தலையைத் தூக்கி அழும் குரலும் பசுக்கன்று ஓடும்போது ஏற்படும் குளம்பின் சத்தமும் பின்னாடி ஓடும் சிறு குழந்தைகளின் அழுகையும் அவர்களைத் திட்டுகின்ற தாய்மார்களின் சத்தமும் கொண்டு நிறைந்து காணப்பட்டது.

பனையோலைப் பெட்டியில் கருப்புகட்டி கொண்டு வந்து வீடுகள் தோறும் கூவி விற்பனை செய்பவர்களின் 'ஓய்' என்ற சத்தத்தில் தெருக்களும் கோயிலில் இருந்து மணி சத்தம் வருவதைக் கேட்டு பூஜை முடிவதற்கு முன் கோயிலுக்குச் சென்று கடவுளைத் தொழ ஆர்வமாக ஓடுகின்ற பட்டர்களின் தமிழும் மலையாளமும் சமஸ்கிருதமும் கலந்த மந்திரத்தால் கோயில் வளாகமும்.... அங்காங்கே கூட்டம்கூடி பேசும் பெண்களும் ஆண்களும் பாட்டுக்கச்சேரி நடக்காமல் போனதைக் கவலையுடன் கூறுவதும் இன்று நிகழ்ச்சிகள் நடைபெறக்கூடும் என நினைத்து நிம்மதியடைவதுமாய் இருந்தது. தீட்சிதருக்கு உடம்பு சரியில்லை என்று தான் வெளியே வரும் செய்தியானாலும் அவர்

இறந்துபோனார் என்று ஒரு அரண்மனை சேவகன் சொன்னதாக ஒரு தயிர் விற்கும் பெண் சொன்னதைக் கேட்டு மற்றவர்கள் ஆச்சரியப்பட்டார்கள். அந்தச் சேவகன் அவளது மாட்டுக் கொட்டகையின் பின்னாடி அடிக்கடி வருவதாகப் பால்காரர் குற்றம் சொல்லியுள்ளதை அவர்கள் நினைத்தார்கள். அதனால் தயிர் விற்பவள் சொன்னதை பொய் இல்லை உண்மை தான் என அவர்கள் எண்ணினார்கள்.

இருப்புபுரை மாளிகையில் இராஜா எழுந்தருளியிருப்பதால் அங்கே காரியங்கள் எல்லாம் துரிதமாக நடைபெறுகிறது. ஆனால் ஒரு ஈ கூடப் பறக்கவில்லை. கொசு சூழவில்லை. அவ்வளவு அமைதி. இயந்திரம் போன்று ஒவ்வொருவரும் அவரவர் வேலைகளில் மூழ்கி இருக்கிறார்கள்.

மாளிகையின் மேல்மாடியில், நீண்ட வராந்தாவின் ஓரத்தில் ஜன்னல் வழியாக வெளியே பார்த்துக் கொண்டு மகாராஜா ஆதிகேசவ குலசேகரப் பெருமாள் நின்றார். அரண்மனையின் தெற்குப் பக்கமுள்ள நிகழ்வு தான். தொலைவில் வானத்துடனே சேர்ந்து நிற்பது போன்று காட்சியளிக்கும் சிதறால் மலை.... மலைக்கோயில் என ஜனங்கள் அழைக்கும் ஜைனர்களின் சமணக் கோவில். சட்டன் வரகுணன் என்னும் ஆய் இராஜகுமாரன் விக்ரமாதித்ய வரகுணன் நிறுவிய பத்மினி தேவி அவ்விடத்தில் தவம் செய்து கொண்டு இருப்பார்களோ? மகாராஜாவின் மனதில் ஆய்குல அரசன் மற்றும் ஆய்குல மகாதேவி முருகன் சேந்தி ஆகியோர்களின் கதை ஓடியது.

அரண்மனைக்குப் பின்னால் விசாலமான இடம் உண்டு.

அதில் ஏராளம் புதர்ச் செடிகளும் பூச்செடிகளும். கொஞ்சம் தொலைவில் ஒரு ஹத்தனி மரம் மட்டும்.

அதில் ஏராளம் சிவப்புப் பூக்கள்.

இருப்புபுரை மாளிகைக்கு வந்து படிக்கட்டுகள் ஏறி மேலே வந்து பக்க வாசல் வழியாகப் பெரிய வராந்தாவிற்கு வந்து

சர்வாதிகாரன் மார்த்தாண்டன் பிள்ளையும் திருமுகம்பிள்ளை உண்ணிக்கிடாவும் கொத்துவாள் மேலாளர் இட்டிசங்கரனும் நின்றார்கள். அவர்களுடன் பெரியவேதபுரம் காவேரியும்.

அவளது முகத்தில் எந்த வேறுபாடும் தென்படவில்லை.

மற்றவர்களிடம் அங்கே நிற்க சைகை காட்டி விட்டு சர்வாதிகாரன் நீண்ட வராந்தா வழியாக நடந்து மகாராஜாவின் பின்னால் நின்று துண்டினை இடுப்பில் கட்டி வாயை கையால் பொத்தி வணங்கி நின்றான்.

அவன் வந்ததை அறிந்த பிறகும் மகாராஜா திரும்பிப் பார்க்கவில்லை.

'மகாராஜா நீடூழி வாழ்க'

ஒற்றை மரத்தையும் அதிலுள்ள சிவப்பு ப்பூக்களையும் பார்த்துக் கொண்டே திரும்பாமல் மகாராஜா கட்டளையிட்டார்

'சொல்லுங்கள்... சர்வாதிகாரி'

'அடியேன்... அரங்கநாத தீட்சிதர் கொலை செய்யப்பட்டது தான்.... ஆளைக் கண்டுபிடித்தோம்... ஒரு நர்த்தகி. பெரியவேதபுரம் காவேரி'

திரும்பாமல் இராஜா கட்டளையிட்டார்.

'அவளை உடனே இங்கே கொண்டு வாருங்கள்....'

இன்று சூரியன் மறைவதற்கு முன் அரங்கநாத தீட்சிதர் இறந்தது எப்படி என்று கண்டு பிடிக்க வேண்டும் என்பது தான் நேற்று மகாராஜாவின் கட்டளை. அதனை வேதவாக்காகவும் தெய்வ வாக்காகவும் வாக்குமாக கொண்டு தூக்கமின்றி விஷயத்தின் உண்மைத்தன்மையைக் கண்டுபிடித்திருந்தனர். மகாராஜா திரும்பிக்கூட பார்க்கவில்லை.... வாழ்த்துக்கள் நிறைந்த கண்களுடன் ஒரு பார்வை கூட பார்க்காமல்...... தன்னோடி ருந்தவர்ளைப் பார்த்து காவேரியை அழைத்துக் கொண்டு வருவதற்கு சைகையால் கட்டளையிட்டார்.

பெரியவேதபுரம் காவேரி தலை குனிந்தவாறு ஒவ்வொரு அடியும் நிதானமாக நடந்து மகாராஜாவின் பின்னால் வந்து நின்றாள். சலங்கை சத்தம் நின்றதும் மகாராஜா அவளைத் திரும்பிப் பார்த்தார்.

காவேரி தலைகுனிந்து தான் நின்றாள்...

'லாஸ்யவிலாசினி நாட்டிய மங்கை பெரியவேதபுரம் காவேரி....'

தாளத்துடன் சொல்லி புறங்கையால் சைகை காட்டி சர்வாதிகாரியக்காருடன் போகும்படி கட்டிளையிட்டார்.

வாயைக் கையால் பொத்திக்கொண்டு சர்வாதி போனார்.

பின்னால் திருமுகம்பிள்ளையும் கொத்துவாள்மேலாளரும்.

மூன்றுபேர்களும் அமைதியாக இருப்புப்புரை மாளிகையின் மேல்மாடியில் இருந்து கீழே வந்தார்கள். அவர்கள் மிகவும் கவலையுற்றிருந்தனர். நேற்று மாலையில் அரங்கநாத தீட்சிதர் கொலை செய்யப்பட்டதன் பின்னால் யார் என்ற இரகசியம் இரவு விடிவதற்குள் கண்டுபிடித்து மகாராஜாவிடம் சொன்னபின்பும் அவருக்கு மகிழ்ச்சி இல்லாதது ஏன்?

ஒரு வாழ்த்துக்கலந்த பார்வை போலும் பார்க்கவில்லையே? சேவைக்காரர்கள் விஷயங்கள் சரியாகச் செய்து முடிக்கும்போது நாட்டை ஆளும் மகாராஜா இவையெல்லாம் அறிந்து செய்ய வேண்டியவர் அல்லவா? மகாராஜனின் முகத்தில் ஒரு சிறு சந்தோஷம் போதுமே எங்களது மனது சந்தோஷமடைய.... தூக்கம் பரவாயில்லை. நேற்று மாலையிலிருந்து குடிக்க ஒரு துளி தண்ணீர் கூட இல்லாமல் அல்லவா இந்தத் திருமுகம்பிள்ளை உண்ணிக்கிடாவு காரியங்கள் எல்லாம் ஒரு நிலைக்குக் கொண்டுவரப் பாடுபட்டார்?

சர்வாதிகாரன் மார்த்தாண்டபிள்ளை, தனது நிழல்போல ஒன்றும் பேசாமல் நடந்து வரும் திருமுகம்பிள்ளை உண்ணிக் கிடாவைத் திரும்பிப் பார்த்தார்.

'திருமுகம்பிள்ளே... நேற்று கொஞ்சமும் தூங்க வில்லையே... ஆனாலும் படுக்க நான் சொல்லமாட்டேன்... அதற்கு இன்னும் நேரம் ஆகும். ஆனாலும் குளித்து விட்டு ஏதாவது சாப்பிடுங்கள். சாப்பிட்டால் தானே தலைக்கு உள்ளேயும் உடம்பிலும் உயிரு வரும்.

சர்வாதிக்குத் தோன்றிய இந்த அக்கரையில் அவரது அன்பும் பாசமும் தனது செயல்களுக்கு அவர் கொடுத்த மதிப்பும் வாழ்த்துக்களும் நிறைந்து நிற்பதாகத் திருமுகம்பிள்ளை உண்ணிக்கிடாவிற்குத் தோன்றியது.

தனது மேலாளரின் இந்த பேச்சில் அவரது மனம் குளிர்ந்தது. அந்தக் குளிரில் பசியும் தாகமும் தூக்கமுமின்றி கஷ்டப்பட்டதன் சோர்வும் எல்லாம் காணாமல் போனது. ஆனால் அவரது முகத்தில் ஏதோ ஒரு சோர்வு இருந்தது. மகாராஜா அவருடன் என்ன சொன்னார்? காவேரியை மகாராஜா தனிமையில் எதற்காகக் கேள்வி கேட்கிறார்? அவள் பெரிய நாட்டியக்காரி ஆனதினாலோ? சர்வாதிகாரியைக் கூட நிறுத்தியிருக்கலாம். பாடுபட்டவர்களைக் கறிவேப்பிலை போன்று எடுத்து எறிவது சரியா? கஷ்டப்பட்டவனின் மனம் கலங்கினால் கடவுள் ஆனாலும் தீங்கு வரும். அதனை அறியாதவர் இல்லையே மகாராஜா பொன்னுதம்புரான்.

சரிதான்... சரிதான்....நாட்டிற்கு அவமானம் தான் அரங்கநாததீட்சிதரின் கொலை. ஆனால் இந்தக் கொடுமையான கொலை செய்த கொலையாளியைக் கண் மூடி திறப்பதற்குள் கண்டு பிடிக்கவில்லையா? அது கொத்துவாள் மேலாளரான இட்டிசங்கரனின் திறமை தான்.

எவ்வளவு சிறப்பாக அவர் அதைக் கண்டுபிடித்தார். நாளைக்கு இராஜியத்தின் சேனாதிபதி ஆவதற்குக் கூட யோக்கியதை இட்டிசங்கரனுக்கு உண்டு. ஆனால் அது மகாராஜா உணர வேண்டாமா? அறிய வேண்டியவர் அறிந்தால் தானே செய்த

வேலைக்கு அர்த்தம் உண்டாகும்.... செய்தவனுக்கு வாழ்த்துகளும். செடியில் நிற்கும்போதோ பூக்கூடையில் இருக்கும்போதோ கட்டின மாலையில் இருக்கும்போதோ ஒரு பூவுக்குச் சிறப்பு ஏற்படாதே... தேவனின் கழுத்தில் இருக்கும்போது தானே அதற்குச் சிறப்பு.

மகாராஜாவைப் பார்த்தபின் சர்வாதிகாரியின் மனதில் அவ்வளவு சந்தோஷம் இல்லையே என இட்டிசங்கரன் உணர்ந்தார். கண்களால் மற்றவர்கள் மனதை அறிவதில் தானே உயர்வு இருக்கிறது. குற்றங்கள் மற்றும் குற்றவாளிகளின் இடையில் தானே வாழ்க்கை. எத்தனை பேரைப் பார்த்திருக்கிறேன்! ஒரு தவறு செய்தால் அவனது பார்வையும் நிற்கின்ற நிலையும் பார்த்தாலே தெரியும். எனது எண்ணம் இதுவரையிலும் பிழைக்கவும் இல்லை. மகாராஜா பெரியவேதபுரம் காவேரியைத் தனியாக விசாரிப்பதன் காரணம் சர்வாதிகாரிக்கும் திருமுகம்பிள்ளைக்கும் புரியவில்லை என்றாலும் எனக்கு நன்றாகத் தெரியும்.

ஒரே இரவில் நான் கண்டுபிடித்த கொலைக்குற்றம் வீணாகப் போகிறது.

அதன் காரணமும் எனக்குத் தெரியும்.

அரங்கநாததீட்சிதரின் மரணம் சொந்த நாட்டில் வைத்து நடைபெற்றது என்பது இராஜாவிற்குக் கேவலமான காரியம்.

அது ஒரு கொலை என்றால் அவருக்குத்தான் அதன் அவமானம்.

இராஜாவிற்கு அவமானம் என்றால் அது நாட்டிற்கே அவமானம்.

தீட்சிதருக்கு உடல்நிலை சரியில்லை என்று சொல்லி வைத்திருப்பது அவரது இறப்பில் கொண்டுபோய் விட்டது என்று சொல்வதற்காக இருக்கலாம். மகாராஜாவின் உள்ளம்.

மரணம் யாருக்கும் எப்போதும் நடக்கலாம்?

ஆயுட்காலம் அவ்வளவு தான் என்று மக்கள் சொல்லுவார்கள்.

தீட்சிதரின் மரணம் நோயினால் ஏற்பட்டது தான் என்று மக்கள் அறிவது தான் மகாராஜாவின் விருப்பம்.

அதனால் இந்த கொலையைச் செய்தவள் பெரியவேதபுரம் காவேரி தான் என்று உண்மை வெளியானாலும், அவளை ஜெயிலில் போடவோ தூக்கிலிடவோ ஒன்றும் செய்யமாட்டார். அந்த இரகசியம் கஷ்டப்பட்டு கண்டுபிடித்த எங்களிலும் அதைக் கேள்விப்பட்ட தம்புரான் மகாராஜாவின் மனதிலும் பத்திரமாக இருக்கும்.

காவேரி திரும்பிப் போவாள்.... ஒரு சின்ன கீறல் கூட ஏற்படாமல்...

அரங்குகளில் அவளது சலங்கை ஒலி இன்றும் சலசல சத்தம் உயர்த்தும்.

கண்களிலும் நெற்றியிலும் நவரசங்கள் தோன்றி விரியும்.

அவளது குற்றம் கண்டுபிடித்த இந்த இட்டிசங்கரன் திரும்பவும் வந்ததும் வருவதுமான மற்ற குற்றங்களுக்கு மேலே கோழியைப்போன்று அடையிருப்பார்.

இராஜ்ய தந்திரங்கள் இதுதான் என்று இட்டிசங்கரன் புரிந்து கொண்டார்.

இருப்புப்புரை மாளிகையில் மேல் தளத்து மொட்டை மாடியில் சிவப்பு பூக்கள் நிறைந்த ஒற்றை மரத்தைப் பார்த்து நிற்கும் ஆதிகேசவ குலசேகரப்பெருமாள் மகாராஜனின் வலதுபக்கத்தில் அவரது காவற்காரன் ஈட்டிக்காரன் சாத்துக்குட்டி நிற்கிறார்.

மொட்டைமாடியின் தரையை பார்த்தபடி எந்த வேறுபாடும் இன்றி மகாராஜனின் பின்னாடி நிற்கிறாள் கொலையாளி பெரியவேதபுரம் காவேரி.

மெல்லிய காற்றில் சேர்ந்து வரும் சிவப்புப் பூக்களின் வாசனையை உள்ளே இழுத்தவாறு மகாராஜா கூறினார்.

'பரதம்....தோற்றம், இராகம், தாளம் ..... ஸ்வரஜதிகளின் இயக்கத்தின் மூலம் இசையின் அமானுஷ்ய எல்லைகளை அனுபவிக்க சரஸ்வதியின் பெருங்கடலை நீந்திய சிறந்த இசைக்கலைஞர் அரங்கநாத தீட்சிதர்... இயற்கையின் மாற்றங்கள் போன்று க்ஷணத்தில் மாறும் மனதின் அனைத்து தோற்றத்தையும் மிகவும் அழகாக வனைந்து எடுத்த நர்த்தகி.... பெரியவேதபுரம் காவேரி... எதற்காக ஏன்? இவ்வாறு செய்தாய் காவேரி....?'

உதயசூரியனின் கதிர்கள் மொட்டைமாடியின் மேல் படர்ந்தபோது மனதில் சலங்கையின் மந்திரமாக வந்த சத்தத்தில் உணர்ச்சிகளின் தாளம்.

'மகாராஜா....! நீடுழி வாழ்க.... இயற்கையின் ஒவ்வொரு பிறப்பும் இறப்பும் கடவுளின் விருப்பம்... அதில் காலத்தின் கணக்கும் உண்டு.... கணக்குத் தீர்ப்புகளும் உண்டு... நீங்க சரியாகக் கேட்டீர். எப்படி என்றல்ல, எதற்கு என்பது. யார் என்றல்ல, யாரை என்று.....?'

இப்போது மகாராஜா காவேரிக்கு நேராகத் திரும்பினார். அவளது முகத்தைப் பார்த்தார். அவள் இரு கைகளையும் கூப்பி வணங்கி நின்றாள்.

பதினேழு

காலத்தின் ஓட்டமும் காவேரியும் ஒன்றே.

நதிக்கரையில் இருக்கும் கிராமத்து வாழ்க்கையைப் பார்க்கும்போது, அந்த நதியிலிருந்து காலத்தால் அழியாத சூரியன் உதிக்கிறான்.

விழுவதும் ஆற்றில் தான்.

பாடுவதும் ஆறு தான். கேட்கிறதும் ஆறு தான்

அது பழைய பூக்குடி கிராமம். 225 வருடங்கள் பழக்கமுள்ள பூக்குடி. காலப்போக்கில் பூமியில் உள்ள இடங்கள் எல்லாம் அழுக்காகவும் அசிங்கமாகவும் மாறினது என்பது தான் உண்மை.

கலகலவென ஒழுகும் காவேரியில் அங்காங்கே மணல் திட்டுகள்... சின்ன அலைகளில் ஏற்படும் நுரைகளில் அவற்றைத் தழுவிச் சுற்றி காவேரி ஓடுகிறது. படகுகளால் சூழப்பெற்ற காவேரியின் கரையில் ஏராளமான பூக்கள் மற்றும் பழங்கள் உள்ள மரங்கள் உள்ளன. வண்ணத்துப்பூச்சிகள், வண்டுகள், பறவைகள் மற்றும் கால்நடைகள் ஆகியவை பூக்கள், செடிகள், மரங்களுக்கிடையே பாடியும் பறந்தும் சுதந்திரமாகச் சுற்றித்திரிகின்றன.

சூரியன் அடிவானத்திற்கு வெளியே பார்க்கத் தொடங்கி விட்டது. சிவப்புக் கதிர்கள் அன்றைய பூக்குடியின் காவேரியைச் சிவப்பு வண்ணம் பூசி அழகாக மாற்றியது.

சூரியனின் விரல்கள் வருடியதால் நதி நாணத்தால் ஓடுகிறதா?

காவேரியில் நாணத்திற்குத் துணையாகக் கரையில் பாடல் முழங்கியது. நதிக்கரையின் வெள்ளை மணல்திட்டில் ஒற்றை துண்டு மட்டும் உடுத்திக்கொண்டு உட்கார்ந்து கொஞ்சம் சிறுவர்கள் இராகவிஸ்தாரம் நடத்துகிறார்கள். மணல்திட்டுக்கு அப்பாலாக நதியில் போகும் படகில் ஒரு படகோட்டி. நீண்ட மூங்கில் குச்சியாலான துடுப்பால் படகு நகர்கிறது. அவரும் பாடுகிறார். அந்தப் பாடல் அவனது வேலைநேரங்களில் மகிழ்ச்சி. அதன் இராகம் அவனது வேலையின் இராகம். கரையில் சிறுவர்கள் பாடும் இராகத்திற்கும் படகோட்டியின் பாட்டிற்கும் என்னவொரு அழகு....!

படகோட்டியின் பாடலில் மதிமறந்தது போல் ஒரு தலை நதிநீரிலிருந்து எழுந்து வருகிறது.

அறுபது வயது தோன்றும் ஒரு முதியவர். படகோட்டியின் நாட்டுப்புறப்பாடலைப் பார்த்து புன்னகைக்கிறார். சிறுவர்களின்

பாடலில் தொடர்ச்சியாக அவர் அந்தப் பாடலின் சரணத்தைப் பாடுகிறார். ஸ்வரம் விவரிக்கிறார். எவ்வளவு அழகான பாடல் இந்த முதுமைக் காலத்திலும்... ஒரு முடிபோலும் இல்லாத தலையைக் கைகளால் தடவிக்கொண்டு அவர் நீங்கிக்கொண்டிருக்கும் படகோட்டியைப் பார்த்தார். சரணத்தின் தொடர்ச்சியாகத் தனது நாட்டுப்புறப்பாடலின் மீதி சத்தமாகப் பாடிக்கொண்டு அவர் படகை ஓட்டிச்சென்றார்.

நதியிலிருந்து ஒற்றைத் துண்டு மட்டும் உடுத்திய முதியவர் கரைக்கு ஏறினார். பாடிப்படிக்கும் சிறுவர்களைப் பாசமாகப் பார்த்தார். அவர்களுடன் அங்கிருந்து செல்லும்படியாகச் சைகை காட்டினார். பாடல் நிறுத்தி கச்சாபிச்சா சத்தம்போட்டுக் கொண்டு அவர்கள் அங்கிருந்து ஓடிப்போனார்கள்.

முதியவர் நதிக்கரையில் வைத்திருந்த கிழிந்த வேஷ்டி உடுத்தார். வேட்டியும் துண்டும் சிதிலமடைந்து வருவது வறுமை நிறைந்த வாழ்க்கையின் நேரடிச் சான்று. உதித்து வரும் சூரியனைப் பார்த்து கைகள் கூப்பி கண்களை மூடி முதியவர் ஜெபித்தார்.

காவேரியில் ஓடுவது காலம் மட்டுமல்ல. வாழ்க்கையும் ஓடி வருவதுண்டு. அலைகளிலும் சிறு அலைகளிலும் அலைந்து திரிந்து வருகின்ற பலவும் நதிக்கரையில் உள்ளவர்களுக்கு அன்றன்றுள்ள உணவும் கொடுத்திருந்தது. ஒருவேளை காவேரி கடந்து செல்லும் காடுகளிலிருந்து வீழும் மரங்களோ அல்லது கரையில் வேரூன்றி நிற்கும் மரங்கள் செடிகள் கொடிகள் ஆகியவற்றில் இருந்து விழும் கனிகள் ஆகவும் இருக்கலாம்.

காவேரியின் நுரையை முத்தமிட்டு வளைந்து நெளிந்து குதித்தோடும் வாளைமீன்கள் பாளைக் கூடைகளில் நீந்தி ஏறியது அங்கு வருபவர்களின் உணவிற்காகத் தான்.

வலைகள் இழுத்துப் பார்க்கும்போது ஏமாற்றத்தோடு பார்க்கும் பிணங்களும் காவேரியில் மிதந்து போனதுண்டு.

முதியவர்களின், கர்ப்பிணிகளின், கன்னிப்பெண்களின், ஏமாற்றமடைந்தவர்களின், வெட்டுபட்டவர்களின், அப்படியப்படி.... உடல்கள் அப்படியே செல்வதுண்டு.

முதியவர் ஜெபத்தில் மூழ்கியிருக்கிறார். வாழ்க்கையில் தோற்பவர்களுக்கும் தோற்றுக் கொண்டு இருப்பவர்களுக்கும் ஆதரவாக இருப்பது ஜெபம் மட்டும் தான். அப்போது கஷ்டங்களிலிருந்து மனம் மீண்டும் வருகிறது.

முதியவர் பாடகர் தான். பாகவதர். சல்லிக்காசு கூட காணிக்கை கொடுக்க முடியாத சிறுவர்களை அவர்களது வாசனை உணர்ந்து பாடல் கற்பிக்கும் பரமபாகவதர்.. கபில பாகவதர்.....

கலை கபிலருக்கு நேரப் போக்கிற்காக இல்லை. வயிற்றுப்பசிக்காகவும் இல்லை. மேலே வானமும் கீழே பூமியுமாக ஒற்றை உடம்பும் மூன்று சாண் வயிறுமாக நடக்கும் கபிலரின் ஜீவனும் ஜீவிதமும் சுவாசமும் அசைவும் தூக்கவும் இசை தான். அரண்மனைகளிலும் அரசர்களின் முன்னிலையிலும் இல்லை. தெருக்களிலும் தெருக்களின் மக்கள் வாழும் இடங்களையும் இசை நிரப்ப வேண்டும் என்று நம்பி, அதற்காக ஒரு தவம் போல அனைத்தையும் துறந்தவர் தான் முதியவர்.... ஓடையின் அலைகளிலும் அசையும் இலைகளைத் தொடும் காற்றிலும் கன்றுகளின் குளம்புகளின் சத்தத்திலும் வண்ணத்துப்பூச்சிகளின் இறக்கைகளின் சத்தத்திலும் இயற்கையின் ஒவ்வொரு கணுவிலும் இசையைத் தேடுகின்ற, அந்த இசையை மனதில் அறியும் இசையின் முனிவர்.

விடியற்காலையில் பூக்குடியை முத்தமிட்டு ஓடும் காவேரியில் ஏதோ ஒன்று ஒழுகி வருகிறது. பிரம்புக் கம்புகளால் குறுக்காகவும், நெடுக்காகவும் பின்னி முடையப்பட்டிருந்த ஓர் கூடை அது.

அனைத்திற்கும் சாட்சியான கடவுளே... சூரியனின் வெளிச்சம் பரவி உயிரையும் இயக்கத்தையும் படைத்து பின்பு

கொஞ்சநேரம் இருள் வரவைத்து தூக்கம் கொடுத்து இயற்கையை இயற்கையாக்கும் கடவுளே..... வெளிச்சமும் இருளும் பூமியின் மேல் மட்டுமின்றி பூமியின் மனிதர்களின் மனதிலும் தோன்றச்செய்பவரே....ஹே! சூரியன் உம்மை நினைக்கும்போது ஆயிரம் இசை நாளங்களின் கதிர்கள் அடியேனின் மனதில் ஊடுருவிச் செல்கின்றன. அது சூரியசங்கீதத்தின் ஸ்வரங்கள் தான்..... பிறந்து வீழும் ஒவ்வொரு குழந்தையின் அழுகையில் தோன்றும் மனதைக் குளிர வைக்கும் இசை தான் சூரியனின் இளங்கதிர்கள் கொடுத்துக் கொண்டிருக்கிறது.

மனம் நிறைந்து ஜெபித்தபோது மனதில் எங்கேயோ ஒரு குழந்தையின் அழுகைக் குரல் கேட்கிறது. இசையில் ஒரு குழந்தையான தனது மனதின் அழுகையாக இருக்கலாம். கபில பாகவதர் கண்களை மூடியவாறே உதித்துவரும் சூரியனின் சிவப்பு முகத்தைத் தன் மனதிற்குள் வாங்கினார். திரும்பவும் குழந்தை அழுகிறதே. இன்று ஏன் எனது மனதில் இவ்வாறு ஒரு குழந்தையின் அழுகை சத்தம்? நிறுத்தாமல் உள்ள அழுகை?

கபிலபாகவதர் கண்களைத் திறந்து சுற்றிலும் பார்த்தார். யாருமில்லையே. திரும்பவும் உயர்ந்தது குழந்தையின் அழுகையின் இசை. அது காவேரியில் இருந்து தான் வருகிறது. நதியில் ஏதோ ஒன்று ஒழுகி வருகிறது. சூரிய பகவானே.... அது ஒரு கூடையல்லவா. அந்தக் கூடையில் இருந்து தான் குழந்தையின் அழுகை கேட்கிறது.

கபிலர் நதியில் இறங்கினார். ஒழுகி வந்த கூடையைப் பிடித்து கரையில் எடுத்தார். கூடையில் ஒரு மூடி இருந்தது. மூடியை மாற்றினார். ஒரு கைக்குழந்தை. பிறந்து ரொம்ப நேரம் ஆகவில்லை. அறுத்து மாற்றிய தொப்புளில் இருந்து வடிந்த இரத்தக்கறை காயவில்லை. குழந்தையைப் பட்டில் போர்த்தி கூடையில் கிடத்தியிருந்தனர். கபில பாகவதர் குழந்தையின் முகத்தைப் பார்த்தார். ஒரு நிமிஷம் அமைதியாக இருந்தபின் திரும்பவும் குழந்தை அழத் தொடங்கியது.

கூடையிலிருந்து எடுத்து கபிலர் குழந்தையை மார்போடு அணைத்தார். சூடு கிடைத்ததால் குழந்தை அழுகை நிறுத்தியது. பின் கபிலரின் மார்போடு சேர்ந்து தூங்கியது.

கபிலர் சுற்றிலும் பார்த்தார். குழந்தை யாருடையது? யாரையும் காணவில்லையே.... காலையில் கன்றுகளைக் குளிப்பாட்டுவதற்குக்கூட யாரும் வரவில்லையே... சிறுவர்களும் சென்று விட்டார்களே..

பாகவதர் தனது மார்பில் இருக்கும் குழந்தையைத் திரும்பத் திரும்பப் பார்த்தார். பிறந்து விழுந்த அந்த நிமிஷமே பிறப்பு கொடுத்தவர்கள் கைவிட்ட அதிர்ஷ்டமில்லாத குழந்தை. அது தற்போது தூங்குகிறது. சேர்ந்திருப்பது தன் வாழ்க்கைக்காகத் தான் என்ற எண்ணம் குழந்தைக்கு உண்டோ?

இப்போது காவேரிக்கு மேலே சிரித்து நிற்கும் சாட்சியான சூரியனைக் கபிலர் பார்த்தார்.

தனது மார்புடன் குழந்தையைச் சேர்த்துப்பிடித்து, இராகம் இசைக்க மறந்த கபிலர் காவேரியின் கரையில் இருந்து மெதுவாக நடக்கத் தொடங்கினார்.

பதினெட்டு

காவேரிக் கரையிலிருந்து சற்று தொலைவில் ஒரு இடம். செடிகள் மற்றும் அவற்றின் பூக்கள் மற்றும் மரங்கள் நிறைந்த ஒரு சிறிய வளாகத்திற்குள் ஒரு மண் குடிசை இருந்தது. குடிசைக்கு முன்னால் நீண்ட முற்றம். முற்றத்திற்கு அருகில் தெற்றிப்பூவும் தும்பைப்பூவும். குடிசையானாலும் புல் வேய்ந்ததானாலும் சுத்தமான சூழல். மரத்தில் அமர்ந்திருக்கும் குயில்களும் பிற பறவைகளும் இனிமையாகப் பாடுகின்றன. கிளிகளின் அந்தப் பாட்டுக்கு நேராகக் கபில பாகவதர் குழந்தையை மார்போடு சேர்த்துச் சென்றார். அது அவருடைய இசைக்கூடம். அந்த நீண்ட

முற்றத்தில் புற்பாயைப் போட்டு அதில் அமர்ந்து தான் கபிலபாகவதர் தனது சீடர்களுக்கு இசை கற்பிக்கிறார். கொன்றை மரங்கள் அரணாக வளர்ந்து நிற்கும் வளாகத்திற்குள் பாதை வழியாக கபிலபாகவதர் மெதுவாக நடந்து ஏறினார்.

'வாத்தியாரே.... இந்தக் குழந்தை யாருடையது?'

வழியில் நடந்து போன ஆயக்குலப்பெண் கேட்டாள். கபிலபாகவதர் திரும்பிப் பார்த்தார். தனது மார்பில் கிடக்கும் குழந்தையைப் பார்த்து அவள் மிகவும் சந்தோஷமாகக் கேட்கிறாள். என்ன சொல்வேன்?

'யாருடையது என்று தெரியவில்லை அம்மா....'

பெண் ஒரு நிமிஷம் அமைதியானாளோ? அவளுக்கு விஷயம் புரிந்திருக்கும். ஒருவேளை, கைவிடப்பட்ட வாழ்க்கையையும் விரட்டியடிக்கப்பட்ட வாழ்க்கையையும் அவள் அவளது சிறிய வாழ்க்கையில் பார்த்திருப்பாள். இல்லையென்றால் அவற்றைக் குறித்து கேள்விப்பட்டிருப்பாள்....

'வாத்தியாரே.... ஆணா பெண்ணா?'

கபிலர் புன்னகையுடன் குழந்தையின் முகத்தைப் பார்த்தார்..... தூக்கமா? இல்லை விழித்தது.

ஆனாலும் அழவில்லை. சிறு கண்களால் அவரைப் பார்க்கிறது. குழந்தையின் உதட்டில் ஒரு சிறு புன்னகை தோன்றச் சிரித்தது.

'கடவுள் தந்ததம்மா...... காவேரி தந்தது.... தேவி....'

பூக்களின் நடுவாகப் புற்கள் வேயப்பட்ட குடிசையினுள் கபிலபாகவதர் நடந்து செல்வதை அந்த ஆய் மகள் பார்த்து நின்றாள். தனது தலையில் இருந்த பெரிய கூடையைக் கீழே இறக்கி வைத்து விட்டு பெரிய பால் குடத்தில் இருந்து ஒரு சிறிய குடத்தில் சிறிதளவு பால் எடுத்து அவளும் பாகவதருக்குப் பின்னாக அந்தக் குடிசைக்குள் சென்றாள்.

மக்கள் மனதிலும் இயற்கையின் வெளியிடங்களிலும் சமூகத்தின் அனைத்து ஜீவிதங்களிலும் இசை நிரப்பிய பாகவதர் கடவுள் கொடுத்த அந்த மகளைப் பூவைப் போன்று பொன் போன்று வளர்த்தார்.

இவளை என்ன பெயரிட்டு அழைக்கப் போகிறீர்கள்?'

'வாத்தியாரே.... குழந்தைக்கு என்ன பேரு வைக்கப் போறீங்க?'

மண்குடிசையின் சாணம் பூசின தரையில் போடப்பட்ட புற்பாயில் முதல்முதலாக தவழ்ந்து தவழ்ந்து கால்கள் ஆட்டிப் பார்த்து நின்றவர்களுக்குப் பற்கள் இல்லாத வாயைக் காட்டி பால்புன்னகை சிந்திய குழந்தைக்கு என்ன பெயர் போடுவது என்பது தான் கபில பாகவதர் சின்ன சீஷர்கள் மற்றும் கூடிநின்றவர்களின் ஆர்வமாக இருந்தது. சிறுவர்கள் அவர்களுக்கு அழகென்று தோன்றிய பெயர்கள் ஒவ்வொன்றாகச் சொல்லத் தொடங்கினார்கள். பெண்கள் பலபூக்களின் பெயர்கள் மனதில் நினைத்தார்கள்.

இந்த குடிசையிலும் தனது வாழ்க்கையிலும் சந்தோஷத்தின் வெளிச்சம் தந்த மகளுக்கு என்ன பெயர் போட வேண்டும் என்பதைக் கபிலரும் யோசித்தார். புன்னகையால் அவர் ஒரு இராகம் இசைக்கத் தொடங்கினார். நாட்டுப்புறங்களின் விவசாயிகள் மற்றும் அவர்களின் பெண்களின் வாயிலிருந்து கேட்ட பாடல்களின் அழகான தாளமும் பூமியின் மணமும் அந்த இராகத்தில் இருந்தது.

பாடலாம்.... பாடலாம்.... சிந்துகள் பாடலாம்....

தடையில்லாம ஒழுகும் காவேரியோட

சிந்துகள் பாடலாம்....

'காவேரி.... இவள்... காவேரி....'

நதியாக ஒழுகிய சுவரமுனியின் மகள் எனக்குத் தந்த

பொன்னுமகள்... அவளைக் காவேரி என்றல்லாமல் வேறு என்ன பெயர் அழைக்க?'

சிறுவர்கள் சத்தமிட்டனர்...

'காவேரி...'

புற்பாயில் கிடந்து காவேரி கால்கள் நீட்டி திரும்பவும் சிரித்தாள்.

காவேரி இராகதாளங்கள் கேட்டு வளர்ந்தாள். எத்தனை இராகங்களில் தாலாட்டுப் பாடல் கேட்டு அவள் தூங்கினாள். எத்தனையோ கீர்த்தனங்கள் கேட்டு அவள் விழித்தாள். அந்தத் தாளம் அவளது நடத்தையிலும் உள்ளதே எனக் கபில பாகவதருக்கு தோன்றியது. கலை இவளது இரத்தத்திலும் உள்ளது என அவர் ஆர்வத்துடன் புரிந்து கொண்டார். அது அவ்வாறு இல்லையென்றால் தான் அற்புதம். பிறந்தவுடன் காவேரியின் அலைகளில். நதியின் ஒழுக்கில் தாளத்தில் ஆடியாடி ஒழுகி வந்தவள் அல்லவா? அவளது சின்ன மனதிலும் காணும் காவேரி நதியின் சங்கீதமும் தாளமும்...

காவேரி இசையில் மூழ்கி ஓடிக்கொண்டிருந்தது.

மரக்கிளையில் வந்து இருந்த அணில் பிள்ளையை அழைக்கும்போதும், பூக்களில் வந்திருந்து மது அருந்தவே அடிச்சுவடின் சத்தம் கேட்டு பறந்து போகும் வண்ணத்துப்பூச்சிகள் பின்னால் மெல்ல மெல்ல போகும்போதும், பசுக்கன்றின் பின்னால் ஓடும்போதும் காவேரியின் அசைவுக்கு நடன அழகு உள்ளது எனக் கபிலபாகவதர் உணர்ந்தார். அவளது காரியங்களில் ஒரு தீர்வு காண வேண்டும். எழுபதோடு வந்த முதியவனாக நான். காவேரிக்கு தற்போது ஒன்பது வயதாகிறது. வாழ்க்கை மிகவும் கவலையானது. அன்றன்றுள்ள பாட்டிற்கே மிகவும் கஷ்டம்.

வாட்டிவதைக்கும் வறுமை. நான் இனி எத்தனை நாள்....? அவளது திறமைகள் உணர்ந்த பின்னும் என்னால் அவளை நல்லபடியாகக் கற்பிக்க முடியவில்லையே..

இப்போது மூச்சு இழுக்கக்கூட சிரமப்படும் விதம் அவ்வப்போது ஒரு விக்கலும் வருவதுண்டு. ஒவ்வொரு இரவிலும் தூங்கப்போகும்போது அடுத்த விடியல் பார்ப்பேனோ என்ற கவலை. மரணம் தனது குடிசையைச் சுற்றிப்பற்றி தான் இருக்கிறது என்பது தான் கபிலபாகவதரின் எண்ணம். நான் போனபின் காவேரிக்கு யாருண்டு? குடிசையும் இனியொரு பெரிய மழை வந்தால் விழுந்து போகக்கூடும் என்ற நிலைமை. தற்போது இங்கு கற்க வரும் குழந்தைகளும் இல்லை. தெருக்களில் எங்காவது சென்று பாடும்போது அங்கிருந்தும் இங்கிருந்தும் கொஞ்சம் பேர்கள் வருவார்கள். அவர்கள் ஏதாவது தருவதை வைத்து ஒரு நேரமாவது ஏதாவது சாப்பிட்டு நாட்கள் கழித்து விடுகிறேன். ஒருவித பைத்தியக்காரத்தனம். இனியும் இது தொடர்ந்தால் எனது மகள் மிகவும் கஷ்டப்படுவாள். அவளை அவளது திறமை உணர்ந்து அதை வளர்க்கப்போதுமான கரங்களில் சேர்க்க வேண்டியது எனது கடமை. கபிலபாகவதர் எண்ணினார்.

அப்பா எந்த நேரமும் என்ன சிந்தனை பண்ணிக் கொண்டிருக்கிறார் என்பது குறித்து காவேரிக்குத் தெரியாது. அப்பாவின் நிலைமையும் குடிசையின் நிலைமையும் சின்ன காவேரிக்கு நல்லபடியாகத் தெரியும். எதற்கும் அப்பாவை அவள் கஷ்டப்படுத்தவில்லை. பிடிவாதம் பிடித்து அழவில்லை. எந்த ஆசாபாசமும் இன்றி வளர்ந்தாள் காவேரி. அப்பா இப்போது உடம்பு சரியில்லாமல் இருக்கிறார். இரவு நேரங்களில் விக்கல் கூடுகிறது. எழுந்திருந்து மூச்சு விடுவதற்கு கஷ்டப்படும் அப்பாவின் மார்பினைத் தடவிக் கொடுப்பது காவேரி தான். அவளது கைகளை அன்பாகக் கண்களில் சேர்த்து வைத்து மெதுவாகக் கபிலர் தூங்குவார். நடப்பதற்கும் சிரமப்படுகிறார். பத்தடி நடந்தாலே மூச்சு வாங்குவார். பின்பு மூச்சு வாங்கித் தான் நடக்கணும்.

ஒரு நாள் காலை ஏதோ தீர்மானம் செய்தபடி கபில பாகவதர் மகளை அழைத்தார்.

'காவேரி.....'

அவள் ஓடி பக்கத்தில் சென்றபோது அப்பா அவரது பொக்கணத்தை இறுக்கிக் கட்டி, ஊன்றி நடக்க வேண்டிய கோலும் எடுத்துக்கொண்டு முற்றத்தில் இருக்கிறார்.

காவேரியைச் சேர்த்துப்பிடித்து கபிலர் முத்தம் கொடுத்தார். பின்னர் அவளது சின்ன கைகளின் உதவியால் அவர் எழுந்து நின்றார். ஊன்றி நடக்க வேண்டிய கோலும் எடுத்து. பொக்கணத்தை எடுத்து தோளில் போட்டார்...... மகளுக்கு நேராக அவர் கைகளை நீட்டினார். அந்தக் கையில் காவேரி பிடித்தாள். கச்சேரிக்கு மங்களம் பாடித்தீர்க்கும் இராகம் பாகவதர் மனதில் உருவிட்டாரோ?

'வா மகளே.... போகலாம்.....'

ஒன்றும் புரியாமல் அந்த ஒன்பது வயது சிறுமி முகத்தை ஏறெடுத்து அப்பாவைப் பார்த்தாள். அவரது கண்களிலிருந்து கண்ணீர் வடிந்து கொண்டே இருந்தது. கண்ணீருடன் அவர் புன்னகைத்தார்.

'காவேரி......போகலாம்.....மகளே.....'

முதியவர் நடந்தார். அந்தக் கையைப் பிடித்தவாறு காவேரியும் நடந்தாள்.

வழியில் இறங்கிச் சென்ற கபிலர் திரும்பி தனது குடிசையைப் பார்த்தார்.

பின்பு அவர் நடுங்கும் கால்களுடன் தன்னால் முடிந்த வேகத்தில் நடந்தார்.

பத்தொன்பது

பிரம்மகிரியில் உள்ள குடகுமலையில் பிறந்து வளர்ந்த காவிரி தன் பெருமைகளைத் தான் அறியாதவளாய் இருந்தாள். கால்வாயாக மோகனராகம் பாடித் தவழ்ந்த அவள் பேராறாய்ப் பெருங்கெடுத்து ஓடினாள். பெரிய பாறைகளின்மேல் தவழ்ந்து. கீழிறங்கி முத்துக்களைச் சிதறியவாறு பாய்ந்தோடி ஆறு குளங்களை நிரப்பி வயல்வெளிகளை நிறைத்தாள். கடைசியில் காலநிச்சயம் போல வசந்த பைரவி பாடி கடலில் சென்று சேர்ந்த காவேரியின் ஓட்டப்பாதை மனிதனின் வாழ்க்கைப்பாதை போலத் தானே?

கபில பாகவதரின் விரல்களைப் பிடித்தவாறு புதுக்குடியின் நதிக்கரையில் இருந்து கிளம்பிய காவேரிக்கு விதி தனக்காக எதை வைத்திருக்கிறது என்று தெரியாமல் தான் இருந்தது. மனிதர்கள் இல்லாத வழிகளில், கன்றுகாலிகள் மேயும் குன்றுகள் வழியாக, குயில்கள் பாடும் தோட்டங்கள் வழியாக, யாரும் யாரையும் பார்த்து சிரிக்காதத் தெருக்கள் வழியாக, மனதைத் துன்புறுத்தும் கஷ்டங்களில் புகார்களின் கலவரத்தில் முகமில்லாத ஜனங்கள் சத்தமின்றி நீங்கிய தெருக்கள் வழியாக, உயிர்கள் இல்லாத அரண்மனைகளுக்கும் அதைச் சூழ்ந்து நிற்கும் கட்டிடங்களுக்கும் பக்கமாக வெயிலில் வாடியும் மழையில் நனைந்தும் முதியவரும் மகளும் நடந்தார்கள்...

அந்தப் பயணத்தில் கபிலபாகவதர் இராகதாளங்களின் ஸ்வரஸ்தானங்கள் கற்பிக்கும் குருவாக மாறவில்லை. வாழ்க்கையில் கசப்பு நிறைந்த உண்மைகளைச் சுட்டிக்காட்டி கடந்தகாலம் இல்லை நிகழ்காலம் என்றும் அந்தக் காலத்துடன் பொருத்தமாக நின்று வருங்காலத்தின் நம்பிக்கையைக் குறித்து கனவு காணுவது எவ்வாறு எனவும் கனவுகள் மனதிற்கு எப்படி ஆறுதல் தரும் எனவும் அந்த ஆறுதல் உழைப்பின் சந்தோஷமாக மாறவேண்டியது எவ்வாறு எனவும் அந்த அப்பா தனது மகளுக்குச் சொல்லிக் கொடுத்தார்.

'மகளே...காவேரி.... நான் உனது அப்பாவாக மாறியது கடவுளின் நிச்சயம்... உன்னைக் கொடுத்த கடவுள்.... எனக்கு ஆனால் ...... செல்வத்தின் அதிர்ஷ்டம் தரவில்லை....'

வீசும் காற்றில் மகளின் இனிய முகத்தில் படிந்த வேர்வைத் துளிகளைத் துடைப்பதற்காகக் கபிலர் ஒரு பெரிய மரத்தின் அடியில் அமர்ந்திருந்தார்.

'அதிர்ஷ்டம் செல்வத்தைத் தராது.... அது இந்தப் பூமியில் ஏமாற்றிப் பெற்றுக்கொள்வது ஆகும். கலை அதிர்ஷ்டம் என நினைத்த நான் செல்வத்தை அதிர்ஷ்டமாகக் காணவில்லை. அதனால் வாழ்க்கையில் எனது திருப்தியும் சமாதானமும் கிடைத்தது... சமாதானத்தால் நிறைந்த மனம் தான் உண்மையில் மனிதனின் சொத்து....'

மீண்டும் கபிலரும் அவரது மகள் காவேரியும் அசாந்தியின் கடுமையான இசையை எப்போதும் அலையாகிய சங்கீதங்கள் மூலம் பாடும் கடலின் கரையோரம் வந்து சேர்ந்தார்கள். மேற்கே சூரியன் மறையப் போகிறது.

கபில பாகவதர் சூரியன் கடலில் மூழ்கத் தொடங்குவதைப் பார்த்து நின்றார். காலப்போக்கில் பாயும் சூரியனின் இந்த நிலை மனிதர்களுக்கும் உண்டு.... எனக்கும் உண்டு..... வயதாகி விட்டது எனக்கு..... மனது ஓடும்போது கூட நகரக் கூட முடியாத கைகால்களுடன் இனி எவ்வளவு காலம்?

மறுநாள் காலை அவர்கள் மிகவும் அழகான ஒரு கிராமத்தை அடைந்தார்கள். ஆறுகள் மற்றும் காடுகளை ஒட்டிய அழகிய கிராமம்.... சிறு சிறு பாதைகளின் வழியாக நடந்து சென்ற அவர்கள் மிகவும் பரந்த வயல்வெளியில் வந்து சேர்ந்தார்கள். ஏராளமான மரங்களும் செடிகளும் கொண்ட ஒரு பரந்த வளாகம். சாலையில் இருந்து உள்ளே செல்லும் ஒரு பாதை. அந்தப் பாதை ஒரு பள்ளத்தாக்குக்கு நேராகச் செல்கிறது. விசாலமான முற்றத்தில் ஆங்காங்கே சிறிய அரங்குகள். கபில பாகவதரின்

முகத்தில் களைப்பு நிறைந்திருந்தாலும் இலக்கை அடைந்ததின் நிம்மதி காணப்பட்டது.

'ஒருநாள் சூரியன் உதித்தபோது எனக்குக் கிடைத்த உன்னை நான் யாரிடம் ஒப்படைப்பேன்? எல்லாவற்றுடனும் என்னில் இருந்த கலையைக் கொடுப்பதற்கு எனது மனது சொல்கிறது.'

முதியவர் சாயையின் ஓரத்தில் நின்றுகொண்டு அகன்ற முகத்தையும் உள்ளே நுழையும் வாயிலையும் பார்த்தார். அப்போது மதிய நேரம் ஆனது. அந்தப் பெருமிதமான எடுப்பின் பெரிய கதவுக்கு முன்னால் தன் தந்தையின் கைகளைப் பிடித்துக் கொண்டு அகன்ற கண்களுடன் பார்த்து நின்றாள் காவேரி. கட்டிடத்தின் உள்ளே இருந்து பளிச்சென்று உடையணிந்த ஒருவர் வெளியே வந்தார். முதியவர் மற்றும் அவரது மகளைப் பார்க்க அவர்களின் பயணத்தின் சோர்வை உணர்ந்த அவர் பரிவுடனும் மரியாதையுடனும் கேட்டார்.

'யார் நீங்க? எதற்காக இங்கே வந்தீர்கள்? இது ஒரு நடன இசைப் பள்ளி. நிறைய மக்கள் இசை மற்றும் நடனம் கற்கும் இடம். தேவீதாசனாகிய தீட்சிதருடையது தான் இந்த இடம். உங்களுக்கு என்ன வேணும்? யாரைப் பார்க்கணும்?

அவரது கேள்வியில் ஒரு சரஸ்வதி பள்ளியின் காரியதரிசியின் தெளிவு இருந்தது.

'தேவீதாசதீட்சிதரைப் பார்க்க வேண்டும்'

கபிலபாகவதரின் பதில் அவருக்கு ஏமாற்றத்தை அளித்ததா?

'ஐய்யோ! தீட்சிதர் தற்போது இங்கு இல்லை. ஜெயங்கொண்ட சோழபுரத்தில் சென்றிருக்கிறார். பெரிய அரசர் லட்டர் போட்டு அழைத்திருந்தார். இனி இரண்டு நாட்களுக்குப் பின்னர் தான் வருவார்'

கபிலபாகவதர் ஏமாற்றத்துடன் தொடர்ந்தார்.

நான் தேவீதாசருடைய பக்தன்.... சிறு வயதில் ஒன்றாகப் படித்தவர்கள். காரியதரிசியின் முகத்தில் மீண்டும் மரியாதை பளிச்சிட்டது.

'ஐய்யோ..... அப்படியா?'

'எனக்கு தேவீதாசரைப் பார்க்கணும்..... பார்த்து விட்டு தான் திரும்பணும்....'

'இப்போது என்ன செய்வது சுவாமி? இரண்டு நாட்கள் தங்க வேண்டுமே.... கவலைப்படாதீர்கள்..... அருகிலேயே இங்குள்ள சிறுவர்கள் தங்கும் குடில் உள்ளது.. சத்திரம் நடத்துவது ஒரு பெண். நல்ல பெண். அவருடன் கேட்டால் இரண்டுநாட்கள் தங்குவதற்கு இடம் கிடைக்கும்.' கபிலபாகவதருக்கு மிகவும் சந்தோஷம்.

'அப்படியே ஆகட்டும். தேவீதாசன் வந்தவுடனே அவரது இளவயது நண்பர் கபிலர் வந்திருந்தார் எனவும் தீட்சிதரைப் பார்ப்பதற்காக மட்டும் இங்கே தங்குகிறார் என்றும் சொல்லுங்கள்'

பெயர் கேட்டதும் காரியதரிசி வணங்கினார்.

'கபிலபாகவதரா? தீட்சிதர் வந்தவுடன் அவரிடம் விஷயத்தைச் சொல்லலாம்...

கபிலர் காவேரியின் கை பிடித்து அங்கிருந்து இறங்கினார்.... இனி இரண்டு நாட்கள் இங்கு தங்க வேண்டுமே.

இருபது

அது ஒரு உயரமான கட்டடமாக இருந்தது. காரியதரிசி கூறிய குடில். தீட்சிதரின் கலைக்கூடத்திற்குப் பக்கத்தில் தான். அங்கிருந்து ஆற்றுக்குச் செல்லும் பாதை உள்ளது. அந்தச் சாலையில் 50 அடி சென்றால் இடதுபுறம் சத்திரம் உள்ளது. அது சிறுவர்கள் மட்டும் தங்கு சத்திரம். தீட்சிதரின் கலைக்கூடத்தில்

சிறுமிகளும் உள்ளனர். பல இடங்களிலிருந்து வந்து கற்பவர்கள். சிறுமிகளுக்குத் தங்க கலைகூடத்தின் முற்றத்திலேயே மரங்களுக்கு இடையே ஒரு இடம் உள்ளது.

சத்திரம் ஓலையால் வேயப்பட்டிருந்தது.

வளாகத்திற்குள் நுழைந்ததும் பக்கத்தில் மற்றொரு சிறிய கொட்டகையைப் பார்த்தார்கள். அது சத்திரத்தின் சமையலறை. சிறுவர்களுக்கு உணவு சமைக்கும் அறை. இரண்டு மூன்று பெண்கள் சமையல் வேலை செய்து கொண்டிருந்தனர். இன்னொரு பெண் ஒரு பெரிய குடத்தைத் தனது இடுப்பில் சுமந்தவாறு நடந்து வருகிறாள். அவள் சமையல் அறைக்குள் நுழைந்து வேலையாட்கள் முன் அந்தக் குடத்தை வைத்தாள். அவரது கண்களிலும் வார்த்தைகளிலும் நல்ல தோற்றமும் கட்டளையும் இருந்தது. நல்ல பலத்த சத்தமும்.

'அரிசி வெந்ததானால் அந்த தீயை அணைத்து விடெடி'

பெரிய பானைக்கு முன் நின்றுகொண்டிருந்த பணிப்பெண்ணுடன் சொன்னாள். இன்னொரு அடுப்பிற்குப் பக்கத்தில் வேறொரு பணிப்பெண் நின்றாள், அவளிடமும் அவர் சத்தமிட்டார்.

'அந்தக் குழம்பைக் கொஞ்சம் கிளறிக்கொடு.... உன்னுடன் தான்.... நின்று தாளம் போடாமல்... இனி ஒருமணி நேரம் இல்லை. கலைக்கூடத்திலிருந்து குழந்தைகள் வருவதற்கு. வேலைகள் சீக்கிரம் நடக்கட்டும்.....'

கபிலபாகவதருடன் காரியதரிசி கூறிய சத்திரம் நடத்தும் பெண் தான் அவள். அவருக்குச் சுமார் ஐம்பது வயதிருக்கும். கண்ணம்மா பாடினி. கூச்சலிட்டுப் பெண்களை அறிவூட்டி விட்டுத் திரும்பிப் பார்த்தபோது சத்திரத்தின் படி வழியாக யாரோ வருவதைக் கண்ணம்மா பாடினி கண்டாள். ஒரு முதியவரும் ஒரு சிறுமியும் அல்லவா. முதியவர் நடக்க மிகவும் சிரமப்படுகிறார். கண்ணம்மா பாடினி வேகமாக அவர்களை நெருங்கினாள்.

'பெரியவரே யார் நீங்க? எங்கிருந்து வருகிறீர்? யாரைப் பார்க்கணும்?'

கிழவனுக்கு மூச்சு வாங்குகிறது. அதனால் நிறுத்தி நிறுத்தி மூச்செடுத்துப் பேசினார்.

'இந்தச் சத்திரத்தில் எனக்கும் இந்த குழந்தைக்கும் இரண்டு நாட்கள் தங்குவதற்கு அனுமதி தர வேண்டும்.... கொடுப்பதற்குக் கையில் ஒன்றும் இல்லை..... மழையும் வெயிலும் பனியும் இல்லாமல் தங்குவதற்காக மட்டும் போதும் ....'

'பெரியவரே... இந்த விடுதி ஒன்றும் என்னுடையது இல்லை... தீட்சிதர் சுவாமிக்கு உரியது. அவரது தயவில் நான் இதை நடத்துகிறேன். இந்தச் சத்திரத்திலுள்ள அனைத்து குடில்களிலும் சிறுவர்கள் உள்ளனர். அவர்களுக்குச் சமைத்தும் பரிமாறியும் நானும் எனது மகன் மாணிக்கனும் இங்கே தங்கியிருக்கிறோம்... அவ்வளவுதான்....பெரியவர் இங்கு எதற்காக வந்தீர்கள்?'

'தேவீதாச தீட்சிதரைப் பார்க்கணும்... எனது இந்த மகளான இந்த குழந்தையை அவரிடம் ஒப்படைக்க வேண்டும். ஏற்றுக்கொள்ளாமல் இருக்க மாட்டார். தேவீதாசரும் நானும் சிறுவயதில் ஒன்றாகப் படித்தவர்கள். சிறுவயதில் நண்பர்களாயிருந்தோம். எனக்கு நம்பிக்கை உண்டு. ஏற்றுக் கொள்வார்....'

கண்ணம்மப் பாடினி கபிலபாகவதரை இரு கைகள் கூப்பி வணங்கினார்.

'ஐயோ.... தீட்சிதர் சுவாமியின் நண்பரா? பெரியவர் வாருங்கள்...இங்கே இடமுள்ளது மாதிரி தங்கலாம். வாருங்கள்.....'

கண்ணம்மா பாடினி காவேரியின் முகத்தை அன்பாகக் கையால் வருடினாள்.

'வா....மகளே..... உனது பெயர் என்ன?'

'காவேரி....'

சத்திரம் வெளியே இருந்து பார்ப்பதை விட பெரியதாக இருந்தது. சத்திரத்திற்குள் செல்ல ஒரே ஒரு கதவு மட்டுமே உள்ளது. அதைத் தாண்டினால் ஒரு குறுகிய வழி. அந்த வழி வராந்தாவிற்கு சென்று சேருகிறது. இருபுறமும் விரிந்து கிடக்கும் வராந்தாவின் ஓரத்தில் சிறிய அறைகள். அந்தப் பக்கமும் உண்டு. கண்ணம்மா பாடினி பாகவதரையும் காவேரியையும் அந்த அறைக்கு அழைத்துச் சென்றாள். நான்கைந்து நாட்கள் நடந்ததால் ஏற்பட்ட களைப்பு கண்ணம்மா பாடினி கொடுத்த கஞ்சியும் கூழும் குடித்தபோது காணாமல் போனது...கபில பாகவதர் அறையின் படுக்கையில் ஒய்யாரமாகப் படுத்துக் கொண்டார்.

இருபத்தொன்று

கலைக்கூடத்தின் அன்றைய கல்வி முடிந்து சிறுவர்கள் வந்தபோது சத்திரம் முழுவதும் ஒரே சப்தமாக இருந்தது. குழந்தை காவேரிக்கு இந்தச் சப்தமும் சலசலப்பும் பிடித்திருந்தது. பூக்குடியை விட்டு வேறு உலகத்தை அடைவது இதுவே முதல் முறை. பாடலும் விளையாட்டும் சலசலப்பும் அவள் மிகவும் ஆர்வத்துடன் பார்த்தாள். அவள் அடிக்கடி வெடித்துச் சிரித்தாள். கண்ணம்மா பாடினிக்கு அவளைப் பார்க்கும்போது மிகுந்த மகிழ்ச்சி. அவளைச் சேர்த்து பிடிப்பார். மடியில் உட்கார வைப்பார். அரவணைப்பார். ஒரு தாயின் பாசத்தை அவள் அறிய ஆரம்பித்தாள்.

இருள் கவிழ்ந்து குளிர் பரவும்போது கபிலபாகவதருக்கு ஏப்பம் அதிகமாகும்.

அன்றிரவு பரவாயில்லை என்று சொல்லலாம். அலைந்து திரிந்து கடைசியாக நல்வாழ்வின் கரையை அடைந்து விட்ட நிம்மதி அவருக்குக் கிடைத்தது. படுக்கையில் படுத்திருந்த கபிலர்

காவேரியைப் பக்கத்தில் அழைத்து உட்கார வைத்து ஒரு இராகம் பாட ஆரம்பித்தார். ஆர்வமாக அவள் அதை கேட்டுக் கொண்டிருந்தாள். எழுபதாம் வயதிலும் அழகான குரலில் பாடல்.

கபிலரும் காவேரியும் தங்கிய அறையின் கதவின் வழியாக இரண்டு கண்கள் அவர்களையே பார்த்துக் கொண்டிருந்தன. கருமையான ஒல்லியான ஒளிக்கண்களுடன் ஒரு பதினைந்து வயது இளைஞன். கபில பாகவதரின் மெல்லிசையுடன் அவனும் அதை மெதுவாகப் பாடத் தொடங்கினான். அவனுக்கு அந்த இராகமும் ஸ்வரங்களும் இராகத்தின் தன்மையும் நன்றாகத் தெரியும். கதவுடனும் சுவருடனும் சேர்ந்து நின்று அவனும் கபிலபாகவதருடன் சேர்ந்து பாடிக்கொண்டே இருந்தான்.

திடீரெனக் கபிலருக்கு நெஞ்சில் ஒரு கஷ்டம் தோன்றியது. மூச்சு தடுமாறியது. ஏப்பம்.

அவர் பாடல் நிறுத்தினார். காவேரி அப்பாவில் நெஞ்சை தடவிக் கொடுத்தாள். நான் பாடின இராகம், அதே பாடல், மிகவும் அழகாக யார் பாடுவது...?

கபிலர் ஆச்சரியப்பட்டார். ஏப்பத்தின் கஷ்டத்தை அவர் மறந்தார். படுக்கையில் எழுந்து உட்கார்ந்தார். அறையின் வெளியே கதவிற்குப் பின்னால் இருந்தல்லவா பாடல் கேட்கிறது....?

'யார் அவர்?'

பாடல் திடீரென்று நின்றது. கபிலர் மீண்டும் கேட்டார்

'யார்? உள்ளே வாருங்கள்....'

அறையின் கதவுகள் மெதுவாகத் திறக்கப்பட்டது. ஒரு கறுத்த சிறுவன். அவனது கண்களில் இசை உள்ளது. கபிலரின் மிகுந்த சந்தோஷம்.

'உன் பெயர் என்ன குழந்தாய்?'

பயந்து பயந்து அவன் கூறினான்

'மாணிக்கன்...'

அப்போது கண்ணம்மா பாடினி சிறிய ஜாடியில் பாலுடன் வந்தாள். மாணிக்கனின் தலையை அன்புடன் வருடும் கபில பாகவதரிடம் அவர் பெருமையுடன் கூறினார்.

'எனது மகன்... பெரியவரே...'

'மாணிக்கன் நன்றாகப் பாடுகிறான். இவனைக் கற்பிக்கணும்'

'பாணன் பாடப்பிறந்தவன். நாங்கள் பாணர்கள் தான் பெரியவரே.... பற்கள் வருவதற்கும் சொல் பிறப்பதற்கும் முன்னே எனது மாணிக்கன் பாட ஆரம்பித்தான். பெரிய பெரிய சாமிகளிடத்திலும் குருக்களிடமும் சென்றேன். இவனைப் பாடல் கற்பிக்க வேண்டும் எனக் கெஞ்சினேன். யாரும் ஏற்கவில்லை. கடைசியாக தீட்சிதர் சுவாமி இவனது பாடல்கேட்டு அவருடைய கல்விக்கூடத்தில் சேர்த்து கற்பிக்கிறார். அங்குள்ள மாணவன் தான் இவன். எனது மகன் மாணிக்கனிடம் தீட்சிதரு சுவாமிக்கு நல்ல காரியம்...'

கபிலபாகவதர் படுக்கையில் தனது பக்கத்தில் மாணிக்கனை அமரச்செய்து அவனது தலையில் அன்பாக வருடினார்.

'நன்றாக வருவாய், நன்றாக வருவாய்'

மாணிக்கன் கபிலரின் கால்களைத் தொட்டுக் கும்பிட்டான்.

காவேரி அவனைப் பார்த்து நின்றாள்

மகிழ்ச்சியுடன் கண்ணம்மா பாடினி கண்களைத் துடைத்தாள்.

சூரிய உதயத்திற்குப் பின் சுமார் நான்கு மணி நேரம் ஆயிற்று. தேவீதாச தீட்சிதர் ஜெயங்கொண்ட சோழபுரத்திலிருந்து ஆதீனத்திற்கு வந்தார். வந்த உடன் கபிலபாகவதர் என்னும்

பழையகால நண்பர் வந்ததாகவும் பார்க்க வேண்டும் என்று சொன்னதாகவும் அறிவித்தார். எழுபதாம் வயதிலும் அழகு வாய்ந்த தீட்சிதரின் முகம் கூடுதல் அழகாக ஜொலித்தது. ஒன்றாக ஒரே ஆதீனத்தில் கபிலருடன் சேர்ந்து இளமைப்பருவம் கழிந்த அந்த நாட்களை அவர் நினைவு கூர்ந்தார். எவ்வளவு சிறந்த மேதையாக இருந்தார் கபிலர். ஆதீனத்திலிருந்து போனபின் பிறகு பார்த்ததே இல்லை. காவேரி ஆற்றின் கரையில் எங்கேயோ இருக்கிறார் என்பது மட்டும் தெரியும். அனைத்தும் துறந்த ஒரு துறவியைப் போன்று இசையை மட்டும் வழிபட்டு வாழ்கிறார் என்பதும் அறிந்தேன். கற்கும் காலத்திலிருந்தே அவர் அப்படி தான். வேறொன்றும் அவர் நாடியதில்லை. நான் உட்பட மற்ற குழந்தைகள் விளையாட்டும் பாட்டுமாக நடந்தபோதும் கபிலர் புது இராகங்களின் பின்னாடி போய்க்கொண்டிருந்தார். எப்போதும் ஒரு துறவியின் தோற்றமாயிருந்தது கபிலருக்கு. அது மனதில் மரியாதையைத் தூண்டுகிறது.

'எங்கே? கபிலர் தற்போது எங்கிருக்கிறார்?'

'சத்திரத்தில் தங்குவதற்குச் சொல்லியிருந்தார். அழைக்கலாம்'

கபிலர் இங்கு வந்து என்னைப் பார்க்கக்கூடாது. நான் அங்கே சென்று அவரைப் பார்க்க வேண்டும்.

தேவீதாச தீட்சிதர் சத்திரத்திற்கு நேராகச் சென்றார்.

ஆனால் சத்திரத்தில், கபில பாகவதர் மிகவும் சோர்ந்து போயிருந்தார். ஏப்பம் கூடியிருக்கிறது. பல்லவியும் அனுபல்லவியும் சரணமும்பாடி இசைகளின் ஆர்வத்தில் வாழ்க்கையின் கடைசி காலத்திற்குச் சென்றதைப் போல...

அப்பாவின் உடல்நிலையைப் பார்த்த காவேரியின் கண்கள் நிறைந்தது. அவள் விம்மி விம்மி அழுதாள். கண்ணம்மா பாடினி அவளைக் கட்டிப்பிடித்து அணைத்துக் கொண்டிருந்தாள். நேற்று இரவு தன் தலையில் கைவைத்து ஆசீர்வதித்த குருவின்

மறைவைக் கண்டு மனம் வருந்தினான் மாணிக்கன். மாணவர்களும் வேலையாட்களும் தளத்தில் கூடியிருந்தார்கள்.

'எங்கே? கபிலர் எங்கே?' எனக் கேட்டுக்கொண்டு தேவீதாச தீட்சிதர் சத்திரத்திற்குள் வந்தார். தீட்சிதரைப் பார்த்ததும் மாணவர்களும் கண்ணம்மாவும் மரியாதையுடன் வழிவிட்டு நின்றனர்.

காவேரியைச் சேர்த்து பிடித்து அரவணைத்து ஏதோ பேசுவதற்கு நினைத்தாலும் கபிலரால் முடியவில்லை. அப்பா, அப்பா என அழைத்து காவேரி அழத் தொடங்கினாள்.

கபிலரின் கண்கள் இயலாமையால் நிறைந்தன.

அந்தக் கண்ணீரின் வழியே கபிலர் தன் பழைய நண்பனைப் பார்த்தார்.

தேவீதாசன் ஆரோக்கியமாகவும் இனிமையாகவும் காணப்பட்டார். சிறுவயதில் அடர்ந்த சுருள் முடி கொண்ட அவருக்கு இப்போது தலையில் முடி இல்லை. நெற்றியில் சிவந்த குறி. சில்க் வேட்டியும் நேரியதும். இசையின் கொடையையும், லெக்ஷ்மியின் இன்பத்தையும் ஒரே நேரத்தில் பார்த்துக் கொண்டிருந்த தேவீதாசரைக் கண்டு கபில பாகவதர் கண்ணீருக்கு இடையிலும் சிரித்தார்.

தனது இளவயது நண்பனின் கடைசி நிமிடங்கள் என தேவீதாசருக்குத் தோன்றியது. பிறந்தால் ஒரு தடவை இறந்து தான் ஆக வேண்டும். ஆனாலும் ஒருவருக்கொருவர் பார்த்து அரை நூற்றாண்டு ஆனது. அபூர்வ இராகங்களைப் பாடும்போதெல்லாம் கபிலரின் சிரித்த முகம் நினைவுக்கு வந்தது. 'பாடு....நண்பா....பாடு ...' என்று சொல்லி ஊக்கப்படுத்தும் கபிலரின்...

தேவீதாச தீட்சிதரால் துக்கத்தை அடக்க முடியவில்லை. கடைசியாகக் காத்திருந்துச் சந்தித்தபோது என்னை விட்டு

பிரிந்துச் செல்வதற்காகவா வந்தாய் என்று நினைத்து தேவீதாசரின் மனம் கலங்கியது.

காவேரியின் கையினை வருத்தத்தோடு எடுத்து தேவீதாசரின் கையில் வைத்துக் கொடுத்தார் கபிலர். அவரது கண்களில் இருந்து நீர் வழிந்தது. கஷ்டப்பட்டு ஏதோ பேச நினைக்கிறார் அவர்.

'கபிலரே....' தீட்சிதர் அழுதுகொண்டே நண்பனை அழைத்தார்.

கபிலர் தேசீதாசரை இமைக்காமல் பார்த்துக் கொண்டே சிரித்தார். காவேரியைப் பார்த்தார். கபிலர் மீண்டும் தனது நண்பரின் முகத்தை நோக்கி தனது கண்களைச் சுழற்றினார். மட்டுமின்றி அவரது உடலில் மீதமிருந்த அனைத்து ஆற்றலையும் நாவில் வரவழைத்துப் பேசினார்.

'நண்பரே....மகள்....காப்பாற்றுங்கள்....'

தீட்சிதரைப் பார்த்தவாறே அவர் தனது கண்களை மூடினார். தீட்சிதர் பெருமூச்சு விட்டார். தேவீதாச தீட்சிதர் அழுதுகொண்டிருந்த காவேரியைப் பிடித்துக் கொண்டு எழுந்தார்.

வாழ்க்கை சங்கீதத்திற்காகச் சமர்ப்பித்த தன் தோழன் கடைசியாக இராகமோ கீர்த்தனமோ பாடவில்லை..... மகளைக் காப்பாற்றவும் வளர்க்கவும் நண்பனிடம் வேண்டினார். இது வேண்டுதல் இல்லை. எனது பொறுப்பைக் குறித்து எனக்கு ஞாபகப்படுத்தியது தானே.

'மகளே போகலாம்...'

காவேரியின் முகத்தைப் பார்த்து தேவீதாசர் கூறினார்.

அவளைத் தன் உடம்போடு அணைத்துக் கொண்டு, விடுதியை விட்டு வெளியே வந்தவர், தனது ஆதீனத்திற்கு நேராக நடந்தார்.

இருபத்தி இரண்டு

படிப்பிலும் கற்பித்தலிலும் மும்முரமாகக் காணப்பட்டது தேவீதாசதீட்சிதரின் ஆதீனம். சூரியன் உதித்து ஆறு மணிநேரம் ஆனபோதே ஆரம்பித்தது. இசை ஆசிரியர்கள் மரங்களின் கீழே அமர்ந்திருந்து குழந்தைகளுடன் மெல்லிசையின் அம்சங்களை விளக்கிக் கேட்கிறார்கள். மரத்தின் கிளைகளில் இலைகளுக்குப் பின்னால் மறைந்திருக்கும் குயில்கள் அந்த இராகத்தைச் சரிவர ஆராய்ந்து அவ்வப்போது தவறைத் திருத்துகின்றன.

மூங்கில் மற்றும் நாணல்களால் கழுக்கோலும் மரக்கம்புகளும் வைக்கோல் சேர்த்து கட்டி வைத்த சிறு சிறு மண்டபங்கள். அங்கு ஆசிரியர்கள் சிறுமிகளுக்கு நடனம் கற்பிக்கின்றனர். அவர்களின் சொற்களின் தாளத்திற்கேற்றார்போல் அங்கு நடந்திருந்த மயில்கள் தோகை விரித்து நடனம் ஆடிக்கொண்டிருந்தன.

'தா.....தா....தை....

தா.....தா.....தை.....

தாளம் கொட்டும் பலகையில் தடியால் அடித்துக்கூறிக் கொண்டிருக்கும் ஒரு பெண். அவர்களது கண்களில் தெரிந்த மகிழ்ச்சி அவர் அணிந்திருந்த மூக்குத்தியின் பளபளப்பாய் தோன்றியது. கால், கை அசைவுகள் மற்றும் தோற்றத்தின் வாயிலாகப் புது சீடனின் மேதமையைக் கண்டு அவர் மிகவும் மகிழ்ந்தார்.

அந்த மண்டபத்திற்குப் பக்கமாக நடந்து போன தேவீதாசதீட்சிதர் சொல்லிற்கேற்றார்போல் சுவடு வைக்கும் காவேரியைப் பார்த்தார்...... அவளது நடனமும் அதிலுள்ள லாஸ்யமும் கண்டு மனம் நிறைந்திருந்த ஆசிரியையும் கண்டார்.

தீட்சிதரைக் கண்டதும் மரியாதையுடன் எழுந்து நிற்க முயற்சி செய்த ஆசிரியையைப் பார்த்ததும் வேண்டாம் எனத்

தனது கையால் சைகை காட்டி தன்னுடைய தலைமைக் கட்டிடத்திற்கு நேராக நடக்கும்போது அவரது முகத்தில் சந்தோஷத்தின் சூரியக் கதிர்கள் படர்ந்தன.

அது காவேரி. தனது நண்பனின் கடைசி ஆசைக்கேற்றாற்போல தீட்சிதர் கைக்கொண்ட மகள். தனது நண்பருடனான அன்பும் ஆதரவும் அவரது மகளில் அன்பும் பாசமுமாக தீட்சிதர் கண்டார். காவேரி நதி பாயும் அழகைத் தன் அசைவுகளில் வெளிப்படுத்தும் திறமை வாய்ந்த பெண். காவிரி நதியிலிருந்து கிடைக்கப்பெற்று வளர்க்கப்பட்டதனாலும் கபிலரின் மகளுக்கு கலைத் திறன் கிடைக்கவில்லை என்றால் தான் ஆச்சரியம்? நாளை உலகப்புகழ் பெற்ற நடனக் கலைஞராக வருவாள். தேவீதாச பாகவதருக்கு சந்தேகமே வரவில்லை. மாணிக்கம் மலையில் இருந்தாலும் மாணிக்கம் தானே. அதை மெருக்கேற்றினால் போதும். அந்த வேலையை, பொறுப்பை அழகாகச் செய்வது தான் என் கடமை. குழந்தைப் பருவத்தில் கபிலர் இருந்ததுபோலவே காவேரியின் இளமைப் பருவத்திலும் அந்தக் காரணத்தின் தொடர்ச்சியாக இந்த தேவீதாசர் இருப்பார், மரணம்வரையில்.

தீட்சிதரின் எண்ணம் சரியாக இருந்தது. காவேரி ஒளி வீசும் விளக்கைப் போல அந்த ஆதீனத்திற்குள் விளங்கினாள். எல்லோரிடமும் அன்பைப் பொழிந்து, அனைவரின் அன்பையும் கொள்ளையடித்து, நாடகத்தின் தொடரியல் பாடங்கள் மூலம், கைரேகைகள் வழியாக, கண்களின் புருவங்கள் வழியாக, முகபாவனைகளின் விளக்கங்கள் மற்றும் உறுப்புக்களின் முரண் பாடான மாறுபாடுகள் மூலம் அவள் மனதை வழிநடத்தினாள். தேவீதாச தீட்சிதரின் புகழ் பெற்ற ஆதீனத்தைக் காவேரி அலங்கரித்தாள்.

காவேரி பாய்கிறது கடலில் சேர்வதற்கு. அது நதியின் வாழ்க்கை. நித்திய காலத்தின் எல்லையற்ற கடலில்

முடிவில்லாமல் நடனமாடும் அலைகளுக்குள் அடங்காமல் நதியின் வாழ்க்கை முழுமையடைகிறது, நிலத்தின் மனித வாழ்க்கையின் அனைத்து தாளங்களையும் கைப்பற்றுகிறது. உலகின் சுக, துக்க, இன்ப, துக்கங்களை உலகின் திருப்பங்களின் வழியில் அனுபவித்து காலத்தின் மார்பில் முடிவடையும். கபில பாகவதரின் மறைவுக்குப் பிறகு, தேவிதாச தீட்சிதரின் ஆதரவில் வாழ்ந்த காவிரிக்கு இப்போது வயது பத்தொன்பது. கடல், ஆறு, குளம், மரம், செடி, கொடி, பறவை, விலங்கு, மீன், இரவும் பகலும், வெயில், நிழல், நிலவு, பனி, மழை, குளிர் என நிரம்பிய நிலத்தின் சூழலில் மனித வாழ்வின் அழகிய சித்திரம் காவிரி.

பத்து வருடங்கள் .... காலமாற்றம் தேவீதாசதீட்சிதரில் பெரிய மாற்றத்தைக் கொண்டு வரவில்லை என்பதே உண்மை. பழைய வேகம் இல்லையென்றாலும் கம்பீரம் குறையவில்லை. காவேரியைப் பாதுகாப்பான கைகளில் ஒப்படைக்க வேண்டும் என்பது தீட்சிதரின் எண்ணம். அதை நிறைவேற்றினால் மட்டும் தான் நண்பன் என்னிடம் ஒப்படைத்த காரியம் நிறைவேறும். காவேரியின் திறமைக்கு ஏற்றாற்போல் உள்ள பையனைத் தான் கண்டுபிடிக்க வேண்டுமே.

கல்லூரியின் முதன்மை மண்டபத்தில் சிறப்பு நிகழ்ச்சியாக நாடகம் நடக்கிறது.

இது வாடிக்கையாக உள்ளதுதான். இது தீட்சிதரின் முடிவு தான். புதின மாணவர்களுக்குக் கற்பிக்கும் பாடங்களைத் தாண்டி ஒழுக்கத்தை அனுபவ நிலைக்குக் கொண்டு வருவதற்கான பாடத்திட்டத்தின் ஒரு பகுதியாக இருக்கும் ஆர்ப்பாட்டங்கள் தான் இவை. மூத்த மாணவர்கள் ஆசிரியர்களுக்கு உதவியாளர்களாகச் செயல்படுவார்கள். அவர் தேர்ந்தெடுக்கும் ஆசிரியர்கள் தான் எதிர்கால ஆசிரியர்கள் என்பது தீட்சிதர் உதாரணம் காட்டுகிறார் என்பது அவரது உள்விவகாரங்கள் தெரிந்தவர்களுக்கு நன்றாகத் தெரியும். முதன்மை மண்டபத்தில்

இன்றைய நிகழ்ச்சி பார்ப்பதற்கு அனைத்து ஆசிரியர்களும் மாணவர்களும் வந்திருந்தார்கள். தன் ஆற்றல்மிக்க அசைவுகளாலும் கைரேகைகளாலும் மண்டபத்தில் தன்னை மறந்து நடனமாடுவது காவேரி. அவள் அப்படிதான். நடனம் ஆடும்போது அனைத்தும் மறப்பாள். அவளது மனதில் ஒன்று மட்டும், நடனத்தின் அனைத்து தோற்றங்களின் சங்கமம்.

நடனம் ஆடி முடிந்ததும் காவேரி பார்வையாளர்களை நோக்கி இரு கைகளையும் கூப்பி வணங்கினாள்.அனைவரும் அழகான ஒரு கலைஉணவு சாப்பிட்டதின் திருப்தியில் கைதட்டினார்கள். சபாஷ், பிரமாதம் என்றெல்லாம் மாணவர்கள் கூறுகிறார்கள். ஆசிரியர்களின் முகத்தில் மிகுந்த திருப்தி. இதை உதாரணமாகச் சொன்னால் போதும். அவ்வளவு சிறப்பாக இருந்தது காவேரியின் ஆட்டம்.

வாழ்த்துக்களைப் பெற்றுக் கொண்டு காவேரி மண்டபத்திலிருந்து வெளியேறினாள். ஆதீனத்திற்குள் இருக்கும் தனது இடத்திற்குச் சென்று நடனத்திற்கான ஆடைகளை மாற்றி சாதாரண உடை உடுத்திக்கொண்டு சாதாரண காவேரியாக மாற வேண்டும். அவசரமாகத் தங்குமிடத்தை நோக்கி நடக்கையில் மலர்களை வருடி வந்த காற்று அவளது சலங்கையின் சத்தத்தை ஏற்றுக்கொண்டது.

காவேரி தன்னை மறந்து நடனம் ஆடும்போதும் மண்டபத்திலிருந்து இறங்கி அழகாக நடந்து போகும்போதும் அவளை வாழ்த்துக்களுடன் பின்பற்றும் இரண்டு கண்கள் அந்த ஆதீனத்தில் இருந்தன. மண்டபத்தில் அவள் சதிராட்டத்தின் அழகைப் பரப்பியபோது பூத்துக்குலுங்கும் ஒரு செடியில் சேர்ந்து நின்றவாறே அந்தக் கண்கள் அவளுக்குப் பின்னால் ஒவ்வொரு அசைவிலும் இருந்தது. அந்த கண்கள் மாணிக்கனுடையது. கண்ணம்மா பாடினியின் மகன் இருபத்தி ஐந்து வயதைக் கடந்த இளைஞனாக மாறியிருக்கிறான். ஆதீனத்தின் மூத்த

மாணவனும். மேளகர்த்தா இராகங்களும் எண்ணற்ற கீர்த்தனங்களும் படித்து முடித்து அபூர்வ ராகங்களைப் பயின்று கொண்டிருக்கிறான் மாணிக்கன்.

மரங்களின் நடுவே வேகமாகச் சென்று கொண்டிருந்தவளைப் பார்த்து மாணிக்கன் அழைத்தான்.

'காவேரி....'

அவள் அங்கே நீண்ட தொலைவில் இருந்தாள்.

காற்று சில நேரங்களில் கொடுமைகள் செய்யும். இதயத்தின் சத்தம் கேட்காமல்.....

மாணிக்கன் விரக்தியுடன் நினைத்தான். அவன் திரும்ப மண்டபத்திற்கே நேராக நடந்தான்.

மரங்கள் நிறைந்த ஆதீனம் தனது வாழ்வின் மகிழ்ச்சி தான். நடனத்தின் களைப்பையும் பொருட்படுத்தாமல் நடக்கும்போது காவேரி நினைத்தாள். இந்த நிழல்கள் தான் அப்பா போனபோது இருந்த களைப்பையும் தனிமையையும் மாற்றியது. தனிமையில் இருக்கும்போது தந்தையின் பாசத்துடன் தன்னை வருடிச் சென்றது.

இலைகள் அசைத்து அப்பாவின் பாடல்கள் பாடியது. இராகம் விஸ்தரித்தது. மனதிற்கும் நிழல் கொடுத்தது.

'நடனம் மிகவும் அழகாக இருந்தது.....'

யார் கூறுகிறார்? எங்கிருந்து கூறுகிறார்? காவேரி அங்குமிங்கும் பார்த்தாள். யாரையும் காணவில்லை. தந்தையின் அன்பைக் கொடுக்கும் மரங்களா? அல்லது அவரது உணர்வா? எல்லோரும் எழுந்து நின்று கைகள் தட்டி வாழ்த்தியபோது தோன்றிய மகிழ்ச்சித் தென்றலில் அசைந்தாடிய மலர்களின் அழகாய் மனதை மகிழச் செய்தது.

'நடனம் மிகவும் அழகாக இருந்தது....'

அந்த மரத்தில் பின்னால் இருந்து தானே வருகிறது. காவேரி ஒரு நிமிடம் நின்றாள். மரத்திற்குப் பின்னால் பார்த்தாள்.

சில்க் வேட்டி

சில்க் கரைத்துண்டு

சுமார் இருபத்தைந்து வயது மதிக்கத்தக்க ஒரு இளைஞனின் முகம் ஒரு மரத்தின் பின்னால் காலைச் சூரியன் போல் இருந்து வெளியே வந்தது.

நெற்றியில் சிவந்த குங்குமப் பொட்டு.

வெற்றிலை போட்டதால் சிவந்த உதடுகள்.

வெற்றிலை மென்று இறக்கி அவர் காவேரியைப் பார்த்தார்.

அரங்கநாதன்...

அபூர்வ இராகங்கள் குறித்த உயர் கல்விக்காகச் சமீபத்தில் அதீனத்தில் வந்தவர்.

அரங்கநாதன் காவேரியின் முன் வந்து நின்று அவளைப் பார்த்தார். உதடுகளில் காதல் சுவை லேசாகத் தோன்றியதோ? அரங்கநாதன் உதடுகளை விரித்து அழகாகச் சிரித்தார். காவேரியின் கண்களை அவன் உற்றுப் பார்த்தான்.

'நாட்டியக்காரி. அதைவிட அழகானவள்.....'

சூரிய ஒளி படரும்போது பூக்கள் அழகாக தெரிவது போன்று பெண்ணின் கன்னங்களில் வெட்கம் தோன்றியதோ?

அவள் தலை குனிந்தாள். நடனத்தின் அழகையும் நாட்டியக்காரியின் அழகையும் புகழ்ந்து பேசும் மிக அழகான இளைஞன்.

வண்ணத்துப்பூச்சிகளின் வருகைக்காகத் தானே செடிகளில் பூக்கள் பூத்துக் குலுங்கி அசைநாடுகின்றன.

வண்ணத்துப்பூச்சி தீண்டாத பூக்கள் மாலைக்காலத்தில் உதிர்ந்து விழுவது தனது பிறப்பின் நோக்கம் நிறைவேறவில்லையே என்ற துக்கத்தால் தான்.

பெண்ணுக்குள் வெட்கம் வந்தது.

ஒரு பையன் தான் அழகாக இருக்கிறேன் என்று சொல்வது இதுவே முதல் முறை. மனதென்னும் மண்டபத்தில் ஆயிரம் சலங்கைகள் தாளம் கொட்டி முழங்குவதைப்போன்று.

அவள் கண்சிமிட்டி அரங்கநாதரைப் பார்த்தாள். அவன் அவளையேப் பார்த்துக் கொண்டே நின்றான்.

கண்களில் காதலுடன் அவன் பார்த்து நிற்க, அவனது காதுகளில் சலங்கை போட்ட கால்கள் ஓடும் சத்தம். அரங்கில் ஆடுவதைவிட நாட்டியக்காரியின் அழகு இந்த ஓட்டத்தில் அல்லவா? சலங்கை ஒலி சத்திரத்திற்குள் சென்றது.

அரங்கநாதன் புன்னகையுடன் பார்த்து நின்றார்.

இருபத்தி மூன்று

எந்த நோயாளியின் இதயத்திலும் மென்மையான உணர்வுகளைத் தூண்டுவதற்கு இசையால் முடியும். எந்த நாட்டிலும் எந்த நேரத்திலும் இதே நிலை தான். நல்ல இசை சிலரது மனதில் மகிழ்ச்சியின் நதி ஒழுகச் செய்யும். சிலரது மனதை அது அன்னக்கிளியின் இறகில் ஏறியது போன்ற பாவனைகளில் ஆகாயத்தில் பறக்கச் செய்யும். அப்போது இசையால் சூழப்பட்ட இடத்தில் இருப்பவர்களின் நிலை எவ்வாறிருக்கும்?

அன்றைய தினம் ஆதீனத்தில் சங்கீதத்தின் நாளாக இருந்தது.

அன்று ஆதீனத்தின் மண்டபத்தில் பாடப்பட்ட அபூர்வப் பாடல், பிருந்தாவனத்தில் இராதாவுக்கும் கிருஷ்ணருக்கும் இடையிலான காதல் மற்றும் நன்றியுணர்வின் காதல் பதிவாக இருந்தது. மாணவர்கள் அனைவரும் மகிழ்ச்சியுடன் மண்டபத்தின் முன்னால் திரண்டனர்... மண்டபத்தின் முன் ஒரு

பீடத்தில் அமர்ந்து தான் கேட்கும் பாடலில் மனம் உருகி, அந்தப் பாடலில் தாளங்களைத் தன் விரல்களால் எண்ணி 'பலே பேஷ்' என்று மகிழ்ச்சியுடன் கேட்டுக் கொண்டிருந்தார் தேவீதாச தீட்சிதர். அந்தக் கண்களில் மிகுந்த பெருமை காணப்பட்டது. எனது ஆதீனத்திலுள்ள குழந்தை, எனது குழந்தை, எனது சொந்த குழந்தை பாடுகிறாள். பூமியே கேள்...வானமே கேள்... உலகமே கேள்... என்ற எண்ணத்தில் நிறைவான திருப்தியுடன்.. கொஞ்சம் திமிருடன் தான் அவர் பீடத்திலிருந்து பாடல் கேட்டுக் கொண்டிருந்தார்.

காவேரி, மற்ற தோழிகளுடன் சேர்ந்து மண்டபத்தின் பின்புறம் உள்ள மரத்தில் படர்ந்திருக்கும் கொடிகளின் அடியில் அமர்ந்திருந்து மாணிக்கனின் பாடலைக் கேட்டுக் கொண்டிருந்தாள்.

மாணிக்கனின் குரல் எவ்வளவு உணர்ச்சிகரமானது!

படைப்பின் ஒவ்வொரு சொல்லிலும் பொதிந்து கிடக்கும் காதல் அதில் ஊடுருவுகிறது.

புல்லாங்குலின் மூலம் இனிமையான அழகான இசையைப் பாடிக்கொண்டிருக்கும் கிருஷ்ணரை நோக்கி மயக்கத்தில் இருந்தபடி செல்கிறாள் இராதை.

கள்ள கிருஷ்ணரின் விளையாட்டுகள்...

இடையக்குலப்பெண்ணின் கவலைகள்....

காற்றடித்து அவளது முகத்தை மறைத்த முடியை புல்லாங்குழலின் நுனியால் விலக்கிய கண்ணனின் காமவிளையாட்டு....

மாணிக்கன் இசைக் கடலில் பாடும் தோணியை அழைத்துச் செல்கிறான்.

மாணிக்கன் படைத்த படைப்பு என்று தான் முன்னுரையில் தீட்சிதர் கூறினார். வார்த்தைகளில் காதல் எவ்வளவு அழகாக

நிரப்பியிருக்கிறான் மாணிக்கன்.... காதலை உள்ளுக்குள் வைத்திருப்பவர்களால் தான் இவ்வளவு அழகாகச் சித்தரிக்கவும் முடியும்.

மாணிக்கன் யாரைக் காதலிக்கிறான்?

அங்கிருந்த அனைவரின் முகங்களிலும் மகிழ்ச்சி நிரம்பி வழிந்தது.

ஒருவருக்கு மட்டும் அந்த மகிழ்ச்சி இல்லை.

எல்லோருக்கும் பின்னால் தூசிமண்ணில் அமர்ந்திருந்து கேட்டுக்கொண்டிருந்த அரங்கநாதனுக்கு.

அபூர்வராகம் பெரும்பாலானோர் அரிதாகவே பாடுவார்கள்.

படைப்பும் மாணிக்கன் என்று சொல்லுகிறார்கள். யாருக்குத் தெரியும்?

ஒருவேளை தீட்சிதர் தான் எழுதியிருப்பாரோ?

அவருக்கு இவன்மீது கொள்ளைப் பாசம்.

அவன் எப்போதும் அடக்கமாகவும் பணிவுடனும் இருப்பதனால் ஆகலாம்.

இல்லை. அனைவரும் இரசிக்கும்படியாக இந்தப் பாட்டில் அப்படி என்னதான் இருக்கிறது?

நானும் பலமுறை பாடியிருக்கிறேனே. குறிப்பால் பிரகடனமாக....

அனைத்து இராகங்களின் காலம், தாளம் அவையில் கணக்குகள் அனைத்தும் அணுவும் பிழை இல்லாமல் பாடியிருப்பானோ?

அதுதானே இசையின் திறமை?

இசையின் அளவுகோல் என்ன?

அடுக்கான கணக்கா? அல்லது எங்கோ பாய்ந்துசெல்லும் நதிபோன்று ஒலிக்கும் உணர்வா?

நதி எந்த தடங்கலுமின்றி ஒழுகுவது போன்று தான் மாணிக்கன் பாடுவதும், முழுமையாக இசையில் மூழ்கி அவன் பாடினான்.

அனைத்துலகத்தையும் மறந்து...

இயற்கையை மறந்து....

பாடும்போது அவனுக்குள் ஒரேயொரு முகம் தான் இருந்தது.

காவேரியின்.

பாடல் பாடிக்கொண்டிருந்தபோது அவன் கிருஷ்ணனும், காவேரி இராதாவுமாக மாறினாள்.

பிருந்தாவனத்தின் அழகிய தோட்டத்தில் அமர்ந்திருக்கும் கிருஷ்ணன் மற்றும் இராதா மீது அவன் கனவுகளில் கண்ட காட்சிகள் அனைத்தும் படைக்கப்பட்டன.

மனமும் எழுத்து கருவி பயன்படுத்திய விரல்களும் அறியாமல் கனாவிலிருந்து விழுந்த வார்த்தைகள்...அந்தச் சொற்கள் அடங்கிய ஒரு படைப்பை இயற்கை நிரம்பிய இசையோடு சேர்த்தால், அது அரிய மெல்லிசைப் படைப்பாகிறது.

பலவிதமான கால்வாய்கள் வழியாகப் பாய்ந்து ஓடும் காட்டுநீர் போல் அந்த இசை ஒழுகியது.

பாடும்போதும் மனதில் ஒரேயொரு முகம் தான். சர்வ அலங்காரங்களுடன் நடனம் செய்யும் காவேரி...

அவளது முகத்தில் என்னெல்லாம் பாவனைகள் மின்னி மறைந்தன.

காதல், பயம், மனச்சோர்வு, மகிழ்ச்சி, நாணம்

காவேரி.....உனக்குத் தெரியுமா?

மாணிக்கன் என்னும் நான் எனது மனதில் சிலையில் செதுக்கிய நிதிபோன்று உனக்கு மட்டும் தருவதற்காக வைத்திருக்கும் எனது காதல்.... எனது இசை.... எனது இராகம்.....

பாய்ந்தோடும் நதியில் இரவில் மழை பெய்து தோய்ந்தது மாதிரி இருந்தது அனைவருக்கும். கொஞ்சம் நிமிடம் மயான அமைதி நிலவியது. தேவீதாச தீட்சிதரின் கண்களிலிருந்து மகிழ்ச்சியின் வெள்ளம் பாய்ந்தது. அவர் எழுந்து நின்று கைகள் தட்டியபோது அடங்காத கைத்தாளங்களின் பாய்ச்சலாக மாறியது. தீட்சிதர் மண்டபத்தில் ஏறினார். பாடலின் முடிவில் மாணிக்கன் கைகூப்பியபடி தன்னைத்தான் சரணடைவது போன்று தீட்சிதரின் பாதங்களில் விழுந்து வணங்கினான். தீட்சிதர் அவனைப்பிடித்து எழுப்பி நிறைந்த கண்களுடன் தனது மார்புடன் சேர்த்தணைத்தார். தனது தோளில் கிடந்த துண்டை எடுத்து அவனுக்குப் போர்த்தினார்.... நெற்றியின் முத்தம் கொடுத்தார்.

காவேரியும் அழுது கொண்டிருந்தாள். இசை கொடுத்த இயற்கைக்கு அப்பாற்பட்ட ஆனந்தக் கண்ணீர் வழிந்தது. தீட்சிதர் தனது துண்டால் அவனைப் போர்த்தியபோது, காவேரியின் மனம் குளிர்ந்தது.... தேவீதாசன் என்னும் மகா கலைஞர் மாணிக்கனுக்கு மரியாதை செலுத்துகிறார். இதில் கூடுதல் என்ன வேண்டும்? காவேரியின் அகன்ற கண்கள் மாணிக்கனைப் பார்த்தது..... அன்புடன், மகிழ்ச்சியுடன், போற்றுதலுடன், பெருமையுடன்.

காவேரியின் முகபாவங்களைப் பார்த்துக்கொண்டு கொஞ்சம் தொலைவில் நின்ற அரங்கநாதன் பொங்கி எழுந்த கோபத்துடன் முகத்தைத் திருப்பிக் கொண்டார். அவனது முகத்தில் கோபத்துடன் பொறாமையும் காணப்பட்டது.

இருபத்தி நான்கு

மதியம் நேரம் ஆகிவிட்டது. சத்திரத்தில் அனைத்து மாணவர்களும் வந்து சேரவில்லை. அதனால் எந்த சலசலப்பும் அங்கு இல்லை. சமையலறையில், வேலையாட்கள் குழந்தைகளின் இரவு உணவிற்குத் தேவையானதைத் தயாரித்துக்

கொண்டிருக்கிறார்கள். கண்ணம்மாப் பாடினிக்குத் தண்ணீர் எடுத்துக் கொடுத்தும் வேறு சில உதவிகள் செய்தும் கொண்டிருந்தாள் காவேரி. அவள் நிற்காமல் பேசிக்கொண்டே இருந்தாள்.

'மிகவும் அரிதான இராகங்களில் ஒன்றாக இது இருந்தது அம்மே.. அந்த இராகம் இதுவரை ஆதீனத்தின் ஆசிரியர்கள்கூட இவ்வளவு சிறப்பாகப் பாடிக்கேட்கவில்லை.... ஆதீனத்தில் மட்டுமல்ல பெயர்போன அரண்மனை கலைஞர்கள் கூட இதைப் பாடுவதற்கு கொஞ்சம் தயங்குவார்கள். அந்த இராகத்தில் தான் மாணிக்கன் தனது படைப்பை எழுதினான். என்ன ஒரு கற்பனை என்று தேவீதாச தீட்சிதர் சொன்னார். மாணிக்கன் பாடி முடித்ததும் தீட்சிதரின் கண்களிலிருந்து கண்ணீர் வழிந்தது. தனது சொந்தத் துண்டை எடுத்து மாணிக்கனைப் போர்த்தினார். அம்மா! மாணிக்கன் அந்தஸ்தும் மதிப்பும் உள்ள இசையமைப்பாளராக உயர்ந்துள்ளார். மாணிக்கனுக்கு இனி திரும்பிப் பார்க்க வேண்டிய தேவையில்லை. சிறந்த சொற்பொழிவாளர் என்னும் பெருமை அடைவார். பெயர், புகழ், செல்வம் இவையனைத்தும் மாணிக்கனின் கைகளில் வந்து சேரும்'.

காவேரி மாணிக்கனை வாய் சோராமல் பேசுவதைக் கண்டு கண்ணம்மாப் பாடினியின் கண்களும் சந்தோஷத்தால் நிரம்பியது. மகனின் வாழ்த்துக்களைக் கேட்கும் எந்தத் தாய் தான் மகிழ்ச்சியடையாமல் இருப்பாள்? பெருமையாலும் சந்தோஷத்தாலும் கண்ணம்மா பாடினி நிறைந்தாள்.

'நான் இந்த வாழ்க்கையைக் கடந்து வந்ததே எனது மகனுக்காக வேண்டிதான். அவன் மனம் போனபோக்கில் அவனை விட்டேன். கூட நானும் போனேன். தீட்சிதர் சுவாமி தான் எங்களது கண்கண்ட தெய்வம். எனது மகன் மாணிக்கனின் இரத்தத்தில் இசை கலந்துள்ளது. எங்கள் தாத்தா பாட்டிகளால் கைமாறப்பட்ட

இசை. தீட்சிதர் சுவாமிகள் அதை அங்கீகரித்தார். கடவுளே..... அவருக்கு நன்றி..... மகளே, காவேரி...... கெட்ட காலங்களுக்கு முடிவு வந்தது எனத் தோன்றுகிறது.

ஆதீனத்தின் சம்பவத்தைக் குறித்து மாணிக்கன் தனது தாயாருக்குத் தெரிவிக்க விரைந்து வந்தான்.

அப்போதுதான் காவேரி தன் தாயின்முன் கட்டுக்கடங்காத குதூகலத்துடன் தன் வாழ்த்துகளைப் பரப்புவதைக் கேட்டான். தன்னையறியாமல் தாயின் முகத்தில் இருந்த மகிழ்ச்சியைப் பார்த்தான். நமது சாதனைகள் நம்மைவிட மற்றவர்கள் சொல்லிக் கேட்கும்போது உண்டாகும் மகிழ்ச்சி தனி தான். மற்றவர்கள் இல்லை? காவேரி தனக்கு எப்படி மற்றவர்கள் ஆகும்.?

அவளையும் அறியாமல் என் இதயத்தில் நான் நிலைநிறுத்திய என் காதல் அவள் அல்லவா? அவள் தன்னைப்பற்றி பெருமிதம் கொள்வதைக் கண்ட மாணிக்கனின் மனம் நிறைந்தது. மனதில் ஆயிரம் துடிப்புகள் ஒரே தாளத்தில் ஒன்றாக ஒலித்தன.

கண்ணம்மா பாடினி சொன்னபடி காவேரியை ஆதீனத்தினுள் இருக்கும் வசிப்பிடத்திற்கு மாணிக்கன் அழைத்துச் சென்றான்.

அம்மா சொல்லவில்லையென்றாலும் நான் சென்றிருப்பேன்.

அவளிடம் தன் மனதின் உணர்வுகளைச் சொல்ல நினைத்து எத்தனையோ இரவும் பகலும் கழிந்து போயின.

அவளை நெருங்கி, அவளது முகத்தைப் பார்க்கும்போது மனதின் தைரியமெல்லாம் வடிந்து போவதுபோல் இருக்கிறது.

அவள் மறுத்தால் பின்பு நான் என்ன செய்வேன்?
எனது வாழ்க்கையின் நோக்கம் தான் என்ன?

என்ன தான் பொருள்?

நினைக்கும்போதே காதலிக்கும் தைரியம் போய்விடுகிறது.

மாணிக்கா, நமக்கு ஆற்றின் ஓரமாக நடந்து செல்லலாமா?

தனது மனதில் கேட்க நினைத்த கேள்வியை அவள் திருப்பிக் கேட்கிறாள்.

சோலை மலர்கள் சிரிப்பது போல் மகிழ்ச்சியில் சிரித்துக்கொண்டே ஆற்றங்கரையில் இருந்த மணல்மேடுகளைக் கடந்து அவள் ஓடினாள். பின்னால் மாணிக்கனும். ஒன்றாக நடக்கும்போது தோள்கள் உரசியது வேண்டுமென்று அல்ல. தற்செயலாக நடந்தது. மாணிக்கன் காவேரியின் முகத்தை உற்றுப்பார்த்தான். அவள் சீரியஸாகப் பேசுகிறாள்.

மெல்லிசை முறையானதாக இருக்க வேண்டும். ஆனால் மனநிலைக்கு இடமுண்டு. அந்த மனநிலை மாணிக்கனிடம் ஏராளம் உள்ளன.

'மனநிலையை விளக்குவதும் விரிவுபடுத்துவதும் கடினம். அதில் நான் பின்தங்கியுள்ளேன்'

நான் எனது உள்ளத்தை அல்லவா வெளிப்படுத்தினேன். ஆனால் அதை அவள் புரிந்து கொள்ளவில்லை.

'யார் சொன்னார்? இன்று மாணிக்கன் அதை சரியாகப் பயன்படுத்தியுள்ளானே. மெல்லிசை இசையாக மாறியது என்று தான் ஆசிரியர் சொன்னார்.'

சொல்ல வேண்டியதைச் சொல்ல முடியாமல் அவனது மனம் அலைபாய்கிறது.

அது அவளுக்குத் தெரியாது.

எனவே, சிந்தனையில் மாணிக்கன் மெதுவாக நடந்தான்.

இப்படி ஒரு வாய்ப்பு மீண்டும் எப்போது கிடைக்கும்?

சொல்ல வேண்டியதைச் சொல்லிவிட வேண்டும் என்று துணிச்சலாக முடிவெடுத்து அழைத்தார் மாணிக்கன்.

'காவேரி...'

ஆற்று மணலில் கால்களை இழுத்துக்கொண்டு மாணிக்கனின் அழைப்பிற்கு முன்னால் செல்கிறாள் காவேரி. திடீரென்று அவள் சத்தமாக அழைத்தாள். மணலில் அமர்ந்து தன் கால்களைப் பார்த்தாள்.

அந்த அழைப்பைக் கேட்டு அவளிடம் ஓடி வந்தான் மாணிக்கன்.

ஆச்சரியத்துடனும் ஆர்வத்துடனும் அவளுடன் பேசினான்.

'ஒரு நண்டு ..... அது என் காலை இறுக்கத் தொடங்கியது'

அவனும் அவளுடன் மணலிலிருந்தனர். காவேரி மூடிப்பிடித்திருந்த வலது கால்பாதத்தில் அவன் குனிந்து பார்த்தான்.

'ஏய்.... பரவாயில்லை காவேரி .... காயம் ஒன்றும் இல்லை...'

மாணிக்கன் சொன்னானே. காவேரி அமைதி அடைந்தாள்.

அவள் மீண்டும் உற்சாகமானாள்.

கால்களை இழுத்துக்கொண்டு ஆற்றங்கரையிலுள்ள மணலில் நடனம் ஆடினாள்.

அவள் சிரித்துக்கொண்டு மீண்டும் ஓட ஆரம்பித்தாள். பின்னாடி மாணிக்கனும்.

ஆற்றங்கரையில் இருந்து சுமார் நூறு அடி தூரத்தில் ஒரு சிற்றோடையில் ஒரு குடிசை. தூண்கள் மூங்கிலால் செய்யப்பட்ட மண் திண்ணையுள்ள கூரை வேய்ந்த குடில். அந்த மண்திண்ணையில் சுவரில் சாய்ந்திருந்து துடிகொட்டி பாடிக்கொண்டிருக்கும் ஒரு எண்பது வயது தோன்றும் பஞ்சைப்போன்று வெண்மையான முடியும் தாடியும் நீட்டிய கறுத்து மெலிந்த ஒரு வயோதிகன். காரிப் பெரும்பாணர்.... மாணிக்கனின் இறந்துபோன அப்பாவின் அப்பா.

காவேரிப்பெருமணலேலோ....

நானோ நான் பாடுகிறேன்...

சாயங்கால நேரம் காரிப்பெரும்பாணர் அழகான நாட்டுப்புறப் பாணியில், தனது துடிப்பின் தாளத்தைப் பெருக்கி தனது இதயத்துடன் சேர்ந்து பாடுகிறார்.

ஆற்றின் குறுக்கே, புழுதி மணலின் மேலாக ஓடி குடிசையின் முன் இருந்த திட்டு மீது குதித்து ஏறினான் மாணிக்கன். காவேரி அவனுக்குப் பின் மிகவும் தொலைவில் உள்ளாள். மேடு குதித்து ஏற சிரமப்படும் காவேரியைத் தனது கை கொடுத்து ஏற்றிவிட்டான் மாணிக்கன். அவளை இழுத்து ஏற்றும்போதே பெரும்பாணரைத் திரும்பிப் பார்த்து அவன் அழைத்தான்.

'பெரியப்பா....'

முதியவர் பாடலின் தாளத்தை நிறுத்தாமல் அவனைப் பார்த்தார். காவேரியை அவன் கையால் பிடித்துக் கொண்டு இருவரும் அவரை நோக்கி ஓடி வருவதை முதியவர் அன்புடன் பார்த்தார். பெரும்பாணாரின் பக்கத்தில் ஓடி வந்த அவன் ஒரு முழு புன்னகையுடன் தாத்தாவின் வலப்பக்கத்தில் அமர்ந்தான். பின்னால் வந்த காவேரி ஒரு சிறு குழந்தையைப் போல் பெரியப்பாவின் தோளில் சாய்ந்திருக்கும் மாணிக்கனைப் பார்த்தாள். அவனது இருக்கையைப் பார்த்ததும் அவளுக்குச் சிரிப்பு வந்தது...முதியவர் தனது துடிகொட்டு நிறுத்தி காவேரியைப் பிடித்து அவளை தனது இடப் பக்கத்தில் அமரச் செய்தார். அவளும் மாணிக்கனைப் போன்று காரிப் பெரும்பாணரின் இடது தோளில் சாய்ந்து கிடந்தாள்.

இருபக்கங்களிலும் இளைஞர்களை சேர்த்தமர்த்தி அவர்களது தலையை வருடிக்கொண்டு காரிப்பெரும்பாணர் தனது துடியை எடுத்து திரும்பவும் பாடினார்.

காவேரிப்பெருமணலேலோ....

நானோ நான் பாடுகிறேன்...

மாலை நேரம் ஆனது. ஆதீனத்தில் வாசல் வரை போனபின் மாணிக்கன் திரும்பிப் போனான். மரங்கள் வழியாகச் செல்லும் பாதையில் இருள் மூடத் தொடங்கியது. காவேரி தன் வசிப்பிடத்தை நோக்கி நடந்தாள்.

அந்த வருகையைப் பார்த்துக்கொண்டு சாலையோர மரத்தில் சாய்ந்து நிற்கிறார் அரங்கநாதன். பக்கத்தில் வந்தபோது தான் காவேரி அரங்கநாதனைப் பார்த்தாள். திடீரெனப் பார்த்ததால் ஒரு அச்சம் அவளுக்கு வந்தாலும் அரங்கநாதன் தானே என்று நினைத்து அவள் ஆறுதடைந்தாள். ஒரு புன்னகை ஒரு நாணம். அவள் முன்னே நடக்கத் தொடங்கினாள்.

திடீரென்று அரங்கநாதன் அவளது கையைப் பிடித்துக் கொண்டான். திகைத்துப் போனாள் காவேரி.

என்ன நடக்கிறதென்றோ என்ன நடக்கப் போகிறதென்றோ அவளுக்குப் புரியவில்லை. அவளது கண்களைப் பார்த்துக்கொண்டே அவன் கைகயைப் பிடித்து பக்கத்தில் இழுத்தான். ஒரு கண நேரம் ஆச்சரியம்.

காவேரி கையைத் தட்டியெறிய முயன்றாள். அரங்கநாதனின் பிடியில் அது முடியவில்லை. காதலுடன் புன்னகைத்துக்கொண்டு அவன் காவேரியை இழுத்துத் தனது மார்புடன் சேர்த்து முத்தம் கொடுத்தான். அவள் தன் முழு வலிமையால் அவனைத் தள்ளிவிட்டாள். அவன் சிரித்துக் கொண்டே எதிர் திசையில் நடக்க ஆரம்பித்தான். சந்திரனும் நட்சத்திரங்களும் இல்லாத ஆகாயம்.... எனவே பூமி மிகவும் இருண்டு காணப்பட்டது. ஒரு கணம் திகைத்து நின்றாள் காவேரி. அவள் உடம்பெல்லாம் நடுங்கியது. யாராவது இருக்கிறார்களா பார்த்தார்களா என அவள் திரும்பிப் பார்த்தாள். யாருமில்லை. மெல்ல அவள் முகத்தின் தோற்றம் மாறியது.

அவள் நடந்தாள்.... தனது வசிப்பிடத்திற்கு நேராக.......

இருபத்தி ஐந்து

தேவீதாசத் தீட்சிதர் தலைமையகத்தில் உள்ள தனது அறையின் கம்பீரமான நாற்காலியில் மகிழ்ச்சியுடன் ஓய்வெடுத்துக் கொண்டிருந்தார். 80 வயதாகிறது. திரும்பிப் பார்த்தால் என்ன இருக்கிறது? தஞ்சாவூர் அக்ரஹாரத் தெருவில் வைணவ இனத்தைச் சார்ந்த மஹாபிராமணரான ஐயராகப் பிறந்தார். ஒரு பிராமணராகப் பிறந்தாலும் குழந்தைப் பருவம் நிரந்தர வறுமையின் நாட்களாக இருந்தது. அவரது தந்தை பல நாடுகளிலுள்ள பல அரண்மனைகளில் அலைந்து திரிந்தார். எப்போதாவது தான் தந்தையைப் பார்க்க முடிந்தது. அம்மாவின் அம்மா தான் வீட்டு காரியங்கள் அனைத்தையும் நடத்தி வந்தார். பாட்டி அப்பளம் செய்து வியாபாரிகளிடம் விற்பனை செய்தும் அரண்மனை விருந்துகளில் சமையல்காரர்களுக்கு உதவியாகச் சென்றும் எங்களை வளர்த்தார். பாடலில் ஆர்வமிருந்த என்னை வைத்தீஸ்வர சுவாமிகளிடம் அழைத்துச் சென்றது எனக்கு உதவியாக அமைந்தது. அங்கிருந்து திருவையாறு ஆதீனத்தில் .... கடவுளின் உதவியாலும், அதிர்ஷ்டத்தாலும் எங்கு சென்றாலும் தனக்கென ஒரு பெயரை உருவாக்க முடிந்தது.

கணக்குப் பார்த்து சொல்லி பணம் வாங்க மறக்காததால் நற்பெயர் உயர்ந்தது என்பது தான் உண்மை. பின்பு கச்சேரிக்கு அழைப்பு வரும்போதே பணமும் வரத் தொடங்கியது. ஒன்றும் வீணாகவில்லை.

பொறுமை வெற்றி தரும் என்பதை அனுபவம் கற்றுக் கொடுத்துள்ளது. யாரைப் பற்றியும் கவனிக்காமல் வாழ்க்கை நகர்ந்து சென்றது. அதிர்ஷ்டவசமாக அந்தக் கவனமின்மை தனக்கு மீண்டும் நற்பெயரைப் பெற்றுத் தந்தது. தேவீதாசர் தொட்டால் எரியும் தீப்பந்தம் என்னும் புகழைப் பெற்றார். அது சிறப்பாக அமைந்தது. அரசர்கள்கூட தனது வசதிகளை அறிந்து நடந்து கொண்டார்கள். இதுபோன்ற நாடகங்கள் அவரது

வாழ்க்கையின் வெற்றிக்கு உறுதுணையாக இருந்தாலும், அவர் யாரையும் அற்பமாக எண்ணவில்லை. யாரையும் ஏமாற்றவில்லை. உண்மைக்கு மாறாக வாழவில்லை. அவர் அறிந்ததை எதிர்காலத் தலைமுறைக்குப் பகிர்ந்து கொடுக்க பல இடங்களில் கல்விக்கூடங்களை அமைத்தார். அதனால் உலகம் முழுவதிலுமிருந்து சீடர்களும் இருந்தனர். அரச குடும்பத்தைச் சார்ந்த குழந்தைகள்கூட அவரைத் தேடி வந்தனர். இந்த பரந்த நிலம் அவருக்கு அரசனால் பரிசாக வழங்கப்பட்டது.

இங்கே ஆதீனம் அமைத்து கடைசிகாலம் அமைதியாகக் கடத்திவிட முடிவு செய்திருந்தேன். கற்றலிலும் கற்பிப்பதிலும் எந்தச் சமரசமுமில்லாத ஒழுக்கவிதிகளைக் கடைபிடித்ததால் மக்கள் மத்தியில் ஆதீனத்திற்கு நற்பெயரும் கிடைத்தது. ஒரு வாழ்வில் இதைவிட அதிகமாக என்ன சாதிக்க வேண்டும்? உலகம் எப்போதும் ஜெயிக்கிறவன் பக்கத்தில் இருக்கும். தோற்றால் படுகுழியில் தள்ளும்... சிறுவயதிலிருந்தே வெற்றி பெற வேண்டும் என்பதில் உறுதியாக இருந்தேன். அந்த முடிவு சரியாகவும் இருந்தது.

அறைக்கு வெளியே யாருடையவோ நிழல் கண்டபோது தீட்சிதர் நினைவுகளை விட்டு எழுந்தார். தற்போது கண்களும் சரியாகக் காணவில்லை.

'யார் அங்கே? என்ன வேணும்?'

பதில் ஒரு இருமல் மட்டும்...... அது தவறான இலட்சணம் தானே?

'கேட்கவில்லையா? என்ன பெயர் இல்லையா?'

இப்போது அவன் உள்ளே வந்தான். ஓ. அரங்கநாதன்..... ஏன் இவன் என்னைப் பார்க்க இவ்வளவு காலையில்?

எப்படி தொடங்க வேண்டும் என அரங்கநாதன் ஒரு நிமிடம் திகைத்து நின்றான். பின்பு திடீரென தேவீதாசரின் கால்களைத் தொட்டு தொழுதான்.

'என்ன அரங்கநாதா?'

அரங்கநாதன் பட்டுத்துணி பொதிந்திருந்த பனை ஓலை ஏடுகளை எடுத்துத் தீட்சிதரை நோக்கி நீட்டினான்.

'அரங்காநாதா.. என்ன இது?'

'என்னுடைய ஒரு படைப்பு. ஏழாவது மேளகர்த்தா இராகத்தில் படைத்துள்ளேன். நீங்கள் பார்த்து விட்டு குறைகள் இருந்தால் அதைக் கூறினால் மிகவும் புண்ணியமாக அமையும்.....'

தீட்சிதர் புன்னகைத்தார்.... நேற்று மாணிக்கன் அவனது படைப்பு பாடிக்கேட்டதின் உற்சாகத்தில் தனக்கும் பெயர் வாங்க வேண்டும் என்று நினைத்து இவன் இந்தச் சாகசத்திற்கு முயற்சி செய்துள்ளான்...... பரவாயில்லை... நல்லது தான் ...... மாணவர்களிடையே போட்டி இருந்தால், கற்றல் சிறப்பாக அமையும். அதிகமாக வேலை செய்தால் அவ்வளவு சிறப்பாக இருக்கும். போட்டி மட்டும் இருக்க வேண்டும்....பொறாமை இருக்கக்கூடாது.... இவனுக்கு அது இருக்குமா?

'அதற்கு என்ன? பார்க்கலாம்.. நீ நல்ல கலைஞர் தான் அரங்கநாதா..... இசை தெரிந்தவன். அதன் அளவுகள் தெரிந்தவன்.... விதிகள் தெரிந்தவன்.... ஆனால்...'

அரங்கநாதன் அதிர்ச்சியடைந்தான்...

'ஆசிரியரே... என்ன?'

'உனது மனதில் கொஞ்சம் அகங்காரம் உண்டு....கோபம் உண்டு... அது ஒருபோதும் அழகல்ல. முக்கியமாக ஒரு கலைஞருக்கு...'

நாற்காலியில் இருந்து எழுந்து இரண்டு அடி தூரம் நடந்தார் தீட்சிதர்.....

'ஒரு கலைஞரிடம் எப்போதும் இருக்க வேண்டியது என்ன? பணிவு தான் ..... மாணிக்கனைப் பாரு. அவனிடம் நீ கண்டு படிக்க வேண்டிய குணங்கள் ஏராளம் உள்ளன... நீ நன்றாக வரவேண்டும்

என்பதற்காகச் சொல்கிறேன். இசை அறிவிலும் அறிவியலிலும் சீரான பயிற்சியிலும் மாணிக்கன் உன்னைவிடவும் ஒரு படி மேலே தான் இருக்கிறான். ஆனாலும் அந்த மனப்பான்மை அவனிடம் இல்லை. எப்போதும் ஒரு மாணவனாக வேறு எந்தச் சிந்தனையுமின்றி படிப்பவனாகவும் காணப்படுகிறான். மாணிக்கன் தன் கண்ணையும் காதையும் இயற்கையில் நிலைநிறுத்தி அடக்கமாக வாழ்கிறான்.

காகதிருஷ்டிர் பகத்யானம்

ஷ்வானநித்ரா ததைவச

அல்பாஹாரம் ஜீர்ணவஸ்த்ரம்

ஏததுவித்யார்த்தி லக்ஷணம்.....

காகத்தின் கண்கள், கொக்கின் தியானம், நாயின் உறக்கம், மிதமான சாப்பாடு, ஆடம்பரமில்லாத உடை இவை தான் ஒரு மாணவருக்குத் தேவை என்றுதான் முனிவர்கள் சொல்லியிருக்கிறார்கள். ஒவ்வொரு மாணவனும் தான் எப்படி என்பதை சுயமாக அறிய வேண்டும். அப்போது தான் ஞானம் அதிகமாகும். அறுபத்து நான்கு கலைகளிலும் சிறந்தவர் என்று சொல்வதில் அர்த்தமில்லை. இசை என்பது கடல். அதற்குமுன் எப்போதும் ஒரு அடக்கமான குழந்தை போன்று இருந்தால் தான் முன்னேற்றம் உண்டாகும். திறமை, அதிர்ஷ்டம், தெய்வீகம் ஆகியவை. வாழ்க்கையில் வெற்றி பெற இது தான் ஒரே சொத்து.

அரங்கநாதனுக்கு உள்ளுக்குள் கோபம் நுழைந்தது. இந்தக் கிழவனின் அறிவுரையைக் கேட்க நான் வரவில்லை. எப்போதும் மாணிக்கனைப் பாராட்டுவது தான் இவருக்கு விருப்பம். அவன் இவரது கள்ள சந்ததியாக இருக்குமோ?

'ஆசிரியரே... நான் ஒரு பிராமணன் அல்லவா? மாணிக்கன் தாழ்ந்த ஜாதி பாணன் அல்லவா? அப்படியிருந்தும் நீங்கள் மாணிக்கனைப் பாராட்டுகிறீர். எல்லா ஊக்கமும் அவனுக்கு மட்டும்'

கட்டை விரலில் இருந்து ஏறிய கோபத்தால் தீட்சிதரின் உடல் நடுங்கியது.

'அரங்கநாதா.... கடவுளுக்கு இனமும் ஜாதியும் மதமும் உண்டோ? தெய்வீகமான இசைக்கும் இவையொன்றும் இல்லை. பிரிவினையும் பேதமும் எந்தவொரு கலையின் புனிதத்தையும் கெடுத்து விடும்.... நீ மறக்கக் கூடாது....'

முகத்தில் அடிபட்டதுபோல் தோன்றியது அரங்கநாதனுக்கு. ஏமாற்றம் அடைந்தவனைப் போன்று வளைந்து கூனி கூடுதல் பணிவுடன் நடித்து மனதில் பேராசையுடன் அரங்கநாதன் தேவீதாச தீட்சிதரைப் பார்த்தான்.

இருபத்து ஆறு

சூரியனின் வெப்பம் அதிகமாகி இருந்தது....... தேவீதாச தீட்சிதரின் ஆதீனத்திற்கு நீண்டு கிடக்கும் பாதையில் குதிரையில் கழுத்திலுள்ள மணி ஓசை.. ..... கணீர் கணீர்

ஒரு குதிரைவண்டி வருகிறது... அதன் பின்னால் ஒரு குதிரையும்... அதன்மேல் ஒருவர்...

தலைமையகத்திற்கு முன்னால் குதிரைவண்டி நின்றது... பின்னால் வந்த நபர் குதிரையிலிருந்து குதித்து கீழே இறங்கினார். அவர் குதிரைவண்டியின் பின்னால் மூடியிருந்த துணியை விலக்கியபோது அதிலிருந்து முப்பத்தி ஐந்து வயது மதிக்கத்தக்க ஒரு பெண்மணி கீழே இறங்கினாள். கீழே இறங்கிய அவர் தனது கையை வண்டியின் உள்ளே நீட்டினார். ஏராளம் வளையல்கள் போட்டிருந்த ஒரு கை இந்தக் கையைப் பிடித்தது. வண்டியின் படிக்கட்டில் கொலுஸ் போட்ட ஒரு கால் வைக்கப்பட்டது. மிகவும் அழகான ஒரு பெண் குதிரை வண்டியிலிருந்து கீழே இறங்கினாள்.

கல்விக்கூடத்திலிருந்து தீட்சிதரின் ஒரு உதவியாளர் ஓடி வெளியே வந்தான். புதிதாக வந்தவர்களைத் தீட்சிதருக்கு முன்னால் அழைத்துச் சென்றான்.

வெள்ளித்தட்டில் வைக்கப்பட்ட பட்டில் பொதியப்பட்ட மூன்று கிழிகள் தனது பெரிய அறையில் நாற்காலியில் உட்கார்ந்திருந்த தீட்சிதரின் முன்னால் வைக்கப்பட்டது. வந்தவர்களின் ஒருவன் மரியாதையுடன் தீட்சிதரிடம் கூறினான்.

'கடப்ப தேசத்தின் அரச குடும்பத்தைச் சார்ந்த தேஜாவந்தி... நல்ல திறமையான குழந்தை.... நல்ல நாட்டியக்காரி. கடப்பாயின் குருக்கள் ஆசீர்வதித்து விட்டார். மேல்படிப்பிற்கு தீட்சிதர் ஆசீர்வதிக்க வேண்டும். மேலும் ஆதீனத்தில் கற்க வேண்டும் என்பது குழந்தையின் விருப்பம்'

ஒரு முடி கூட இல்லாத தனது பிரகாசிக்கும் தலையை வருடிக்கொண்டு தீட்சிதர் கூறினார்.

'வாழ்க்கையைத் திரும்பத் திரும்ப கற்றுக் கொண்டேயிருக்க வேண்டியது தான். அழகிய சுந்தரவல்லி நாயகி.... வெங்கடாசலம். சஹஸ்ரநாமம் போன்ற ஆசிரியர்கள் இந்த ஆதீனத்தில் உள்ளனர். தேஜாவந்திக்கு இங்கு தங்கி கற்கலாம்... கல்விகூடத்தில் விதிகளின்படி......'

தேஜாவந்தி தேவீதாச தீட்சிதரின் கால்களைத் தொட்டு வணங்கினாள். அவளது தலையில் கைவைத்து தீட்சிதர் ஆசீர்வதித்தார்.

'கடவுள் ஆசீர்வதிக்கட்டும்.....'

உதவியாளனால் அழைக்கப்பட்டு கடப்பயில் இருந்து வந்த தேஜாவந்தியும் கூட்டமும் பெண்குழந்தைகள் தங்கும் ஆதீனத்திற்கு நேராக நடந்து செல்லும்போது, ஏதோ அவசியத்திற்கு அவசரமாக வந்துகொண்டிருந்தான் அரங்கநாதன்.

இவள் யார்? தேவதையைப் போன்று மிகவும் அழகாக இருக்கிறாள்....ஆதீனத்தில் புதிதாகச் சேர்ந்து கற்க வந்தவளாக

இருக்கும். அரங்கநாதனின் உதட்டில் ஒரு புன்னகை தோன்றியது. அவன் தேஜாவந்தியின் கண்களை உற்றுப் பார்த்தான்.

மேடையில் ஆடும் ஆட்டக்காரரின் முகத்தில் வருவதைப் போன்று ஒரு மர்மமான காதல் அரங்கநாதனின் முகத்தில் தோன்றி மறைந்ததோ?

சில வாரங்களில் தான் தேஜாவந்தியில் நடனத்திறன் ஆதீனத்திலுள்ளவர்கள் புரிந்து கொண்டனர். காவேரிக்குச் சமமான நடனக் கலைஞர். இருவரும் விரைவில் உயிர் தோழிகளாக மாறினார்கள். ஆதீனத்திலுள்ள மாணவிகளுக்கான இடத்தில் தனது இடத்தை காவேரி தேஜாவந்திக்கு பங்கிட்டுக் கொடுத்தாள். ஆதீனத்தின் சூழலும், அனைவரின் நட்பும், காவேரியின் பிரசன்னமும் தேஜாவந்திக்கு மிகவும் பிடித்திருந்தது.

பிரதான மண்டபத்தில் சிறப்பு நிகழ்ச்சி ஒன்று நடைபெறுகிறது. நடனம் மற்றும் இசையில் இரண்டு நடனக் கலைஞர்கள் இன்று மேடையில் ஆடுகிறார்கள். காவேரியும் தேஜாவந்தியும் ..... பார்வையாளர்களுக்கு அதொரு நாட்டிய விருந்தாகவே அமையும்.

பொதுவாக சதிராட்டம் ஒருவர் தான் செய்வார். குறவஞ்சி குழு நடனமும். தேவீதாச தீட்சிதர் சுய சீர்திருத்தங்கள் ஆதீனத்தில் முயற்சி செய்து பார்க்க வேண்டும் என மாணவர்களுடன் சொல்லியிருந்தார். அவர் அப்படிதான். கலைஞர் கலையின் புது பாதை வழியாகப் பயணம் செய்ய வேண்டும். ஆசிரியர்களுக்கும் மாணவர்களுக்கும் அதற்கான சுதந்திரம் கொடுத்திருக்கிறார் என்று மட்டுமல்ல அப்படி செய்பவருடன் அவருக்குத் தனி பாசமும் உண்டு. சதிராட்டமும் குறவஞ்சியும் சேர்த்து ஒரே மேடையில் முயற்சி செய்து பார்க்கும் ஒருசில ஆதீனங்களில் ஒன்று தான் தேவீதாசரின் ஆதீனம். சதிராட்டம் என்று அவர் சொல்லமாட்டார். பரதநாட்டியம் என்று கூறுவார்.

அவருடைய ஒரு நண்பர் சதிராட்டத்தை இவ்வாறு தான் அழைப்பாராம். எவ்வளவு அழகான பெயர் என்று தீட்சிதர் அதைக் குறித்து சொல்லுவார்.

இரண்டு பாடகர்களின் இசைக்குக் காவேரியும் தேஜாவந்தியும் நடனம் ஆடினார்கள். மாணிக்கன் மற்றும் அரங்கநாதனின்...

நான்கு சிறந்த கலைஞர்கள் இணைந்துள்ள காட்சி அது. இவர்களை நாளைக்கு உலகம் அறியப் போகிறது. தேவீதாச தீட்சிதருக்கு எந்தச் சந்தேகமும் இல்லை. நடனஇசையின் மனதுக்கு இணையான சந்திப்பு. எனது இந்த ஆதீனத்தைத் தவிர வேறு எங்காவது இது நடக்குமா? திறமை மிக்கவர்கள்தான் எனது குழந்தைகள்.

பாடல் முடிந்தது....நடனம் முடிந்தது.... மலைகளில், காற்றோடு சேர்ந்த மழை நின்றது போல்...மரங்கள் செடிகள் ஆகியவற்றின் இலைகள் அசைவதை நிறுத்தியது போன்று.

மேடையை வணங்கிய காவேரியும் தேஜாவந்தியும் ஒருவருக்கொருவர் கட்டிப்பிடித்தார்கள். மாணிக்கனும் அரங்கநாதனும் எழுந்தார்கள். மாணிக்கன் தேவீதாச தீட்சிதரின் கால்களைத் தொட்டு வணங்கினான். அவனை தீட்சிசர் கட்டிப்பிடித்து ஆசீர்வதித்தார்.

மேடையிலிருந்து இறங்கி ஆசிரியர்களின் ஆசீர்வாதம் வாங்கிய காவேரி திரும்பிப் பார்க்கும்போது தேஜாவந்தியைக் காணவில்லை. அவள் தனது வசிப்பிடத்திற்கு நேராகப் போய்விட்டாள்.

காவேரியின் கண்கள் மீண்டும் யாரையோ தேடத் தொடங்கியது.

நடனச்சுவடுகள் வைப்பதில் அளவுகள் உள்ளன. அந்த அளவுகள் தவறினால் நடனம் தவறாகும். அவ்வாறு தவறாமல்

இருக்க வேண்டுமெனில் பாடல் மற்றும் தாளத்தின் விதிகள் தெரிந்திருக்க வேண்டும். முகபாவங்கள் சரியாக இருந்து அசைவுகளுக்கும் தாளம் வேண்டுமெனில் பாடலுக்குத் தாளம் இருக்க வேண்டும். அரங்கநாதனின் பாடல் கச்சிதமாக இருந்தது. மாணிக்கனின் பாடல் உணர்ச்சிகரமாக இருந்தது. எனவே நடனம் கம்பீரமானது. இருவரும் சிறந்த பாடகர்கள் தான். இரண்டு பாணிகள் என்று தான் உண்டு. அரங்கநாதன் எங்கே? கூட்டத்தில் காவேரியின் கண்கள் அவனைத் தேடின. இதோ மாணிக்கன் இருக்கிறான். காவேரி அவனைப் பார்த்து உளப்பூர்வமாக சிரித்தாள். பின்னர் மண்டபத்திலிருந்து நடக்கத் தொடங்கினாள்.

சிறப்பாகப் பாட முடிந்தது. சேர்ந்து பாடிய அரங்கநாதனும் கம்பீரமாகப் பாடினான். மெல்லிசையின்போது அவரது தாளம் துல்லியமாக இருந்தது. பெண்களின் நடனமும் கம்பீரமாக இருந்தது.

தீட்சிதரும் அவருடன் இருந்தவர்களும் அதை விரும்பினார்கள் என்று தோன்றுகிறது. அதனால் தான் அவர் என்னைத் தழுவிக் கொண்டார். உள்ளம் நிறைந்தது. ஆனால் இதயம் நிறையவில்லையே. அவளது சிரிப்பில் மகிழ்ச்சி இருந்தது. ஆனாலும் அவள் ஒன்றும் சொல்லவில்லையே. பார்வை மட்டும் போதாதே, வார்த்தையும் வேண்டாமா? கலைஞரின் ஐம்புலன்களையும் உணர்த்துவதற்குப் பாராட்டுத் தேவை. .. இதோ அவள் செல்கிறாள். ஒன்றும் சொல்லாமல். மாணிக்கன் ஏமாற்றமாக உணர்ந்தான்.

நூறு அடி தொலைவில் உள்ளமரங்களுக்கு இடையே தேஜாவந்தி நடந்து செல்கிறாள். அவளுடன் சென்று ஏதாவது சொல்லிச் சிரிப்பதற்குக் காவேரிக்கு நடுக்கமாய் இருந்தது. அழைப்பதற்கு நாவை அசைத்தாள். அவளுக்கும் எனக்கும் நடுவில் மரத்தின் பின்னாலிருந்து பாதையில் நுழைந்தவன் யார்? கண்ணும் மனமும் இன்னிசையால் நிரம்பப்பட்ட அரங்கநாதன்

அல்லவா? திருடன்! எப்போதும் ஒரு மரத்தின் பின்னால் இருந்து திடீரென்று தோன்றுவது தானே அவனது செயல்... கள்ளக் கிருஷ்ணனைப் போன்று.. அவன் என்னைக் காணவில்லையா? ஒரு பார்வை கூட பார்க்காமல் முன்னால் போகிறானே. அதோ தேஜாவந்தி திரும்பிப் பார்க்கிறாள்.... அவன் அழைத்திருப்பானே? அவள் சிரிக்கிறாள். அவள் கன்னங்களில் வெட்கம் துளிர்விட்டதா? ஏன் தலை குனிகிறாள்? ஒரு கணம் காவேரியின் கால்கள் ஸ்தம்பித்தன....

தேஜாவந்தியை நெருங்கினான். பாடல் பாடிய உரிமையுடன் அரங்கநாதன் அவளது தோளில் கை வைத்தான். அவள் வெட்கப்பட்டாள்.

'பாடலின் அனுபல்லவியில் ஒரு காதல் மறைந்திருந்தது. வரிகளின் அர்த்தம் புரிந்து கொண்டால் தான் அதை உணர முடியும். காவேரிக்கு அது சுத்தமாகப் புரியவில்லை என தோன்றுகிறது. ஆனால்....'

'என்ன அரங்கநாதா?'

'தேஜாவந்தி அது உள்ளத்தில் உட்கொண்டாய். அதனால் சிறப்பாகச் செய்யவும் முடிந்தது. அந்த கண்களும், கன்னமும், அந்தக் கைமுத்திரைகளும் ஆஹா... அனைத்து அங்கங்களிலும் பாவனை இருந்தது...'

தேஜாவந்தியின் மனம் குளிர்ந்தது. கலைஞனுக்குத் தனது நடிப்பு நன்றாக இருந்தது என்று மற்றவர்கள் சொல்லிக் கேட்பது தானே மிகவும் மகிழ்ச்சி? தனது அங்கங்களின் அசைவு அரங்கநாதன் கவனித்தார் என்று தெரிந்தபோது தேஜாவந்தியில் வெட்கம் வந்தது.

'போ அரங்கநாதா.... என்னைச் சும்மா பாராட்டி கேலி செய்கிறாய்'

தேஜாவந்தியின் கண்களைப் பார்த்து அரங்கநாதன் மெதுவாகக் கூறினான்.

'இதயத்திலிருந்து பேசுவது பெண்களுக்கு ஏன் கேலி செய்வதாகத் தோன்றுகிறது?'

அவர்களைக் கடந்து ஒரு வண்டு பறந்து சென்று பூவைத் தேடியது.

'நான் தொடங்கியது தானே உண்டு. இந்தக் கூடத்தில் வர முடிந்ததே என் பாக்கியம்'

வெற்றிலை போட்டு சிவந்த உதட்டைக் கடித்து ஒரு ரீதியில் அரங்கநாதன் தேஜாவந்தியைப் கால் முதல் தலை வரைப் பார்த்தான்.

'தேஜாவின் பாக்கியமா? ஒருபோதும் இல்லை'

அவள் ஆச்சரியப்பட்டாள்.

'என்ன? என்ன அரங்கநாதா?'

அரங்கநாதனின் வார்த்தைகளில் மென்மை இருந்தது. காதலின் மகரந்தம் நிறைந்திருந்தது.

'எனது பாக்கியம்!'

அவளது கண்களை அவன் உற்றுப்பார்த்தான். அவள் வெட்கத்தால் முகம் நாணிச் சிவந்தாள்.

'தேஜாவந்தி...'

'ஓ...'

'இந்த அழகுடன் நீ இங்கே வந்தது எனது பாக்கியம். எனக்கு மட்டுமே மகாபாக்கியம்...'

தேஜாவந்தியின் இருகைகளும் தனது கைகளில் சேர்த்து அவளது கண்களைப் பார்த்தவாறு அவனை தனது பக்கமாக இழுக்க முயன்றான். வெட்கத்தால் அவள் மலர்ந்தாள்.

இனிமையான அழகனும் கலைஞனுமாகிய இளைஞரின் காதல் அவளுக்குப் பிடித்தது. ஆனாலும் அவனது கைகளைத் தட்டிவிட்டு காலில் போட்டிருந்த சலங்கை மணிகளை ஒலித்தபடி அவள் ஓடிப்போனாள்.

அழகானப் பெண்ணின் அழகிய ஓட்டத்தைக் கண்டு காதல் நிறைந்த கண்களுடன் அரங்கநாதன் நின்றான்.

பின்னால் இன்னொரு மரத்தின் மறைவில் நின்றுகொண்டு இதைக் கண்ட காவேரி அமைதியானாள். சிறிது நேரத்திற்கு முன் மேடையில் ஆடிய நடனத்திற்குக் கிடைத்த கைத்தட்டலின் மகிழ்ச்சி அவளிடமிருந்து மறைந்தது. ஒளிவீசும் குளிர் நிலவை மேகங்கள் வந்து மறைத்தது போன்று அவள் மனதில் பெயர் தெரியாத சோகம் பொங்கி வழிந்தது. அவள் கண்கள் கண்ணீரால் நிறைந்தன.

காவேரி மரத்துடன் சேர்ந்து சோகமாக நிற்பது ஏன்? சோர்வா? நடனம் ஆடும்போது ஆடும் நாட்டியக்காரிக்குத் தெரியாது அப்போதைய சோகம். பின்பு அவளுக்குச் சோர்வு தொடங்கும். மாணிக்கன் அவளது பக்கத்தில் ஓடிச்சென்றான்.

'காவேரி... என்ன ஆச்சு?'

திடீரெனக் கண்களைத் துடைத்தாள் காவேரி

'ஒன்றுமில்லை.....'

பின்பு அவள் அவனிடம் ஒன்றும் பேசாமல் அங்கிருந்து நடந்து போனாள்.

திரும்பவும் மாணிக்கன் துக்கத்துடன் பார்த்து நின்றான்.

இரவில் ஆதீனத்தில் இருள் சூழ்ந்திருந்தது. காற்று கூட வீசவில்லை. மரங்கள் கூட தூங்கியாச்சா? பெண்களுக்கான அறையில் தேஜாவந்தி தனது கண்களில் மலர்ந்த கனாக்களின் நிறத்தைப் பார்த்துக் கொண்டு சுவரில் சாய்ந்திருக்கின்றாள். தூங்கும் நினைப்பில் அறைக்குள் வந்த காவேரி அவளது இருக்கையைப் பார்த்தாள்.

'தேஜாவந்தி...'

அவள் அழைப்பைக் கேட்கவில்லை. நான் வந்தது கூட தெரியாமல் அவள் கனவு கண்டவளாய் இருக்கிறாளே....

'தேஜாவந்தி...'

அவள் கனவிலிருந்து நீங்கி திடுக்கிட்டு எழுந்தாள். அவளது முகத்தில் வெட்கம்.

'என்ன கனவு பார்த்துக் கொண்டு இருக்கிறாயா?'

'கனவு பெரிய மேடைதான் காவேரி.... அங்கே நடனம் ஆடுவது மனதும்....'

'மனது அங்கே அவ்வாறு நடனம் ஆடும்போது நமது சுவடுகள் தவறக்கூடாது தேஜாவந்தி...'

'என்றும் எப்போதும் பாடல் பாடி காதலின் சலங்கை கட்டிவிட ஒருவர். நான் ஆடுகிறேன் காவேரி... ஒரு போதையில் இருப்பது போல்....'

அறையின் திறந்த ஜன்னல் வழியாகக் காவேரி வெளியே பார்த்தாள்.

அமாவாசை போல கரிய இருள்... ஆகாயத்தில் ஒரு நட்சத்திரம்கூட இல்லை. தொலைவில் காவேரி ஆற்றங்கரையிலிருந்து காற்றில் மிதந்து வருவது காரிப்பெரும்பாணரின் பாட்டல்லவா?

மனமென்னும் மாடத்தக்கிளியே

பாறிப்பறந்நு போகொலா

வலைவீசி காத்திரிப்பூ

விதியென்னும் வேடன் தூரே..

மூங்கில் வேய்ந்த மண் குடிசையின் திண்ணையில் அமர்ந்து கொண்டு இரவின் இருள் மூடப்பட்ட காவேரியைப் பார்த்து துடிகொட்டி காரிப்பெரும்பாணர் பாடிக்கொண்டிருக்கிறார். முதியவரின் மடியில் அவரது முகத்தைப் பார்த்துக் கொண்டு பாடல் கேட்கிறான் மாணிக்கன்....

இருபத்து ஏழு

முந்தின நாள் பெய்த மழையால் ஆதீனத்தின் விசாலமான பாதையின் ஈரம் காயவில்லை. மரங்களின் இலைகளில் இருக்கும் தண்ணீர் பறவைகள் வந்து அமரும்போது சாரல் மழையாகப் பெய்கிறது. நனைந்த மண்ணில் மேலாக தலையெட்டிப் பார்த்த மண்புழுவை ஒரு காகம் கொத்தியெடுத்துப் பறந்து போனது.

வசிக்கும் இடத்திலிருந்து ஆதீனத்திற்குப் போகும் வழியிலிருந்து சற்று மாறி மண், புல் ஆகியவற்றின் ஈரம் கால்களை நனைத்து மனதைக் குளிரவைக்கும் வண்ணம் நடந்து கொண்டிருந்தாள் காவேரி.

அப்போது அவன் முன்னால் வந்து நின்றான்....அரங்கநாதன்...

தன்னைக் கண்டதும் அவனது முகம் வாடிச் சோர்ந்தது. ஆனாலும் புன்னகைக்க அவனுக்கு அவையொன்றும் ஒரு தடையாய் இல்லை. அந்தப் புன்னகை கொலைச்சிரிப்பு என்று காவேரி உணர்ந்தாள்.

கூர்மையான கண்களுடன் அரங்கநாதனிடம் அவள் கேட்டாள்.

'ஒரு பூவிலிருந்து இன்னொரு பூவுக்கு நேராகப் பறக்கும் கருவண்டு தான் நீ அரங்கநாதா....'

'மலர்ந்த பூக்களும் பூக்களில் மதுவும் உள்ளபோது வண்டு அது தான் செய்யும். அதுதானே செய்ய வேண்டும்?'

'கேவலமான மனம்...! பாவம் தேஜாவந்தியை நீ வஞ்சிக்கக்கூடாது. வஞ்சித்தால்....

அரங்கநாதனின் முகத்தில் இருந்த புன்னகை மறைந்தது

கோபமும் அகங்காரம் நிறைந்தது

இவள் யார்? என்னைப் பயமுறுத்துகிறாள்?

'ப்ப. நாசம்.... தந்தை யாரென்றும் தாய் யாரென்றும் குலம் என்னவென்றும் தெரியாத பொறுக்கிப் பெண்ணே... நீ யாரென்று

நினைக்கிறாய்? என்னை யாரென்று நினைத்தாய் நீ? அரங்கநாதன்... அர்த்தமுள்ள பெயர்... அரங்கின் நாதன் ஆவதற்காகப் பிறந்தவன் தான் நான்... கலையும் புகழும் காதலியும்... எனக்குப் பிறகு தான் வேறு யாருக்கும்... எனக்குப் பிடித்ததை நான் செய்வேன்.. தேஜாவந்தியைக் காதலிப்பது மட்டுமல்ல. அவளையும் உன்னையும் நானே அடைவேன்...'

நெய் ஊற்றப்பட்ட நெருப்பாய் காவேரியின் கோபம் பற்றியெரிந்தது.

'ச்சீ.. தந்தையைக் கொன்று தாயை அடைய நினைக்கும் மகாபாவி..... உனது அழுக்கடைந்த மனமும் முதிர்ந்த உடம்பும் காயம் தீர்ப்பதற்கு அணிந்திருக்கும் ஆடை உரியும் இனமென்று பெண்ணை நினைத்தாயோ? பெண்ணிற்கும் துணிவு உண்டு.... அவளுக்குக் கோபமும் உண்டு என்பது உனக்குத் தெரியாது.....'

கோபமான கண்களுடன் வலது கையின் சுண்டுவிரல் அவனுக்கு நேராக நீட்டினாள் காவேரி.

'என்னைத் தெரியாது அரங்கநாதா....'

அதிர்ந்து போனான் அரங்கநாதன். காலில் இருந்த ஒற்றைச் சலங்கையை அரண்மனைக்கு நேராக எறிந்து ஒரு நாட்டையே எரித்த கண்ணகியின் அவதாரமாகக் காவேரி அவனுக்கு தோன்றினாள்.

யாராவது கண்டார்களா? யாராவது கேட்டார்களா?

அரங்கநாதன் திரும்பி அங்குமிங்கும் பார்த்தான்.

பொதுவாக அனைவரும் பயன்படுத்தும் நடைப் பாதையல்லை அது.

ஆதீனத்திற்குப் பின்னால் உள்ள காட்டிற்கு நேராகச் செல்லும் பாதை

பாக்கியம்! யாரும் காணவில்லை....யாரும் கேட்கவில்லை....

அரங்கநாதன் நடந்தான்.

ஆதீனத்தின் பெரிய முற்றத்தின் பின்புறம் புதர்களும் மரங்களும் அடர்ந்த காடு உள்ளது. அந்தச் செடிகளுக்கிடையில் ஏதோ ஒன்றைத் தேடுகிறான் மாணிக்கன். கண்ணம்மா பாடினி காரிப்பெரும் பாணருக்குச் சில கஷாயங்கள் செய்து கொடுப்பது வழக்கம். ஆரோக்கியத்திற்கான மருந்துகள் தயார் செய்வதற்கான இலைகளைக் குறித்து கண்ணம்ம பாடினிக்குத் தெரியும். அம்மா சொல்லிக்கொடுத்ததால் மாணிக்கனுக்கும் தெரியும். பெரியப்பனின் கஷாயக்கலம் காலியானது. புது மருந்து தயார் செய்து அதை நிறைத்து வைக்கணும். அதற்காக இலைகள் தேடுகிறான் மாணிக்கன்.

காவேரியல்லவா நடந்து போகிறாள். அவள் மிகவும் வேகமாக அல்லவா போகிறாள்?

என்னாச்சு அவளுக்கு? இந்த வேகம் கோபமாகவோ அல்லது பீதியாகவோ இருக்கலாம்.

காவிரியின் மனம் கோபமும் வெறுப்பும் கலந்த கடல்போல் இருந்தது.

ஆசிங்கமானவன். இவனைப் பற்றியல்லவா கடவுளே நான் சில நாட்கள் கனவு கண்டேன். வெள்ளைச் சிரிப்புக்கும் இனிய வார்த்தைகளுக்கும் பின்னால் தந்திரம் மறைந்திருப்பதாக யாரும் நினைத்திருக்க மாட்டார்கள். குறிப்பாகப் பெண்கள். நானும் அவன் சிரிப்பில் விழுந்தேன். அப்போது முனிவராக இருந்த தன் தந்தை கபில பாகவதரை நினைக்கவில்லையே. என்னை வளர்த்த தேவீதாச தீட்சிதர் என்னும் ஆசிரியரை நினைக்கவில்லையே. எப்போதும் வழிபடும் கலையை நினைக்கவில்லையே.

கோபம் என்பது மனதுக்குள் காட்டுத்தனமாக இருந்தது.

நான் எங்கே செல்கிறேன்?

ஆதீனத்திற்கான வழியல்லவோ...

திடீரென நின்று திரும்ப நடக்கத் துவங்கும்போது இரவில்

மழையால் குளிர்ந்து பாசிபிடித்துக் கிடந்த கல்லில் காவேரி தன் கால்களைப் பதித்தாள். திடீரெனத் திரும்பியதால் கால்கள் நழுவின. அவள் முகங்குப்புற தரையில் விழுந்தாள். நினைத்துப்பார்க்காமல் அது நடந்தது... எனவே காவேரி அழுதாள்.

காவேரியல்லவா அழுதது. மாணிக்கன் பார்க்கும்போது அவள் கீழே விழுந்து கிடக்கிறாள். அவளுக்கு என்ன ஆனது? புதர்களைப் பெயர்த்துக்கொண்டு காவேரியை நோக்கி ஓடினான்.

காவேரி கைகளை ஊன்றி எழ முயன்றாள். முடியவில்லையே... நழுவிய வலதுகாலில் நல்ல வலி இருந்தது. தனது அருகாமையில் ஓடி வருவது யார்? வலியால் வாடிய முகம் உயர்த்தி காவேரி மாணிக்கனைப் பார்த்தாள்.

தரையில் கால் மூட்டுகளை ஊன்றி காவேரியின் பக்கத்தில் உட்கார்ந்தான் மாணிக்கன். வலதுகாலில் பிடித்துக் கொண்டு காவேரி வலியால் துடிக்கிறாள்.

'என்னாச்சு காவேரி? கல்லில் வழுக்கி விழுந்தாயா? காலில் என்னாச்சு? பார்க்கட்டும்....'

அவளது காலில் மாணிக்கன் மெதுவாக வருடினான். அவள் மிகவும் ஓலமிட்டாள். நல்ல வலி இருக்கிறதே. திடீரென்று விழுந்தது அல்லவா.. எலும்பு முறிந்ததா என்பது சந்தேகம் தான்... அதுதான் காவேரிக்கு இவ்வளவு வலி.

'பிரச்சனையில்லை... சரி பண்ணலாம்...'

அவன் மீண்டும் புதருக்குள் ஓடிப்போனான். ஓரிரு செடிகளின் இலைகளையும் தளிர்களையும் தேடிப் பறித்து உள்ளங்கையால் தேய்த்தான். மீண்டும் மீண்டும் அழுத்தித் தேய்த்துக் கொண்டு அவன் காவேரியின் பக்கத்தில் வந்தான். வலி இருந்த வலதுகாலில், இலைகளிலிருந்து ஊற்றிய சாற்றைத் தேய்த்துத் தடவினான். அதை இரண்டு விரல்களால் நன்றாகத் தேய்த்துப் பிடித்தான்.

பிழிந்த இலையைக் குழம்பு போலாக்கிக் காலிலும் கால்கண்ணிலும் தேய்த்துப் பிடிப்பித்தான்.

இவையெல்லாம் கவனமாகச் செய்தபின் மாணிக்கன் காவேரியைப் பார்த்து புன்னகைத்தான்.

மாணிக்கன் செய்வதெல்லாம் காவேரி நன்றாகக் கவனித்துக் கொண்டிருந்தாள். எவ்வளவு கவனமாக மாணிக்கன் என்னைப் பார்த்துக் கொள்கிறான்? அவளுக்கு வலியுடன் துக்கமும் வந்தது. அந்தத் துக்கத்தின் கண்ணீரின் வழியாக அவள் அவனை நோக்கிப் புன்னகைத்தாள்.

'காவேரி....காலை அசைக்கவேண்டாம்'

மாணிக்கன் மீண்டும் எழுந்து அங்குமிங்கும் நடந்து பார்த்தான். அவனது யூகம் தவறவில்லை. அவனுக்கு விழுந்து கிடந்த கமுகின்பாளை கிடைத்தது. கூர்மையான கல்லால் அதை ஓலையெல்லாம் அவன் மாற்றினான். அதை மீண்டும் சிறிதாக முறித்து நீளத்தில் கிழித்து எடுத்தான். காவேரியின் பக்கத்தில் வந்தான். அவளது கால்பாதமும் கால்கண்ணும் சேர்த்து பொதியும்விதம் கீறியெடுத்த பாளையால் சுற்றினான். பக்கத்திலிருந்து ஒரு கொடி எடுத்து அதைக் கொண்டு காவேரியின் காலில் வைத்திருந்த பாளையை முறுக்கிக் கட்டினான்.

'எழுந்து நில் காவேரி...'

அவனது கையைப் பிடித்து மெதுவாகக் காவேரி எழுந்தாள். மாணிக்கனின் சிகிச்சை பலனளிப்பதாகத் தெரிகிறது. இப்போது வலி மிகவும் குறைந்துள்ளது.

'இனி மெதுவாக நடந்து பார் காவேரி'

காலை ஊன்றியபோது வலியால் அவள் மிகவும் அலறினாள். விழுந்த காவேரியை மாணிக்கன் தன் கைகளில் தாங்கினான். அவள் அவனது முகத்தைப் பார்த்தாள். எவ்வளவு அப்பாவித்தனமான சிரிப்பு மாணிக்கனுடையது.

'காவேரிக்கு நடக்க முடியாது. இன்றைக்கு. இன்று ஆதீனத்திற்குப் போக வேண்டாம். கால் அசைக்காமல் சென்று படுத்துக்கொள்'

உதவியற்ற நிலையில் அவள் மாணிக்கனைப் பார்த்தாள்.

'தங்கியிருக்கும் இடம்வரை நான் காவேரியை எடுத்துக் கொண்டு செல்லலாம்'

அன்பு நிறைந்த மாணிக்கனின் முகத்தைக் காவேரி பார்த்தாள். இரண்டு கைகளாலும் அவன் அவளை வாரியெடுத்தான். வீட்டிற்கு நேராக நடந்தான்.

வானத்தில் மேகங்கள் வழியாக சூரியன் மெதுவாக வெளியே வந்தது. ஈரமான மற்றும் சேற்று மண்ணில் மரங்களின் கிளைகள் வழியாகச் சூரியஔி விழுந்தது.

அவன் கைகளில் சௌகரியமாகவும் வசதியாகவும் படுத்திருந்த அவள் நகர்ந்தபோது நினைத்தாள்.

நான் யார் மாணிக்கனுக்கு?

இருபத்தி எட்டு

பிரபஞ்சமும் இயற்கையும் மெல்லிசையால் நிறைந்துள்ளன.

மனதை குதூகலப்படுத்தும் விடியலின் இன்னிசையில் மிதந்து சூரியனும் உதிக்கிறான். சோகமான மாலைப்பாடலைப் பாடிக்கொண்டு மறைகிறான்.

பறவைகளின் கீச்சொலிகளும் கால்நடைகளின் அழுகைக் குரலும் இராகங்களின் பாடலாகும்.

இசையின் உருவகம் தான் காவேரி.

மலையிலிருந்து வீசும் காற்று தம்புருவின் இசையைப் போன்றது

மாணிக்கனின் நாட்களும் இனியவை தான்.

மனம் இன்னும் ஸ்வராஜ்ஜியங்களால் அலை மோதியது.

காலில் லேசான எலும்பு முறிவு மற்றும் அதன் கடுமையான வலி காரணமாக ஆதீனத்தின் குடியிருப்பில் இருந்து தற்காலிகமாக மாறி கண்ணம்ம பாடினிக்கொப்பாக இருந்தாள் காவேரி. அவர்கள் அவளை ஒரு தாயின் அக்கறை, பாசம் மற்றும் துல்லியமாகக் கவனித்துக் கொள்கிறார்கள்.

மாணிக்கன் முழுக்க பிஸியாக இருக்கிறான். எப்போதும் மருந்து தாவரங்களைத் தேடி போக வேண்டும். அதை இடிகல்லால் நசுக்கி எடுக்க வேண்டும். பிழிந்து சாற்றை எடுக்க வேண்டும். மருந்துச் சாற்றை காவேரியின் முறிந்த காலில் வைத்து மூடிக்கட்டி வைக்க வேண்டும். ஒரு வாரத்தில் சரியாகி விடும். விரிசல் குணமாகும். பின்பு மூன்று நான்கு வாரம் ஓய்வெடுத்தால் பழையமாதிரி மாறும்.

கண்ணம்ம பாடினியின் அன்பாலும், மாணிக்கனின் குணப்படுத்தும் கவனிப்பாலும், காவேரி வலியை மறந்தாள். ஒவ்வொரு கணமும் அவளுக்குள் மகிழ்ச்சி தோன்றி மறைந்தது. அவர்களின் கவனிப்பு காவேரிக்குப் பாதுகாவலாக அமைந்தது. கவனிப்பும் ஒரு கருத்து தான். கருத்து தான் அன்பும். அந்த அன்பு கிடைத்த காவேரியின் மனம் சமவெளியில் ஓடும் அமைதியான நதி போன்றது.....

ஒரு நாள் காலையில் காவேரியின் பாதங்களில் பூசுவதற்காக மண் சட்டியில் தயார் செய்யப்பட்ட இலைக் குழம்புடன் மாணிக்கன் வந்தான். சத்திரத்தின் சமையலறையின் காலி மூலையில் ஒரு மூங்கில் கம்பத்தில் சாய்ந்து தரையில் அமர்ந்திருந்தாள் காவேரி. மாணிக்கனின் கை கணுக்காலில் தடவ, மலர்ந்த முகத்துடன் மண்பாண்டத்தை ஏற்றுக்கொண்டாள்.

பாவாடையைக் கொஞ்சம் தூக்கி கணுக்காலில் மருந்து சாறு தடவ ஆரம்பித்தாள். மாணிக்கனுக்கு சிரிப்பு வந்தது.

'காவேரீ... இலைச்சாறு வைத்து தடவக்கூடாது. அதை தேய்த்துப் பிடிப்பிக்க வேண்டும். அது தான் பலன் தரும்'

காவேரியிடமிருந்து மண்சட்டியை வாங்கி மருந்தைக் காலில் ஊற்றி அவன் தான் பூசிக்கொடுத்தான். காவேரியில் நாணத்தின் குளிர் நுரையிட்டது. ஒரு கைதேர்ந்த வைத்தியரைப் போல இரு கைகளாலும் தன் பாதத்தை அழுத்தி கவனமாக மருந்து தடவிக் கொண்டிருந்த மாணிக்கனை உற்றுப் பார்த்தான். தடவியதின் சூடு இலைச்சாறில் ஏற்றது என்று தோன்றிய மாணிக்கன் தனது தலையையுயர்த்தி காவேரியைப் பார்த்தான். அப்போது திடீரெனக் கண்களை மாற்றினாள் காவேரி.

மூன்று நான்கு நாட்களில் காவேரி நடக்கத் தொடங்கினாள். ஆனாலும் காலுக்கு வலுவிழந்துபோல. அவளுக்குத் தோன்றியது.

மாணிக்கன் அவளைக் கைபிடித்து நடத்தினான்.

வலியினால் உண்டான அருவருப்பு தானே நடந்தால் உடனே மாறி விடும்.

மாணிக்கன் சிரித்தபடி தன் கையை விடுவித்தான்.

அவள் தனியாக நடக்கட்டும். காவேரிக்கு முடியவில்லை. விழ ஆரம்பித்த அவள் மாணிக்கனை முதலில் கட்டிப்பிடித்தாள். பின்னர் அவன் கைகளை இறுகப் பிடித்துக் கொண்டாள்.

நண்பகல் சூரியனும் இசை பாடுகிறான். மாணிக்கன் நினைத்தான்.

ஒரு நாள் மட்டும் அந்தச் சிரமம் இருந்தது.

மறுநாள் காவேரி தனியாக நடக்கத் தொடங்கினாள்.

கீழே விழுந்து விடாமல் மிகவும் கவனமாகப் பார்த்துக்கொண்டு மாணிக்கனும் உடன் இருந்தான்.

வலி குறைந்து நடக்கத் தொடங்கியதும் காவேரி மிகவும் மகிழ்ச்சியாகக் காணப்பட்டாள்.

மகிழ்ச்சியை பங்கிட்டவாறு மாணிக்கனும் சிரித்தான்.

வேலை செய்ய நேரம் இல்லையென்றாலும் கண்ணம்மா பாடினி இவையனைத்தும் கவனித்துக் கொண்டிருந்தாள். அவரது மனமும் பிரகாசித்தது.

நடக்கக்கூடிய நிலை வந்தபோது காவேரி ஆதீனத்தின் குடியிருப்பிற்கு மாறினாள். ஒரு மதியம் கண்ணம்ம பாடினியையும் மாணிக்கனையும் பார்ப்பதற்காக வந்த காவேரியையும் அழைத்துக் கொண்டு மாணிக்கன் ஆற்றின் கரை வழியாக நடந்து காரிப்பெரும்பாணரின் குடிலிற்கு நேராக வந்தார்கள். தோளோடு தோள் சேர்ந்து சிரித்து விளையாடிக் கொண்டு வந்த குழந்தைகளைப் பார்த்த பெரும்பாணருக்கு மிகுந்த மகிழ்ச்சி... அவர் அவர்களைப் பக்கத்தில் அமரச் செய்து துடிகொட்டிப் பாடல்களைப் பாடினார்.

மாலைநேரம் ஆனது. சூரியன் காவேரியாற்றில் மறையும் நேரம் வந்தது. காரிப்பெரும் பாணரின் குடிலில் இருந்து இறங்கிய காவேரியும் மாணிக்கனும் கைகள் கோர்த்தபடி நடந்தனர். மறையும் சூரியனின் அழகு தனது மார்பில் ஏற்றுவாங்கிய காவேரியாற்றை நோக்கி அவள் ஒரு நிமிடம் நின்றாள். பின்பு தனது விரலை விடாமல் பற்றியிருக்கும் தனது நண்பனைப் பார்த்தாள். இவன் மனதில் திரிசந்தியாவின் இன்னிசையில் மயங்கியிருப்பான்போல் அவளுக்குத் தோன்றியது.

அவள் யோசித்தாள்

மாணிக்கன் எனக்கு யார்? அவள் ஒரு கணம் நினைத்தாள்.....?

'மாணிக்கா.....'

'என்ன காவேரி.....?'

திடீரென்று அவள் காதற்கிளர்ச்சியால் அவனது கன்னத்தில் முத்தமிட்டாள்.

பின்பு, முகம் கவிழ்ந்தவாறு ஆதீனத்திற்கு நேராக நடந்தாள்.

பெண்ணிடமிருந்து கிடைத்த முதல் முத்தத்தின் மயக்கத்தில் காதலுடன் அவளைப் பார்த்துக் கொண்டே மாணிக்கன் ஆற்றங்கரையில் நின்றான்.

அவனது மனதில் அபூர்வராகத்தின் ஸ்வரங்கள் தாளமிட்டு உயர்ந்தன.

அந்த முழு மாலைவேளையில், பரந்து பிரிந்த ஆதீனத்தில், மலர்ந்த வாகை மரத்தின் அடியில் கண்களில் காதலுடன் நின்றிருந்த தேஜாவந்தியை வலது கையால் தனது நெஞ்சோடு சேர்த்து அவளது உதட்டில் முத்தமிட்டான் அரங்கநாதன்.

இருபத்தி ஒன்பது

கல்லூரியின் அனைத்து ஆசிரியர்களையும் மாணவர்களையும் விழா மேடைக்கு வரவழைத்தார் தேவீதாச தீட்சிதர்.

சிறப்பு நிகழ்ச்சிக்காக அல்ல.

அப்படியானால் முன்னமேயே தெரிந்திருக்கும்.

நேற்று மாலை தான், நாளை இப்படியொரு கூட்டம் இருப்பதாக அனைவருக்கும் தெரிவிக்க காரியதரிசி விரைந்தான்.

மாணவர்களும் ஆசிரியர்களும் வந்து சரியான நேரத்தில் முக்கியமான விழா மண்டபத்தில் தங்களுக்கான இடத்தில் அமர்ந்து கொண்டார்கள்.

தேவீதாச தீட்சிதர் மிகவும் உற்சாகமாகக் காணப்பட்டார். மண்டபத்திற்குள் சென்று பீடத்தில் அமர்ந்து அனைவரையும் பார்த்து முகவுரையின்றி சொல்லத் தொடங்கினார்.

'சேரசோழ பாண்டிய நாடுகளிலிருந்து ஏற்கனவே பலமுறை நமது கல்லூரிக்கு அழைப்பு வந்திருந்தது. ஆனாலும் தெற்கிலிருந்து இது முதல் தடவை தான். பத்மநாபபுரத்தின், அரண்மனையில் முகப்பு மண்டபத்தில் மகாராஜாவின் முன்னிலையில் ஆடுவதற்கும் பாடுவதற்கும் மாணவர்களுக்கான அழைப்பு வந்திருப்பது இந்த ஆதீனத்திற்கு ஒரு மரியாதை தான். இசை விழாவும் நாட்டுப்புற விழாவும் நடைபெறுகிறது. ஒரு பாடகனும் ஒரு ஆடற்காரியும் பங்கு கொள்ளலாம். இருவரின் அரங்கேற்றமும் கம்பீரமாக காணப்பட்டு மகாராஜாவின் திருவுள்ளம் மகிழ்ந்தால் கலைமாமணி விருது கிடைக்கும். பட்டம் கிடைத்து விட்டால் பின் யாதொன்றும் திரும்பிப் பார்க்க வேண்டிய தேவையில்லை. புகழின் உச்சத்திற்கு ஒவ்வொரு அடியாக வைத்து ஏறிக்கொண்டே இருக்கலாம். இது ஒரு அரிதான வாய்ப்பு தான். வாழ்நாளில் எப்போதாவது தான் இப்படியொரு வாய்ப்பு அமையும். கலைஞர்கள் வாய்ப்புகளைப் பயன்படுத்திக் கொள்ள வேண்டும். குழியிலிருந்து வெள்ளிவெளிச்சத்திற்கு ஏறுவதற்கு கடவுள் கொடுக்கும் கைப்பிடிகள் தான் இந்த மாதிரியான வாய்ப்புகள். ஒரு கலைஞர் செய்ய வேண்டியதெல்லாம், கடவுளிடம் பிரார்த்தனை செய்து, மனதை முழுமையாக அர்ப்பணித்து, ஒவ்வொரு வாய்ப்பையும் பயன்படுத்திக்கொள்ள வேண்டும். பத்மநாபபுரத்திலுள்ள அரங்கேற்ற விழாவிற்கு இனி வெறும் பத்து நாட்கள் மட்டும்....'

அங்கிருந்த அனைவரின் மனதிலும் ஒரு கலக்கம்

கலைமாமணி பட்டம் யாருக்கு கிடைக்கும் என்பது தான்.

முடிவில்லா ஆகாயத்தைக் சுட்டிக்காட்டி ஒரு பறவையிடம் பறக்கத் தொடங்கச் சொல்வது போன்றது இது. அதிவிசாலமான பூமி காத்திருக்கிறது.

'ஆசிரிய தீட்சிதரே, நமது பள்ளியிலிருந்து யாரெல்லாம் செல்கிறார்கள்?'

ஒரு ஆசிரியர் கேட்டார். அது முக்கியம் தான். இங்கிருந்து இப்போது யாருக்கு வாய்ப்பு கிடைக்கப் போகிறது.

தீட்சிதருடையது தான் தீர்மானம்.

பள்ளியின் அனைத்து மாணவர்களையும் அவருக்கு நன்கு தெரியும்.

ஒவ்வொருவரின் திறமையும் நன்கு தெரியும்.

திறமையின்மையும் தெரியும்

அது மட்டுமின்றி இம்மாதிரியான எத்தனை மேடைகள் பார்த்திருக்கிறார்?

அவரது மதிப்பீடு, முடிவு, தேர்தல் ஆகியவை ஒருபோதும் தவறாது

பீடத்திலிருந்து எழுந்து மண்டபத்திற்குள் நடந்தார் தீட்சிதர்.

'எனது பள்ளியின் அனைத்து மாணவர்களும் எனது சொந்தப் பிள்ளைகள் தான். யாரும் கெட்டவர்கள் இல்லை. திறமைகளில் ஏற்ற இறக்கங்கள் இருக்கலாம். பயிற்சி மற்றும் கடின உழைப்பால் அவற்றைச் சரி செய்யலாம். ஏராளம் வாய்ப்புகள் இன்னும் உங்களை இந்தப் பள்ளியைத் தேடி வரும் என்று என் மனம் சொல்கிறது. இப்படிப்பட்டவைகளில் திறமை வாய்ந்தவர்கள் ஒவ்வொருவராக நமக்கு அனுப்பலாம். கலைகள் மிளிர்ந்து பிரகாசிக்கும் நிலம் தான் இந்த மலையாளபூமி.

'முதலில் வந்த இந்த வாய்ப்பும் உங்களுக்கும் எனக்கும் இந்தப் பள்ளிக்கும் மிகவும் முக்கியமானது தான். முதலில் உள்ளது தவறாமல் இருக்க வேண்டும். கலைமாமணி விருது இந்தப் பள்ளிக்குக் கிடைக்க வேண்டும். அதனால் நானும் பெருமைப்பட வேண்டும்.'

ஆசிரியர்களான வெங்கடாசலவும் சின்னய்யாவும் கேட்டார்கள். யாரை அனுப்ப வேண்டும் என மாணவர்களைத் தெரிந்து வைத்துள்ளோம். ஆயினும் மனதில் உண்டு. ஆனாலும் ஆதீனத்தின் முதல் மற்றும் கடைசி வார்த்தை மகானான

தேவீதாச தீட்சிதருடையது தான். அவரது மனதில் இருக்குமே சரியான தீர்மானம். அது சரியாகவும் இருக்கும்.

'உமது மனதில் யார் இருக்கிறார் ஆசாரியரே'

மண்டபத்தில் வரிசையாக நிறுத்தி மாணவர்களையும் ஆசிரியர்களையும் பார்த்து சிரித்தபடி தேவீதாச தீட்சிதர் கேட்டார்.

'பாட்டிற்கு மாணிக்கன் தான் செல்ல வேண்டும். மாணிக்கனுக்குப் பின்னால் உட்கார்ந்து தம்புரு போட்டு பாடுவது அரங்கநாதனும்....'

அனைவரும் கேட்க விரும்பிய வார்த்தை தான் தீட்சிதர் சொன்னதும்.

மாணவர்களுடையவும் ஆசிரியர்களுடையவும் முகம் சந்தோஷத்தால் நிறைந்தது.

ஒருவருக்கு மட்டும் தீட்சிதரின் அந்த வார்த்தை இடியாய் விழுந்தது.

அது அரங்கநாதன்.

அவன் முகத்தில் விரக்தியின் நிழல் படர்ந்தது.

கோபம், உஷ்ணம், வெறுப்பு, பொறாமை என அவன் மனம் எரிய ஆரம்பித்தது.

மாணவர்களிடையே குதூகலம் அலைமோதத் தொடங்கியபோது, தீட்சிதர் மீண்டும் மண்டபத்திலிருந்து புன்னகையுடன் கூறினார்.

'நாட்டியத்திற்குக் காவேரி.....'

மகிழ்ச்சியான சூரியனின் நிழல் காவேரிக்குத் துக்கத்தின் நிழலானது. செயல்முறை பத்து நாட்களுக்குள் செய்யப்பட வேண்டும். தொடர்ந்து உடற்பயிற்சி வேண்டும். மேலும் இரண்டு மூன்று வாரம் கூட காலிற்கு ஓய்வு கொடுத்தால் தான் கால்கள் நினைக்கும் இடத்தில் நிற்க முடியும்.

காவேரியின் பெயர் தான் அனைவரின் மனதிலும் இருந்தது. ஆதீனத்திற்குப் பெருமைச் சேர்க்கும் நிகழ்ச்சி நடத்த காவேரிக்குச் சமமான திறமை வேறு யாருக்கு உண்டு? மகிழ்ச்சியின் குரல் தணிந்தபோது காவேரி எழுந்து நின்று தீட்சிதரைப் பார்த்து கைகூப்பினாள். அவள் அழுதாள். தீட்சிதர் ஆச்சரியப்பட்டார்.

'என்ன குழந்தாய்'

'குரு, கடவுள் ஆசீர்வாதங்கள் இருந்தும், துரதிர்ஷ்டம் என்னைத் தடுக்கிறது ஆசிரியரே'

ஆசிரியர் காவேரியின் துயரத்தைப் புரிந்து கொண்டார்.

'காவேரியின் கணுக்கால் முழுவதுமாகக் குணமாகி நடனமாட இன்னும் மூன்று வாரங்கள் ஆகும்'

பாவம் பொண்ணு... துரதிர்ஷ்டம் அவளை விட்டு மாறவில்லையே. அவளது திறமையில் எனக்கு நம்பிக்கை இருந்தது. பத்மநாபபுரத்தில் நடனத்தின் புதிய தாளத்தை சிறப்பாக அவள் பரப்பியிருப்பாள். தீட்சிதருக்கு வருத்தமாக இருந்தது. கபிலர் தனது கையில் கொடுத்த தனது மகள் கலையின் சிகரத்தில் ஏறுவதை நான் கனவு கண்டபின்னும்... அனைத்தும் கடவுள் நிச்சயம்.... அவளது நேரம் வரவில்லை என்று தோன்றுகிறது.

'அப்போது பத்மநாபபுரத்தில் காவேரிக்குப் பதிலாக தேஜாவந்தி நடனம் செய்யட்டும். ஆனால் காவேரி அவளுடன் இருக்க வேண்டும்.

காவேரியும் மகிழ்ந்தாள். அவள் தோழியைக் கட்டி அணைத்துக் கொண்டாள்.

முப்பது

பொதுவாக மனம் அமைதியாக இருக்கும்போது தான் ஒருவர் அதிகமாக அல்லது இலக்கில்லாமல் நடப்பார். மனது சந்தோஷமாக இருக்கும்போதும் அந்தச் சந்தோஷத்தாலும் குறிக்கோள் இல்லாமல் நடக்கத் தோன்றும்.

காலையில் தீட்சிதர் அறிவிப்பு வெளியிட்டதும் மண்டபத்திலிருந்து மக்கள் வாழ்த்துக்கள் செய்த பின் மாணிக்கன் தேவீதாச தீட்சிதரைப் பார்க்கப்போனான்.

அவர் சாய்வு நாற்காலியில் படுத்திருந்தார். சோம்பேறித்தனமாக ஏதோ இராகம் பாடிக்கொண்டிருந்தார். மாணிக்கன் நேராகச் சென்று குருவின் பாதத்தின் விழுந்தான்.

கண்ணீரை அடக்க முடியவில்லை அவனுக்கு

அது மகிழ்ச்சியினுடையதா? நன்றியினுடையதா? எனத் தெரியவில்லை.

அவனது உள்ளத்தில் உருளும் உணர்வுகள் கண்ணீரை வரவழைப்பது போல் இருந்தது.

அறிவு வந்த காலத்திலிருந்தே புறக்கணிப்பை அனுபவித்தான். சத்தமாகப் பாட முயலும் ஒவ்வொரு முறையும் 'பாணச்செக்கனின் படுபாடல்கள்' என்ற ஏளனம் கேட்டது.

எத்தனை பேர் தலையில் தட்டித் திட்டியிருக்கிறார்கள்?

மிருகத்திற்கும் பூச்சிக்கும் உள்ள இடம்கூட தராமல் தடுத்து நிறுத்தினார்கள்.

மனதில் ஆசைப்பட்ட காரியம் செய்வதற்கு பிறப்பும் குலமும் தடையாக நிற்கிறதே என்னும் எண்ணம் தோன்றியபோது தங்கள் பிறப்பையே சபித்துக் கொண்ட வாலிபர்கள்.

மூத்தப்பன் காரிப்பெரும் பாணர் எத்தனை குருக்களிடம் அழைத்துக் கொண்டு சென்று கெஞ்சினார். கலைவாசனை உள்ள

பிள்ளையாகும். சொல்லிக் கற்றுத் தர இரக்கம் வேண்டும். அந்தணனைத் தவிர பாணனைக் கற்பிக்க யாரும் முன்வரவில்லை.

பிறப்பு அல்ல, கர்மம் தான் ஒரு நபரின் வாழ்க்கையின் அளவுகோல் என முத்தப்பன் கூறினார்.

இது கடந்த காலத்தில் செய்து வந்த வேலை.

மீன் பிடிக்கும்போது பரதவனாக இருந்தவன் குறிஞ்சி நிலத்தில் விவசாயம் செய்யும்போது உழவனாக மாறுவான்.

வேலை.. அது தான் விஷயம்!

பாடும் பாணன் கன்றுகாலிகளை மேய்க்கும்போது ஆயனாக மாறுவான்.

கர்மம் விட்டு ஜாதி ஏற்பட்டபோது உலகம் நாசமானது.

முற்காலத்தில் பாணன் மதிக்கப்பட்டவன்.

அந்தணன் உடம்பு வியர்க்காமல் பறந்து உயர்ந்தபோது காலடியில் மிதிக்கப்பட்டது பாணனும்.

காலப்போக்கில் மாறிவரும் உலகில் நீ பிறந்ததால் தான் உனக்கு இந்தக் கேடு.

அந்தத் துரதிர்ஷ்டத்திற்கு முடிவு ஞானம் தான்.

எந்தச் செடியும் வளரவும் பூக்கவும் மண் தேவை.

அந்த மண் தான் குரு.

அதனால் தான் அவர்களிடம் சென்று உனக்காக மன்றாடுகிறேன்.

முத்தப்பன் கடைசியாகத் தேவிதாசரிடம் வந்து கேட்டபோது அவர் என்னைப் பார்த்து 'உனக்குத் தெரிந்த ஒரு பாடலைப் பாடு... நான் கேட்கட்டும்' என்றார்.

பாரம்பரிய இசையில் கரை கண்ட மகாபாகவதரின் முன் பாணன் பாடியது தனது முத்தப்பனிடமிருந்து கேட்டு

கற்றுக்கொண்ட நாட்டுப்புறப் பாடல்.... முழுவதும் கவனமாக அவர் கேட்டார்.

ஒருவேளை என்னைத் திட்டி விடுவார் என நினைத்தேன்.

அருகில் அழைத்து தலையில் தடவி அன்பு பாராட்டினார் அவர்....!

'உனக்குத் தெளிவான குரல் இருக்கிறது. தாளத்தின் உள் உணர்வு உள்ளது. வெளிப்படுத்துவதில் ஒரு பெருந்தன்மை உள்ளது. மற்றவர்களைவிட உனக்குக் கற்பிப்பது எளிமையான விஷயம். நீ இங்கேயே இரு' என்று என்னிடம் சொன்னபோது கேட்டு நின்ற முத்தப்பன் கதறி அழுதார்.

கட்டணம் செலுத்த இயலாத மாணவர்களுக்கு வசதியாக அம்மாவுக்கு வேலை கொடுத்தும் உதவினார் ஆசிரியர். சபிக்கப்பட்ட பிறப்புக்கு உயிர் கொடுத்தார். கடவுளைப்போன்று ..... வாழ்க்கையைச் செம்மைப்படுத்துபவர் ஆசிரியர். கூண்டில் அடைக்கப்பட்ட பறவையை வானத்தில் பறக்க விடுவது போல, இப்போது இராஜாவுக்கு முன்னால் பெரிய மேடையில் பாடுவதற்கு என்னை நியமித்திருக்கிறார்.

மகா குருவே! இந்த மாணிக்கன் உங்களுக்காகத் தன்னை அர்ப்பணித்துள்ளான். ஆசீர்வதித்தாலும்.

தேவீதாச தீட்சிதர் அவர் காலடியில் முகம் வைத்து அழுது கொண்டிருந்த மாணிக்கனை இரக்கத்துடன் பார்த்தார்.

உணர்ச்சிகளின் ஊக்கமின்மை ஏற்படுகிறது. இது கலையின் தர்மமும் கூட.

அவன் அழட்டும். உணர்வுகள் கண்ணீரால் கழுவப்படுகின்றன. அப்போது மனம் அமைதியடையும். காலியாக இருக்கும். செழிப்பாக இருக்கும்.

அப்போது நாதப்பிரம்மம் உணரும்.

அந்த அளவுக்கு உயரக்கூடிய திறமையான பையன் மாணிக்கன்.

'மாணிக்கன், நீ உயரத்தின் படிகளில் ஏறுவதை நான் காண்கிறேன். கற்றுக் கொண்ட பாடங்களைத் தியானித்து புதிய வெளிப்பாடுகளைக் கண்டறிவதே உன் மனம்..... அது தான் சங்கீதோபாசனம். அந்த உபாசனாவின் கைவண்ணம் உன்னிடம் இருக்கிறது. கலைமாமணி விருது கிடைக்க உன்னைவிட வேறு யாருக்கு யோக்கியதை? இந்தப் பயணம் முடிந்து நீ திரும்ப வரும்போது இந்த ஆதீனத்தின் மாணவனாக இல்லை குருவாக இருப்பாய். அதில் நான் ஏற்கனவே உறுதியாக இருக்கிறேன். உனது வாழ்க்கைக்கு ஒரு புதிய அர்த்தம் கொடுக்க வேண்டிய எண்ணம் எனது மனதிலுள்ளது. ஆறு கடலில் சேர வேண்டும்.. எனக்குப் பிரியமான சீடன் நீ... சீடன் மகன் தான்...'

தீட்சிதரிடமிருந்து கிளம்பிய மாணிக்கன் எங்கே போகிறான் எனத் தெரியாமல் நடந்து கொண்டிருந்தான்.

மனதில் என்னென்னவோ இராகங்கள் அலைமோதிக் கொண்டிருந்தன.

இரஞ்சயதி மனாம்சீதி ராக

மனதை மகிழ்விப்பது ராகம்... இசை

இராகத்தினிடையே கந்தர்வத்தின் வேதம் அல்லது உபவேகமாக இசை உயருகிறது.

இராகத்தின் ஆதாரம் ஸ்வரம்.

சராசரங்களின் ஆத்மாவாகிய பிரபஞ்சத்தின் தேஜஸ்.

ஏழு முனிவர்கள், ஏழு கடல்கள், ஏழு தீவுகள் இதுபோல் பிரபஞ்சத்திற்கு முக்கியம் தான் ஏழு ஸ்வரங்களும்.

ஷட்ஜம், ரிஷபம், காந்தாரம், மத்யமம், பஞ்சமம், தைவதம், நிஷாதம்...

இவைதான் பழங்கால குரல், துத்தம், கைக்கிளை, உழை, இளி, விளரி, தாரம் ஆகியவை.

இசையின் மந்திர மத்தியஸ்தாயிக்குப் பதிலாக முற்காலங்களில் மெலிவு, சமன், வலிவு ஆகியவை பயன்படுத்தி வந்ததாகத் தீட்சிதர் கூறியிருந்தார்.

மெல்லிசை சத்தமாக இருந்தது.

காட்டாளத்தியும், நிறவாளத்தியும், பண்ணாளத்தியும்...

தாளத்துடன்கூடிய பாடல்தான் காட்டாளத்தி.

இராகத்தின் விஸ்தாரம் தான் நிறவாளத்தி. இராகவர்த்தினி தான்.

பண்ணின் அல்லது இராகத்தின் வெளிப்பாடு தான் பண்ணாளத்தி.

பன்னிரண்டாயிரம் இசைகள் முற்காலத்தில் இருந்ததாம்.

பிறகு அவை நூற்றி மூன்றாகச் சுருங்கியது.

அகத்தீயம், இசைநுணுக்கம், பிங்கலம் ஆகிய பழங்கால நிகண்டு நூல்களில் அவை குறிப்பிடப்பட்டுள்ளன.

கடந்த கால கருவிகள் கூட தற்போது இல்லை.

யாழ் எனப்படும் கம்பி வாத்தியங்கள்....

ஆயிரம் கம்பிகள் கொண்ட நாரதயாழ். இருபத்தொன்று கம்பிகள் கொண்ட பேரியாழ். பதினாறு கம்பிகள் கொண்ட சகோடயாழ் இவையொன்றும் தற்போது இல்லை.

கலையிலும் தற்போது சௌகரியம் மட்டும் தான் முக்கியம்.

பின்பு பார்வையாளர்களைக் கையில் எடுத்து திடீரென்று பெயர் வாங்கிக் கொள்ள வேண்டிய பயிற்சிகள்.

இசை உணர்வு பூர்வமானது என்பதை மறந்து போன நிலை...

பாரம்பரியம் மற்றும் புதியதொழில் நுட்பங்களை ஒன்றிணைக்கும் சோதனையை அவர் மனதில் வைத்துள்ளோம். ஆனால் பத்மநாபபுரத்தில் அவற்றை முயற்சித்துப் பார்க்க என்னால் முடியாது.

மக்கள் அவற்றைப் புரிந்து கொள்ள மாட்டார்கள்.

புரியவில்லை என்றால் குறைகூறுவது தான் உலக வழக்கு

அங்கே, முடிந்தவரை உணர்வுபூர்வமாகப் பாடவேண்டும்.

அதைத்தான் நானும் செய்யப்போகிறேன்.

பரிசோதனைகள் செய்யும் வாய்ப்புகளை ஆசிரியர் தந்து விட்டார்.

திரும்ப வந்து அதீனத்தின் ஆசிரியர் ஆவதற்கான வாய்ப்பு...

தன்னுடைய கனவு நனவாகப் போகிறது... அல்ல வாழ்க்கை.

அர்த்தமுள்ள தீர்ப்பைக்குறித்தும் ஆசிரியர் சொன்னாரே.

அப்போது அவரது முகத்தில் ஒரு புன்னகை காணப்பட்டதே...

காவேரியைக் குறித்து அவர் நினைத்திருப்பாரோ?

அதைவிட கூடுதல் வேறு என்ன அர்த்தம் இருக்கிறது எனது வாழ்க்கையில்?

நடந்து நடந்து மதியம் ஆனதும் சாயங்காலம் ஆனதும் மாணிக்கன் அறியவில்லை. பறந்து போகும் கிளி திரும்ப கூட்டில் வந்து சேர்வது போல கடைசியில் அவன் காவேரி ஆற்றின் கரையில் வந்தான்.

மாணிக்கன் எங்கே?

மண்டபத்திலிருந்து இறங்கி எங்கே போனான்?

ஆதீனத்தின் மூலை முடுக்கு எல்லாம் காவேரி தேடினாள். சாயங்காலம் ஆனபோது ஆதீனம் கலைந்தது. அவள் ஓடினாள்.

அம்மாவின் மடியில் தலை வைத்துப் படுத்திருப்பான் மாணிக்கன்.

ஆதீனத்தின் சிறப்புகளைக் கேள்விப்பட்ட கண்ணம்மபாடினி மிகுந்த சந்தோஷத்தால் கடவுளை அழைத்து அழுதாள்.

அவன் ஒருவேளை முத்தப்பனின் பக்கத்தில் இருப்பான் என்று கண்ணம்மபாடினி காவேரியிடம் கூறினார்.

காவேரி, ஆற்றங்கரைக்கு நேராக நடந்தாள்.

சலசலக்கும் காவேரி ஆற்றின் சிவப்புக் கதிர்களுடன் சூரியன் எங்கும் நிறைந்து அடிவானத்தின் படிகளில் இறங்குகிறார். ஆற்று நீரில் மட்டுமின்றி தனது மனதிலும் தற்போது காலத்தின் குருவாகிய சூரியன் படைத்த நிறங்கள் உள்ளன.

இராகத்தின் அர்த்தமே நிறம் தான் என ஆசிரியர் கூறியிருக்கிறாரே..

மாணிக்கனின் மனதில் இராகமும் நிறமும் நிறைந்தன.

காவேரியின் அலைகள் மாலைநேர நீலாம்பரியை ஏற்றுக்கொண்டது.

நதி வேகமாகவும மெதுவாகவும் ஓடியது.

ஆற்றின் கரையை அடைந்த காவேரியின் கண்களில் சூரியனின் நிறங்களால் மூடப்பட்ட மாலைக்காலமும் காதுகளில் ஒரு மகிமையான சங்கீதவும் பாய்ந்து வந்தது.

மாய போதையில் இருந்தவள் போல் அவள் வெண்மணலில் மெதுவாக நடந்தாள்.

நீலாம்பரி இராகம் பூர்ணமாகப் பாடி மாணிக்கன் ஆற்றிலிருந்து கண்களை விடுவித்தான்.

நே...! பின்னால் காவேரி.....! இவள் எப்போது வந்தாள்?

பாடலைக் கேட்டு நின்றாளோ?

மாலையில் அவள் இன்னும் அழகாக இருக்கிறாள்

கண்களில் காதலுடன் அவள் என்னைப் பார்த்து நிற்கிறாள்.

தனக்கு முன்னும் பின்னும் காவிரி இருக்கிறதே என மாணிக்கன் புன்னகைத்தான். அன்பு கொடுக்கும் காவிரி ஆறும் காதல் பகர்ந்து தரும் காவேரிப்பெண்ணும்.

'காவேரி.....'

வர்ணம் துளும்பும் மாலையில் காவேரி ஆற்றின்கரையில் மாணிக்கனை இறுகக் கட்டி அணைத்து காவேரி அவனது மார்பில் தலை சாய்த்துக் கிடந்தாள்.

மாணிக்கனின் விரல்கள் அவளது கரிய கூந்தலைத் தடவி வருடின.

எவ்வளவு நேரம் நின்றிருந்தனர்?

மனம் சுற்றுப்புறத்தை மறந்தது.

மாணிக்கனின் காதல் அவளைத் தழுவிக்கொண்டிருந்தது.

ஆற்றில் ஒழுகிப்போன சிறு குழந்தையில் இருந்து பிரபஞ்சத்தின் மிகவும் அதிர்ஷ்டசாலியான பெண்ணாக நான் மாறியிருக்கிறேன்.

தன் தந்தை கபிலபாகவதர் சொர்க்கத்தில் இருந்து இதை அறிகிறாரோ?

அவர் இப்போது எந்த இராகம் பாடுவார்?

காவேரிக்கு வெட்கம் வந்தது.

மாணிக்கனின் மார்பிலிருந்து முகத்தை விலக்கி நிமிர்ந்து பார்த்தாள்.

எந்தவித களங்கமுமின்றி அவனும் சிரித்தான்.

வெட்கத்தால் காவேரியும் சிரித்தாள்.

சிரித்துக் கொண்டே அவள் ஆதீனத்திற்கு நேராக ஓடினாள்.

மரத்தின் மார்பில் ஒட்டி நின்ற முல்லைக்கொடி, காதல் மணக்கும் காற்றின் குளிரை நுகர்வதற்காகத் தனது இலையை நீட்டுவதைப் போன்று மாணிக்கன் உணர்ந்தான்.

ஆற்றங்கரைக்குச் செல்லும் வழியில் ஒரு மரத்தின் அடியில் நின்று மாணிக்கன் மற்றும் காவேரியின் சங்கமம் பார்த்துக் கொண்டிருந்தன இரண்டு கண்கள்.

அந்தக் கண்களில் காதல் காட்சி கண்ட காவேரியாற்றின் மகிழ்ச்சியும் அமைதியும் இல்லை.

பொறாமை, வெறுப்பு, கோபம் ஆகியவை அலைகளாகத் திமிர்க்கும் கடலின் கோபமாக இருந்தது.

அவனுக்கு எல்லாம் கிடைக்கிறது

ஆம்! மாணிக்கனுக்குத் தான்......?

பாட்டும் பட்டமும் பெண்ணும் .....!

நான் நிராகரிக்கப்பட்டு ஒன்றும் கிடைக்காதவனாக மாறப்போகிறேன்.

தனது அழகு...தனது கலை.....தனது குலம்.... அனைத்தும் பாழாய்ப்போகிறது.

இதோ தலையில் அணிந்திருந்த தற்பெருமையின் தங்ககிரீடம் கீழே விழுகிறது.

பகடை நீக்குவது யார்?

சரடை வலிப்பது யார்?

விதியா? அல்லது வினையா?

அரங்கநாதனுக்குக் கடவுளிடம் வெறுப்பு தோன்றியது

உலகமும் காலமும் வெற்றியாளரிடம் உள்ளது. தோற்கிறவனுடன் யாரும் இல்லை. நான் தோல்வியுற்றவராக இருக்க விரும்பவில்லை.

தோற்பதற்கு எனக்கு மனமில்லை.

ஒரே ஒரு குறிக்கோள் மட்டுமே எனது மனதில் இருக்க வேண்டும்... வெற்றி.

அந்த இலட்சியத்திற்கு நேரான பாதை எதுவோ ஆகட்டும்

அரங்கநாதன் சிரித்தான். அது நொடிநேரத்தில் பயங்கரமான சிரிப்பாக மாறிற்று.

சிரிப்பொலிகள் ஸ்வரஜாதியில் பரந்து விரிந்திருந்தன.

இரவில், சூரியன் சுட்டெரித்துக் கொண்டிருந்த நண்பகல் நேரம் போன்று இருந்தது.

பிறப்பின் லட்சியம் நிறைவேறியதைப் போன்று காரிப்பெரும்பாணர் தனது பேரமகனைக் கட்டியணைத்து அழுதார். பின்பு அவர் கையில் தப்பெடுத்து ஆவேசமோடு ஒலியெழுப்பினார்.

மூத்தப்பனின் மடியில் படுத்துக்கொண்டு மாணிக்கன் கேட்டு கொண்டேயிருந்தான்.

இரவில் நல்ல மழைக்கான இலட்சணம் இருக்கிறது... வானத்தில் சந்திரன் இல்லை... நட்சத்திரமும் இல்லை. கருமேகம் நிறைந்த மாதிரி. மிகவும் காரிருளாகத் தோன்றியது!

பெரும்பாணரின் மடியிலிருந்து எழுந்து மாணிக்கன் அவசரமாக நடந்தான்.

இனி அம்மாவைப் பார்க்க வேண்டும்.

இப்போது அம்மாவுக்குத் தெரிந்திருக்கும்.

ஆனாலும் என்னிடமிருந்து அதைக் கேட்கும்போது அம்மாவுக்கு மிகவும் சந்தோஷம் ஆகும். சிறிதுநேரம் கட்டிப்பிடித்து சிறிது நேரம் அழுவார். என்னை அணைத்து முத்தம் தருவார். என்னுடைய வரவைப் பார்த்துக் காத்திருக்கிறார் அம்மா.

ச்சே.... நான் மிகவும் தாமதமாயிருக்கிறேன்.

மாணிக்கன் நதியின் கரையோரமாய்க் காரிருளில் நடக்கத் தொடங்கினான்.

யார் அழைக்கிறார்?

வானத்தில் நட்சத்திரம்கூட இல்லாததால் தெளிவின்மை உள்ளது.

மீண்டும் அழைப்பு....

'மாணிக்கா.....நண்பரே.....'

ஓ! அரங்கநாதனா?

யாரையோ மயக்கும் புன்னகையுடன் அவன் நிற்கிறான்.

அவன் இன்று என்னுடன் மிகவும் அன்பு காட்டுகிறானே!

பத்மநாபபுரத்தில் பாடுவதற்கு தேர்ந்தெடுத்ததின் மகிழ்ச்சியை வெளிப்படுத்த வந்தீரோ? இன்று அவர் என்னுடன் மிகவும் உறுதியாக இருக்கிறார்.

வாய்ப்புகள் மூலம் மக்களை அறிந்து கொள்ள வேண்டும்.

அரங்கநாதன் இப்போது மிகவும் மகிழ்ச்சியாக இருக்கிறார்போல....?

நல்லது. அவர்தான் தம்புரு வாசிக்க வேண்டியதும்.

அரங்கநாதன் 'நண்பா'... என்று சத்தமாக அழைத்து மாணிக்கனைக் கட்டிப்பிடித்தான். கன்னத்தில் ஒரு முத்தம் கூட கொடுத்தான். மாணிக்கனுக்கு மிகவும் சந்தோஷம் ஆனது.

'அரங்கநாதன் இனி அனைத்து நாட்களும் என்னுடன் இருப்பார் அல்லவா? இன்னும் பத்து நாட்கள் தான். கடினமான பயிற்சி தான் தேவை என்றும்....'

'குறிப்பாகச் சொல்ல வேண்டுமா நண்பரே? இந்த அரங்கநாதன் இருப்பார் மாணிக்கனின் நிழல்போல. இல்லை நிழலாக. வா இப்போது யாரும் இல்லை இங்கு நம்மை தொந்தரவு செய்ய... இங்கு ஆற்றங்கரையில் அமர்ந்து கொண்டு வெற்றிலைப் பாக்கு மெல்லலாம். தினங்களின் அனைத்து வேளைகளின் இராகங்களையும் தேர்ந்தெடுத்து கச்சேரிக்குப் பாடவேண்டும்.

காலைவேளையின் பூபாளம், மத்தியான வேளையில் மத்தியமாவதி, சாயங்கால ஶ்ரீராகமும் நீலாம்பரியும் எல்லாம். இப்போது பூபாளம் நோக்கித் தொடங்கலாம். அல்லது ஹம்சத்வனி வேணுமோ?

'நாளை காலையிலிருந்து தொடங்கலாம் அரங்கநாதா.... இன்று நான் அம்மாவுடன் எந்த விசேஷமும் சொல்லவில்லை. அம்மா காத்திருக்கலாம். நான் அம்மாவிடம் போகிறேன்'

'போய் விடு. அதற்கென்ன? ஆனாலும் நண்பா தாம்பூலம் போட்டுவிட்டுப் போனால் போதும்.... '

'ஐயோ..... அரங்கநாதா. எனக்கு தாம்பூலப் பழக்கமில்லை'

'அப்படியென்றால் அவ்வப்போது ஆகலாம் என்று... ஹ ஹ ஹ வாடா'

மாணிக்கனின் கைகளை இறுகப் பிடித்தான் அரங்கநாதன்

அவன் ஆற்றங்கரையில் ஒரு உயரமான முகடுக்கு அழைத்துச் செல்லப்பட்டான்.

அவனை அமரச் செய்தான். அவனும் அமர்ந்தான்.

மடியில் இருந்து தாம்பூலப் பெட்டியை எடுத்து திறந்தான்.

அதனுள் தயார் செய்து வைத்திருந்த ஒரு தாம்பூலக்கூட்டை எடுத்து மாணிக்கனுக்கு நேராக நீட்டினான்

கூடவே, ஹம்சத்வனி இராகத்தின் ஸ்வரஜதிகளின் சிறிய ஒரு விஸ்தாரவும்

மாணிக்கன் தாம்பூலத்தை வாங்கினான்.

இராகம் விஸ்தரிக்கும்போதே புன்னகைத்துக் கொண்டே சாப்பிடும்படி சைகை காட்டினான் அரங்கநாதன்.

அரங்கநாதனின் அன்பும் இந்த தாம்பூலத்தில் இருக்கிறதே

மாணிக்கன் தாம்பூலத்தை வாயில் போட்டு மெல்லத் தொடங்கினான்.

ஹம்சத்வனியின் தாளவேகம் கூடியது. வெற்றிலையின் சாறும் அதில் பொதிந்த கூட்டிலிருந்து ஊறிய இரசமும் மாணிக்கனின் வாயில் நிறைந்தது.

அரங்கநாதனின் ஸ்வரஜதிகள் கூடும் வேகத்திலும்...

திடீரென்று மாணிக்கன் தனது தொண்டையைக் கையால் பிடித்துக் கொண்டான்.

ஏதோ ஒரு பரவசம்....!

மாணிக்கன் குழைந்து விழுந்தான்.

குரல் நாண்கள் விரிந்து மேலே ஏறினபோது திடீரென்று அரங்கநாதன் பாடுவதை நிறுத்தினான்.

மழைக்கு முன் வீசும் மெல்லிய காற்றின் குளிர்த்தி தோன்றியது!

காற்றில் நதிக்கரையின் மரங்கள் ஆடி அசைந்தன

மாணிக்கன் அரங்கநாதனின் முகத்தைப் பார்த்து கண் சிமிட்டினான்.

பின்னர் அவரது உடல் விறைத்தது!

அரங்கநாதன் குலுங்கிச் சிரித்தான்.

எழுந்த மாணிக்கனின் உடலை இழுத்து மேலிருந்து காவேரி ஆற்றில் எறிந்தான்.

ஆள் அரவமற்ற நதிக்கரையில் மேலிருந்து மாணிக்கனின் சரீரம் வாங்கிய காவேரி ஆற்றை அரங்கநாதன் உற்றுப்பார்த்தான்.

உடல் கீழே சென்றுவிட்டது.

வீசும் காற்றில் அரங்கநாதனின் தோள் துண்டு அசைந்து கலைந்தது.

மழை துளித்துப் பெய்யத் துவங்கியது.

முப்பத்தி ஒன்று

இசையின் ஸ்வர விஸ்தாரமும் சலங்கைகளின் ஓசையும் எப்போதும் கேட்டுக் கொண்டிருந்த ஆதீனம் அமைதியானது!

ஆரவாரமும், விளையாட்டுகளும் நிறைந்து நின்றிருந்த கல்விக்கூடம் மிகுந்த அமைதியால் இருள் மூடிக் கிடந்தது!

தேவீதாசதீட்சிதர் தனது சாய்வு நாற்காலியில் சரிந்து விழுந்தார்.

மாணவர்கள் கூச்சலிட்டு அழுதனர்

மாணவிகள் குழைந்து விழுந்தனர்.

ஆசிரியர்களின் கண்களின் நீர் வழிந்தோடின.

நண்பகல் வேளையில் எரியும் சூரியனைப் பார்த்து சிலையாக நின்றாள் காவேரி.

தேம்பித் தேம்பி அழுதும் மார்பில் அடித்தும் துண்டால் கண்களைத் துடைத்தும் மாணவர்களின் கூட்டத்தில் உட்கார்ந்திருந்தான் அரங்கநாதன்.

படகோட்டிகள் தான் முதலில் பார்த்தார்கள்.

கமந்து கிடக்கும் மாதிரி காவேரி ஆற்றின் அலைகள் வழியாகப் பாய்ந்து சென்ற பிணம்.

தெரிந்தவர்கள் ஆற்றின் கரை நோக்கி ஓடி வந்தார்கள்.

நண்பகல் வேளையில் தண்ணீர் கொடுக்க கால்நடைகளைக் கொண்டு வந்த இடையர்கள் ஆற்றின்கரையைப் பார்த்தபடி ஒன்றும் பேசாமல் நின்றனர்.

அவர்களது கைகளிலிருந்து கோல்கள் மண்ணில் விழுந்தன.

அவர்களுடன் தாகம் மறந்து கன்றுகாலிகளும் ஆற்றின்கரையைப் பார்த்து நின்றன.

மலைகளிலிருந்து ஆற்றை நோக்கி வந்த காற்று சூறையாய்ச் சுருங்கி விரிந்தது!

தீட்சிதரின் ஆதீனத்தின் மிகவும் சிறந்த பாடகர் மாணவன்...

மாணவ சத்திரத்தை நடத்தும் கண்ணம்மபாடினியின் ஒரே மகன்...

கிராமங்களைக் கடந்து ஆற்றிற்கு நேராகச் சென்றது.

'கடவுள் அழைத்தார்... அவன் போனான்..... போய் தானே ஆகணும்?'

'ஆனாலும் விதி இவ்வாறு செய்ததே'

'அந்த கண்ணம்மபாடினியைப் பாரு... பெற்ற தாய் எப்படிப் பொறுப்பாள்...?

கண்ணம்மா சத்தமாக அலறிக்கொண்டு ஆற்றைச் சுற்றி அங்குமிங்கும் ஓடுகிறாள். சில சமயம் மணலில் கிடந்து அழுது புரளுகிறார். ஒப்பாரி வைத்து காவேரி ஆற்றைச் சபிப்பாள். சூரியனைச் சபிப்பாள்.

'பெற்ற வயிறு எரிகிறது'

'ஆனாலும் மீன் குழவுகளைப் போல ஆற்றில் அக்கரையும் இக்கரையும் எப்போதும் நீச்சலடிக்கும் பையன் எவ்வாறு ஆற்றில் மூழ்கினான்'

'இரவு முழுவதும் பாடிக்கொண்டே ஆற்றங்கரையில் நடந்து செல்வதுண்டு. அவ்வாறு நடந்து வரும்போது தெரியாமல் ஆற்றில் தவறி விழுந்திருக்கலாம். பின்பு சுழியில் அகப்பட்டிருக்கலாம்.'

'நேற்று நல்ல காற்றும் மழையும் உண்டாயிருந்ததே. இருட்டில் ஒன்றும் காணாமல் போயிருக்கும். பக்கத்தில் எங்கும் ஒரு பூனைக்குட்டிகூட காணாமல் இருக்கலாம்'

'சொல்லி என்ன பயன்? அவனுக்கு இவ்வளவு தான் ஆயுள்'

'அவன் நல்லவனாயிருந்தான். இவ்வளவு சிறந்த பையன் வேறு யாரும் இல்லை'

'நா. நல்லவர்களுக்கு ஆயுள் நீட்டிக்கொடுக்கமாட்டாரே கடவுள். அவருக்குத் துணையாகச் சீக்கிரம் அழைப்பார்'

ஜனங்களுக்கிடையே கேள்விப்படும் பேச்சுக்கள் ஒன்றும் கேட்காமல், ஒன்றும் புரியாமல் ஆற்றங்கரையில் கொளுத்தும் வெயிலில் மண்ணில் தனியாக உட்கார்ந்திருந்தார் காரிப்பெரும்பாணர். காவேரி ஆறு வயோதிகரின் நிழலைக் குற்ற உணர்வுடன் நெஞ்சில் ஏற்றுக்கொண்டது.

இரவு....

மாணவசத்திரத்தின் சமையல் அறையில் வெறும் தரையில் அழுவதற்குக் கூட முடியாமல் சுருண்டு கிடக்கிறாள் கண்ணம்மபாடினி.... மாணிக்கனை அவனது பிரியமான ஆறு ஏற்றுக் கொண்டுள்ளது... எரியும் பாடையில் உடல் எந்த இராகத்தில் எரிந்து சிதைந்தது?

கண்ணம்மாவின் பக்கத்தில் சுவருடன் சாய்ந்து தனியாக அமர்ந்திருக்கும் காவேரி... அதிர்ஷ்டம் இல்லாத நான் மார்பில் சாய்ந்ததால் தானோ மாணிக்கனின் ஜீவனும் அதிர்ஷ்டமும் வழிமாறிச் சென்றன. சபிக்கப்பட்ட வாழ்க்கை தொடர நான் மட்டும் தனியனாய்ப் போனேனே?

மாணிக்கன் இறந்ததின் ஒன்பதாம் நாள் காலை கல்விக்கூடத்தின் முற்றத்தில் இரண்டு பல்லக்குகள் தயாராக நின்றது.. மாணவர்களும் ஆசிரியர்களும் முற்றத்தில் திரண்டனர்.

பத்மநாபபுரத்தில் வைத்து நடைபெறும் நாட்டிய இசை நிகழ்ச்சிக்கு ஆதீனத்திலிருந்து செல்லும் மாணவக் கலைஞர்களை வழியனுப்பி வைக்க வந்தவர்கள்.

மாணிக்கனுக்குக் கொடுக்க வேண்டிய பிரியா விடையாகத்தானே இருந்தது. அதனால் எந்தவித ஆரவாரமும்

சலசலப்புகளும் இல்லை. ஒருவருக்கொருவர் யாரும் பேசவும் இல்லை. கசப்பு நிறைவான ஓர் அமைதி அம்முற்றத்தில் பரவியிருந்தது.

மாணிக்கனுக்குப் பதிலாக யார் போக வேண்டும் என்பதில் யாருக்கும் எந்தவித சந்தேகமும் இருந்ததில்லை. தீட்சிதர் தங்கள் மனதில் ஏற்கனவே முடிவு செய்திருந்ததும் அப்படித் தானே.

உயர்தரமான பட்டு வேட்டி, பட்டு துண்டு, ஒரு பட்டு தலைப்பாகை. தங்கநிறச் சரிகையுடன் எல்லாம் அழகாக இருந்தது. தங்கத்தால் ஆன ஆபரணங்களும் அணிந்திருந்தார். மாலை, நெக்லஸ், விரல்களில் மோதிரங்கள்... இவையெல்லாம் அணிந்து கொண்டு ஜொலித்துக் கொண்டு தான் அரங்கதான் பத்மநாபபுரத்திற்குச் செல்லத் தயாரானார். ஓரிரு நண்பர்களும் அவனுடன் இருந்தார்கள்.

அரங்கநாதன் வந்தவுடன் தேஜாவந்தியும் வந்தாள். காவேரியும் உடன் வந்தாள். அவள் ஒரு உயிருள்ள மெழுகு உருவம் போல இருந்தாள். மேளதாளங்களைக் கையாளுகிறவர்கள் வந்தனர்.

கல்லூரியின் தலைமையகத்திலிருந்து இறங்கி வந்தார் தேவீதாச தீட்சிதர்.. மாணிக்கனின் மரணத்திற்குப் பிறகு அவர் திடீரென்று முதுமை அடைந்தவரைப் போலவும் அதன் பாதிப்பு ஏற்பட்டவரைப் போலவும் காணப்பட்டார்.

ஆதீன காரியதரிசியின் தோளில் பிடித்தவாறு அவர் படிகள் இறங்கினார்.

அனைவரையும் தீட்சிதர் பார்த்தார்... பின்பு மெதுவாகக் கூறினார்.

'காலம் முன்னால் செல்கிறது. அப்போது இழந்து போன கடந்தகால இழப்புகளை நினைத்து வருந்துவதை விட, நினைவிலும் கனவிலும் எதிர்கால சாதனைகளை நினைத்து நாம்

முன்னேறிச் செல்ல வேண்டும். உலக நீதி அதுதான். இந்தப் பிரியாவிடை திருவிழாவாக மாணிக்கனுக்கு கொடுக்க வேண்டியிருந்தது.... அதிர்ஷ்டம் உனக்கு நேராக வழி மாறி விட்டது அரங்கநாதா... இனி நீ தான் ஆதீனத்திற்குப் புகழைக் கொண்டு வர வேண்டும். மாணிக்கனையும் மனதில் நினைத்து நீ பாட வேண்டும்... அது நன்மை பயக்கும்'

அனைவரும் தீட்சிதரின் வார்த்தைகளைச் சிலைபோல் நின்று கேட்கிறார்கள். அவர்களது மனதில் துக்கத்தின் பெருங்கடல் கொந்தளிக்கின்றது. காவேரிக்குள் பனிக்கட்டிபோல் ஒடுங்கி துக்கம் கரைந்து அவள் கண்கள் வழியாக வருவதைப் போல் உணர்ந்தாள். அவள் தன் முகமும் வாயும் மூடிக்கொண்டாள். ஆனாலும் கண்களில் நீர் நிறைந்தது. அந்தக் கண்ணீரின் வழியே அவள் அரங்கநாதனின் முகத்தைப் பார்த்தாள். மாணிக்கனை நினைத்துப் பாட வேண்டும் என ஆசிரியர் சொன்னபோது அவனது முகத்தில் ஒரு ஏளனத்தின் நிழல் படர்ந்ததா? தீட்சிதர் இப்போது அவளிடம் ஏதோ சொல்கிறார்.

'காவேரி ..... தேஜாவந்தியுடன் நிழல்போல நீ இருக்க வேண்டும்....'

காவேரி தலை வணங்கி தீட்சிதரை வணங்கினாள்.

முப்பத்தி இரண்டு

பத்மநாபபுரத்தில் காலங்காலமாகக் கலைப் பொக்கிஷமாகத் திகழ்ந்த பிரம்மாண்டமான திருவிழாவாக இருந்தது. காலை முதல் மாலை வரை நீண்டு நின்ற கலைவிருந்து.

மகாராஜாவிற்கு ஒரு நாள் தான் வசதியாக இருந்தது. எனவே தான் அனைத்தும் ஒரே நாளில் முடிக்கப்படுகிறது. ஏழு ஆதீனத்திலிருந்து கலைஞர்கள் வந்திருக்கிறார்கள். மதியத்திற்கு முன் இசைப் போட்டி. மாலை முதல் நாட்டியத்திருவிழா.

அரங்கமண்டபம் பிரம்மாண்டமாக இருந்தது. அதற்கு முன்பாகப் பார்வையாளர்கள் அமர்வதற்கு கட்டப்பட்ட நான்கு பெரிய நிலைப்பந்தல், பூக்கள், குலைவாழைகள், தோரணங்களால் அலங்கரிக்கப்பட்டிருந்தன. பங்கெடுப்பவர்கள் தனித்தனி அரண்மனைகளில் குடியிருந்தனர். இவ்வளவு பெரிய அரங்கில் கலை நிகழ்ச்சி நடத்துவது தனது வாழ்க்கையில் கிடைத்த பெரிய பாக்கியம் எனக் காவேரி தேஜாவந்தியிடம் கூறினாள். நன்றாகப் பயிற்சி செய்திருந்தாள் அவள். பெரிய அரங்கைப் பார்க்கும்போது நடுங்காதபடி தன்னம்பிக்கையோடு நடனமாட வேண்டும் என தேஜாவந்தியை நினைவுபடுத்தினாள் காவேரி. எந்தப் பயமும் இருக்கக் கூடாது. இது மிகப்பெரிய வாய்ப்பு தான்.

பத்மநாபபுரத்தில் அனைவரும் அரங்கநாதனைக் கவனித்துக் கொண்டிருந்தனர். அவனது ஆடை அலங்காரம் அவன் அழகைக் கூடுதல் ஜொலிப்பித்தன. அரண்மனை அதிகாரிகள் உட்பட பலர் ரங்கநாதனை நேரில் சென்று சந்தித்துப் பழகினர். அரங்கநாதனுக்குச் சிறப்பு மாளிகை வழங்கப்பட்டது.

ஓரிரு முறை அவர்கள் தங்கும் இடத்திற்கு வந்து தேஜாவந்தியிடம் அரங்கநாதன் பேசுவதை காவேரி கவனித்தாள். அரங்கை எப்படி சமாளிப்பது என்பதைக் குறித்து அறிவுரைகள் வழங்குவதற்காக வந்தார் எனக் கொஞ்சம் வெட்கத்துடன் தேஜாவந்தி கூறினாள்.

மாணிக்கன் இருந்திருந்தால் அவனது கையைப் பிடித்து பத்மநாபபுரத்தில் விழாவை நானும் இரசித்திருப்பேனே. அதைப்போல் தேஜாவந்தி தனது காதலனின் அன்பான காதலில் மகிழ்ச்சி அனுபவிக்கிறாள் என நினைத்து சமாதானம் அடைந்தாள் காவேரி.

காலையிலேயே வந்து விட்டதால் நிறைய நேரம் இருந்தது. அவருடன் வந்தவர்கள் பத்மநாபபுரம் முழுவதும் நடந்து பார்த்திருப்பார்கள். ஆனால் காவேரி வெளியே வரவில்லை.

மாலையில் கோயிலுக்கு வருமாறு தேஜாவந்தி அழைத்தபோதும் வரவில்லை என்று தான் கூறினாள். வேறு யாரையாவது அழைத்துக் கொண்டு தான் செல் என தேஜாவந்தியிடம் கூறினாள். அவள் தலையை அசைத்தவாறு அறையில் இருந்து கிளம்பினாள். ஜன்னலுக்கு வெளியே பார்த்த காவேரி தேஜாவந்தி தனியாக வெளியே வருவதையும், அரங்கநாதன் அவர்கள் கட்டிடத்திற்கு வெளியே நிற்பதையும் பார்த்தாள்.

மறுநாள் சூரிய உதயம் தொடங்கி ஆறுமணி நேரம் ஆயிற்று; இசைப்போட்டி ஆரம்பித்தது. ஒவ்வொரு பாடகரும் மூன்று கீர்த்தனைகள் அல்லது பாடல்களைப் பாடுவதற்கு வாய்ப்புக் கொடுத்திருந்தனர். மாணிக்கன் இருந்திருந்தால் எந்த ராகங்கள் பாடியிருப்பான் என்பதில் காவேரிக்கு நிச்சயம் இருந்தது.

காலை, மதியம், மாலை, இரவு என நாளின் ஒவ்வொரு வேளைக்கும் தனித்தனி இராகங்கள் உண்டு என மாணிக்கன் கூறியிருந்தான். தெரிந்தோ தெரியாமலோ மாணிக்கன் வெறுமனே பாடும் இராகங்கள் சரியாக அந்தந்த வேளைக்கு உகந்ததாக இருக்கும்.

காலைக்குப் பூபாளமும் சுருட்டியும்... மாணிக்கனுக்கு விருப்பம் பூபாளம். மதியத்திற்கு மத்தியமாவதி. மாலைக்கு நீலாம்பரி. இரண்டு மாலைகளிலும் வேண்டுமெனில் ஸ்ரீராகமும் பாடலாம் என மாணிக்கன் சொல்லியிருந்தான். ஆனால் நீலாம்பரிக்கு உணர்ச்சி கூடும். கேட்போரின் இதயத்தில் ஏறும் என மாணிக்கன் சொல்லியிருந்தான். அரசர்களின் முன்னில் அவர்களை மனதால் வாழ்த்திப்பாட நீலாம்பரி தான் உகந்ததாம். ஒருமுறை வட இந்தியாவிலிருந்து ஒரு பாடலாசிரியர் ஆதீனத்தில் தீட்சிதரைப் பார்க்க வந்திருந்தார். இரண்டு நாட்கள் அவர் அங்கே தங்கினார். மாணிக்கன் அவருடன் கூடவே இருந்தான். பணிவிடை செய்யவும், கட்டளைகளுக்குக் கீழ்ப்படிந்து நடக்கவும். சுயமாக ஏற்றெடுத்தான். புன்னகையுடன்

ஆசிரியர் அனுமதித்ததாக மாணிக்கன் கூறினான். அந்தப் பாடலாசிரியரிடமிருந்து யமன் கல்யாணியும், பிலஹரியும் கேட்டுப் படித்தான். நீலாம்பரியில் யமன் கல்யாணியின் விஸ்தாரம் கொடுப்பது மிகவும் கம்பீரம் என்பது மாணிக்கனின் கருத்து. இவ்வாறு இராகங்களை ஒன்றோடொன்று இணைத்துப் பாடுவது மாணிக்கனுக்கு வசீகரமாகவும், வேடிக்கையாகவும் இருந்தது. இராகபாவங்களின் சோதனைகள் மாணிக்கனுக்கு விளையாட்டாக இருந்தது.

இங்கே பாடியிருந்தால் யமன் கல்யாணியின் தோற்றத்தையும் சேர்த்து நீலாம்பரி விளக்கியிருப்பான் மாணிக்கன்..... கடவுள் ஒன்றிற்கும் அனுமதிக்கவில்லையே... காவேரியின் மனக்குமுறல் அழுகையாக வெளிப்பட்டது...!

அரங்கநாதன் சரியாகத் தான் பாடினான். மாத்திரை அளவுகளும் ஸ்வரங்களின் அளவுகளும் மிகவும் துல்லியமாக இருந்தன. பார்வையாளர்களைக் கவர வைக்கும் தந்திரங்களும் அவருக்குண்டு. ஆழமான அறிவுடைய அறிஞரின் இசையை நாங்கள் கேட்டுக் கொண்டிருக்கிறோம் என்று கேள்விப்படுவோர் நினைப்பார்கள். இராகம் விஸ்தரிக்கும்போது கடைபிடிக்க வேண்டிய சிறு சிறு நுணுக்கங்கள் எல்லாம் இசைக்கலைஞர்களுடன் சேர்ந்து தயார் செய்து வைப்பார். அதை குறைவின்றி தவறாமல் வெளிப்படுத்துவார். மிகவும் திறமைசாலி. அந்தத் திறமை பத்மநாபபுரத்தில் வெளிப்படுத்தினார். முதல் கீர்த்தனம் முடிந்த உடனே பார்வையாளர்களில் ஒருவர் அரங்கில் ஏறிச்சென்று ஒரு போர்வையால் அவரைப் போர்த்தினார். அரங்கநாதனின் பாடலுக்குப்பின் வேறு யாரும் கிடையாது என பார்வையாளர்கள் நம்பினர். அவனும் அவ்வாறு நம்ப வைத்தான்.

பிற்பகலில் நடனப்போட்டி தொடங்கியது. ஒவ்வொருவருக்கும் ஒவ்வொரு இனமாக இருந்தது. தேஜாவந்தி சிறப்பாக நடனம் ஆடினார். தேஜாவந்தியின் நடனம் கடைசி

இனமாக இருந்தது. நல்ல தாளமும் லயமும் இருந்தது. நடனம் முடிந்தபோது இரவு இரண்டு நாழிகை ஆனது.

பின்னர் போட்டியின் முடிவுகள் அறிவிக்கப்பட்டன. மகாராஜா அவசரமாகக் காணப்பட்டார். மகாராஜா இளவர். கலைமாமணி அரங்கநாத தீட்சிதர் என்று இசையின் முடிவு சொன்னபோது பார்வையாளர்களிடமிருந்து நிறுத்தாமல் கைதட்டல் ஒலித்துக் கொண்டே இருந்தன. இளைஞரான மகாராஜா இளம் அழகானவரான அரங்கநாதனைப் பார்த்து சிரித்தார்…. மகாராஜாவின் சிரிப்பில் அவரது இதயம் பிரதிபலிக்கவில்லையே என்று காவேரி வெறுமனே உணர்ந்தாள். தங்கத்தால் செய்யப்பட்ட மாலையை மகாராஜா தான் அரங்கநாதனுக்கு அணிவித்தார். கலைமாமணி பட்டத்தின் முத்திரையான அலங்காரவேலைகள் கொண்ட தலைப்பாகையும் பொன்னாடையும் அணிவிக்கப் பட்டது.

ஏழு திரிகளால் ஒளிர்ந்து கொண்டிருக்கும் குத்துவிளக்குகளுக்கும் தூக்கு விளக்குகளுக்கும் முன்னிலையில் இசையில் புது இராஜாவாக அரங்கநாதன் விளங்கி நின்றான். …. மாணிக்கனை நினைத்து காவேரியின் கண்கள் மீண்டும் கண்ணீரால் நிரம்பியது.

எல்லாப் பரிசுகளும் நடனத்தில் தேஜாவந்திக்கே. புன்னகையுடன் மகாராஜா தேஜாவந்திக்கு பரிசுகளை வழங்கினார். காவேரி தனது கணுக்கால் வலியை உணர்ந்தாள். ஆனால் தோழியின் சாதனையில் அவள் மகிழ்ச்சியில் ஆழ்ந்தாள்.

எல்லாம் முடிந்ததும் மக்கள் கூட்டம் நிறைந்து இருந்த அந்த அரங்கு கலைவதற்கான ஆரவாரமும் அவசரமும். வாள் வீரர்களும் அதிகார வர்க்கங்களும் மகாராஜாவை அழைத்துக் கொண்டு சென்றனர். அந்தச் சலசலப்புக்கு மத்தியில் தேஜாவந்தியின் பக்கத்தில் செல்ல காவேரியால் முடியவில்லை. அரங்கின் வலது பக்கத்தில் அவர்கள் தங்கும் இடத்திற்கு

செல்லும் பாதை திரும்பும் இடத்தில் காத்து நிற்க வேண்டும் என அவளிடம் கூறியிருந்தாள். மேளதாளர்கள் அனைவரும் தங்களது கட்டுகள் எல்லாம் எடுத்துக் கொண்டு தங்குமிடத்திற்கு செல்லும் அவசரத்தில் இருந்தனர். விடியற்காலை புறப்படுவது என முடிவு செய்யப்பட்டது.

தேஜாவந்தி சொல்லிய இடத்தில் நிற்பதைக் கண்டாள் காவேரி. ஆனால் அவளுக்கும் தனக்கும் இடையில் தங்குமிடங்களை அடைய முயலும் மக்கள் பெருங்கூட்டம்.

'தேஜாவந்தீ.'

காவேரி அழைத்தாள். சலசலப்பின் மத்தியில் அவளுக்கு எப்படி கேட்கும்? அவளுக்குப் பக்கத்தில் செல்வது அரங்கநாதன் அல்லவா? அவளை அவர் தங்குமிடத்திற்கு அழைத்துக்கொண்டு சென்றாலும் போதுமாயிருந்தது. மக்கள் கூட்டத்தின் இடையில் பார்த்துக் கொண்டிருந்த காவேரி தேஜாவந்தியின் முகத்தில் வெட்கம் நிறைந்திருந்ததைப் பார்த்தாள். அவள் தலை கவிழ்த்து நின்றாள். தோளில் கையைப் போட்டுக் கொண்டு தன் உடம்போடு அவளைச் சாய்த்துக் கொண்டு நடந்து கொண்டிருக்கிறான் அரங்கநாதன். அவன் பேசிய ஏதோ நகைச்சுவையால் தேஜாவந்தி முகத்தை மூடிக்கொண்டு சிரிக்கிறாள்.

எப்படியோ மக்கள் கூட்டத்திற்கு நடுவே நடந்து அரண்மனைக்குத் திரும்பும் சாலையின் முன் புறத்தை அடைந்தாள்.... தேஜாவந்தியைச் சேர்த்துப்பிடித்து அரங்கநாதன் நடப்பதை எல்லோரும் கண்டார்கள். அவர்கள் தங்கள் மாளிகைக்கு நேராகப் போகவில்லையே. அரங்கநாதன் வசிக்கும் மாளிக்கைக்கு நேராக அல்லவோ செல்கிறார்கள்....?

புறமேரி என யாரோ சொல்லிக்கேட்டோம்.

பெண் எந்த தவறையும் செய்யக்கூடாது.

காவேரி சத்தமாக அழைத்தாள்.

209

'தேஜாவந்தி...'

அரண்மனைக்குச் செல்லும் வழியில் திடீரென குதிரைகள் பாய்ந்தன.

இது அரசனின் குதிரைப்படை என்று தெரிகிறது.

பெரிய அரேபியாக் குதிரைகள்

அவைகளின் குளம்படிச் சத்தத்தால் சாலை அதிர்ந்தது!

தூசிகள் கிளம்பி வானையும் மறைத்தன!

குதிரைகள் சென்ற பிறகு, காவிரி சாலை வழியாக ஓடினாள். அவர்களின் மாளிகைக்குப் பின்னால் தான் அரங்கநாதனின் புறமேரி. அரங்கநாதன் தேஜாவந்தியை அணைத்துக்கொண்டு புரமேரிக்குள் சென்று விட்டான்.

மீண்டும் அவள் சத்தமாக அழைத்தாள்

'தேஜாவந்தி..'

புறமேரி அரண்மனையின் கதவுகள் மூடுவதை ஒன்றும் செய்ய முடியாமல் காவேரி பார்த்து நின்றாள்.

முப்பத்து மூன்று

எதிரே கொளுத்தப்பட்ட தீப்பந்தங்களின் வழியே இருளைப் போக்கிக் கொண்டு பல்லக்கு முன்னோக்கி நகர்கிறது. இரவு என்பதால் ஹோய் என்னும் சத்தம் போடவில்லை.

பல்லக்கின் உள்ளே இருட்டில் தூங்காமல் காவேரி.

தேஜாவந்தி அவளது மடியில் தலை வைத்துப் படுத்திருந்தாள்.

இரவு சென்ற பிறகும் தேஜாவந்தியைக் காணாததால் தான் தங்கியிருந்த மாளிகையை விட்டு வெளியே வந்தாள். இரண்டும் நினைத்து புறமேரிக்கு நேராக நடந்தாள் காவேரி. தேஜாவந்தி அவன் வலையில் சிக்கிக்கொண்டாள் என்பது

தெளிவாகிறது. விடியற்காலையில் கிளம்ப வேண்டும். இன்னும் தாமதித்தால் எல்லோர் முன்னிலையிலும் அவள் ஏளனம் செய்யப்படுவாள்.

புறமேரி அரண்மனையில் படிகளை அடைந்தபோது தேஜாவந்தி தரையிலிருந்து ஊர்ந்து செல்வதைப் பார்த்தாள். இவளுக்கு என்ன ஆச்சு? மொத்தத்தில் உடைந்து போயிருக்கிறாளே. அவளது தலைமுடி விரிந்திருந்தது. முகத்தில் காயங்கள். கழுத்தில் கருநீலத் தழும்பு...

அவளைத் தட்டி அழைத்தாள். அவள் பரிதாபமாகப் பார்த்தாள். அழுதாள். ஆனால் சத்தம் வெளியே வரவில்லை. தாங்கிப்பிடித்து யாரும் பார்க்காமல் தங்குமிடத்திற்கு நேராக அழைத்து செல்லப்பட்டாள். குளித்து முடித்து புது ஆடைகள் உடுத்தினாள். பலமுறை கேட்ட பிறகும் அவளிடமிருந்து குரல் வெளியே வரவில்லை. சைகை காட்டுகிறாள். ஏதோ தவறு நடந்து விட்டது. அவன் ஒரு மனித அரக்கன். கதிரைப் போன்ற பெண்ணை அவன் கொடூரமாகக் காயப்படுத்தினானா? கழுத்தில் உள்ள நீலப்புள்ளி தொண்டைக்குக் கீழே தான் இருந்தது. அவள் கூச்சலிட்டபோது, அந்த துஷ்டன் குரல்வளையை அழுத்தியிருப்பான். உடலில் சத்தம் உண்டாக்கும் குரல்நாளம் நாசமாயிருக்கலாம். யாரிடம் சொல்வது? இது சொல்லக்கூடிய விஷயமா? ஒரு விதத்தில் நானும் இதற்குப் பொறுப்பல்லவா? நிழலாக இருக்க வேண்டும் என்று ஆசிரியர் சொல்லவில்லையா? ஆனால் அவள் தற்செயலாகப் போய் விழப்போகிறாள் எனத் தெரிந்திருந்தும் என்னால் அவளைக் காப்பாற்ற முடியவில்லையே? மாந்தளிர் போன்ற பெண்ணை முற்றிலுமாக அவன் அழித்தான். அந்தத் தீயவன் அரங்கநாதன். காதலனாக நடித்து ஏமாற்றினானா அல்லது தனது இச்சையைத் தீர்த்துக்கொள்ள ஆசைப்பொருளாகப் பயன்படுத்தினானோ? காதல் நாடகமா அதற்கு வழி?

தேஜாவந்தியால் ஒன்றும் சொல்ல முடியவில்லை. சத்தம் போட்டு அழக் கூட முடியவில்லை. ஆதீனத்தில் என்ன சொல்லுவேன்? திடீரென்று ஏதோ பார்த்து பயந்ததாகச் சொல்லலாம். அது ஒன்றே சரியான வழி? காவேரி முடிவெடுத்தாள். இப்போது அவள் மடியில் தலை வைத்து பல்லக்கிற்கு உள்ளே படுத்துக் கொண்டாலும் தூங்கவில்லை. அவளால் தூங்க முடியவில்லை.

பயம் அவள் கண்களை விட்டு அகலவில்லை. மனதில் அதிர்ச்சியும் உண்டு.

என்னவொரு ஜன்மம் பெண்ணுக்கு. இந்த பெண்ணுக்கு மட்டுமல்ல. எல்லா பெண்களுக்கும் தான்.

சூரியனையும் சந்திரனையும் சுமந்து கொண்டு காவிரி நதி மீண்டும் பாய்ந்தது.

கண்ணம்ம பாடினி இப்போது மாணவ சத்திரத்தில் இல்லை. காரிப்பெரும் பாணருடன் இருக்கிறாள். மாணவசத்திரத்தின் விசாரிப்பும் சமையல் அறையின் விசாரிப்பும் அவர் விட்டுவிட்டார்கள். பரபரப்பாக ஓடி நடக்கும் மாணவர்களைப் பார்க்கும்போது மாணிக்கனை நினைத்து அழுவார். தேவீதாச தீட்சிதர் கட்டாயப்படுத்திய பின்பும் மாணிக்கனின் முத்தப்பாவைக் கவனித்துக் கொள்ளவும் இல்லை. பேரனின் மரணத்திற்குப்பின் முதியவரின் துடி விரல்கள் பதிக்காமல் மூலையில் முடங்கிக் கிடக்கிறது.... காவேரி நதியைப் பார்த்தவாறு எப்போதும் உட்கார்ந்திருப்பார்.

தினமும் காவேரி அவர்களைப் பார்க்க அவர்களது குடிசைக்குச் செல்வாள். மகனின் மனதில் காதல் நடனமாடிய, அவனது பெண்ணாகத் தான் பார்த்த காவேரியைப் பார்க்கும்போது கட்டிப்பிடித்து தாய் அழுவாள். அவரது தலையில் தடவிக் கொண்டு காவேரி இருப்பாள்.

அவள் இப்போது ஆதீனத்தின் ஆசிரியை.

தீட்சிதரின் முடிவு தான். காவேரி இப்போது புதுப்புது நடன வடிவங்களைப் பரிசோதிக்கத் தொடங்கியுள்ளாள். குழந்தைகளையும் அவள் கற்பிக்கிறாள்.

வண்ணத்துப்பூச்சிகள் நடனமாடுவது போல ஒரு படத்தை வரைவாள்... மாணிக்கன் முன்னர் ஒருமுறை அவளிடம் சொல்லியிருந்தான். மயூர நடனமாடி மயிலை வரைவதைக் குறித்து.....

முன்பெல்லாம் நாட்டிய மேதைகள் அதைத்தான் செய்தார்கள்.

கால்கள் எங்கு நிறுத்த வேண்டுமென்றும் எப்படி எங்கே வைக்க வேண்டும் என்றும் சரியான யோசனை இருந்தால் மட்டுமே இது சாத்தியமாகும்.

தேஜாவந்தி தற்போது கற்சிலைபோல் நின்றாள். பரிசுகள் வந்து குவிந்த நாட்டியத்திற்குக் கண்ணேறு கிடைத்தது என எல்லாரும் புரிந்து கொண்டனர். கடப்பாவிற்குக் கடிதம் அனுப்ப தீட்சிதர் தயாரானபோதிலும் அதைக் காவேரி வழியாக தேஜாவந்தி தடுத்தாள்.

அரங்கநாதனை இப்போது ஆதீனத்தில் அதிகமாகக் காணவில்லை. பெரும்பாலும் எங்கோ பயணத்தில் இருக்கிறாராம். அவ்வப்போது வருவார். காவேரி அல்லது தேஜாவந்தியின் முன் வந்துவிடக்கூடாது என்பதில் அவன் கவனமாக இருக்கிறான். அவனது மனதில் சில திட்டங்கள் உள்ளன. அதை நடைமுறைப்படுத்த வேண்டிய முயற்சிகளில் இருக்கிறான் எனத் தெரிகிறது.

அவனைப் பார்த்ததும் முகத்தில் எச்சில் துப்ப முடிவு செய்திருக்கிறாள் காவேரி.

ஒரு நாள் இரவு யாரோ கதவைத் தட்டியது போல் எழுந்த காவேரி, அந்த அறையில் பார்க்கும்போது தேஜாவந்தியைக் காணவில்லை. நான் உறங்குவதற்கு முன்னே அவள்

தூங்கியிருந்தாளே. ஆதீனத்தின் தங்குமிடத்திற்கு உள்ளேயும் வெளியேயும் காவேரி நடந்து பார்த்தாள். இந்த இரவில் அவள் எங்கே சென்றாள்? ஏதாவது நடந்தால் அவளால் சத்தம் போடவும் முடியாதே. காவேரி அவளைத் தேட ஆரம்பித்தாள். நடந்து நடந்து ஆற்றங்கரையில் வந்த காவேரி தேஜாவந்தியைப் பார்த்தாள். அவள் ஆற்றின் உயரமான மணல் மேடு வழியே நடந்து செல்லத் தொடங்குகிறாள். ஓடி வந்த காவேரி.... அவளைப் பிடித்து இழுத்து கீழே இறக்கினாள். கண்ணீர் வழியும் முகத்தைக் காவேரியின் மார்புடன் சேர்த்து தேஜாவந்தி சாய்ந்தாள்.

'என்ன தேஜாவந்தி? இந்த நடுராத்திரியில் ஆற்றங்கரையில் எதற்கு? என்ன விஷயம்?'

தேஜாவந்தி நதிக்கு நேராகக் கையை நீட்டினாள்.

கடவுளே இந்த நள்ளிரவில் ஆற்றில் குதிக்க இவள் இங்கு வந்தாளா? தற்கொலை செய்ய தீர்மானித்திருக்கிறாள் இந்தப் பெண்.

'ச்சே... என்ன தேஜாவந்தி! இறப்பதா? இறக்கவேண்டுமென யாரால் தீர்மானிக்க முடியும். அது ஒரு வேண்டாத தீர்மானம். வாழ்ந்து காட்டுவதில் தான் வீரம் உள்ளது. உனக்கு ஒன்றும் நடந்து விடவில்லை. நீ தடுத்ததால் தான் உனது ஊரில் எவரும் ஒன்றும் சொல்லவில்லை. இனி அது முடியாது. உனது சத்தம் திரும்பக் கிடைக்க வேண்டிய மருத்துவத்தை அவர்கள் அங்கே பார்ப்பது தான் நல்லது'

வேண்டாம் வேண்டாம் எனத் தலையை இருபுறமும் அசைத்தவாறு சொன்னாள் தேஜாவந்தி. பின்னர் அவள் காவேரியின் கையைப் பிடித்து தனது அடிவயிற்றின் மேல் வைத்தாள்.

காவேரி நடுங்கினாள்.
கடவுளே!

முப்பத்தி நான்கு

தேவீதாச தீட்சிதர் படுக்கையில் இருக்கிறார். கலையின் சௌந்தரியம் விளங்கியிருந்த முகத்தில், ஏதோ பரவேசம் பாதித்துள்ளது. ஆதீனத்தில் அனைவரும் கவலையில் உள்ளனர். படிப்பு கூட சரியாக நடைபெறவில்லை. அன்றாட காரியங்கள் மட்டும் எப்படியோ நடக்கிறது. அனைவரின் முகத்திலும் சோகம். ஆசிரியர் தனது கடைசி நாட்களை எண்ணுகிறாரோ?

குதிரை வண்டி மிக வேகமாக ஆதீனத்தில் முற்றத்தை அடைந்தது. வண்டியை நிறுத்திவிட்டு வேலைக்காரன் வந்து இறங்கினான். விலை உயர்ந்த பட்டு வேட்டியும் நேரியதும் தலைப்பாகையும் அணிந்து அரங்கநாதன் வண்டியிலிருந்து இறங்கினான். நேராக தீட்சிதர் பக்கம் சென்றான். அவருக்கு தட்டில் வைத்து சில பரிசுகளைக் கொடுத்தான்.

அவன் ஆதீனம் விட்டுப் போவதாக தீட்சிதரிடம் கூறினான். ஒரு புது ஆதீனம் தனது நாட்டில் தொடங்கப்போவதாகவும் அதற்குத் தேவையான நிலத்தையும் பணத்தையும் அந்நாட்டு அரசன் தானமாக வழங்கியதாகவும், ஆசிரியர் கற்றுத்தந்த பாடங்களை அடுத்த தலைமுறைக்கு எடுத்துச் செல்லும் பணியைத் தற்போது மேற்கொள்வதாகவும் அதற்கான ஆசி வழங்கவேண்டுமெனவும் உபதேசங்கள் கொடுக்க வேண்டும் என்றும் அரங்கநாதன் சொன்னான்.

தீட்சிதரின் சோர்வடைந்த முகத்தில் ஒரு புன்னகை மலர்ந்தது. அவர் அவனுக்கு வார்த்தைகளை அமுதம்போல் எடுத்துக்கூறத் தொடங்கினார்.

'அரங்கநாதா படிப்பு முடிந்து நீ செல்லும்போது உனக்குத் தருவதற்காக தனியாக எந்த உபதேசமும் என்னிடம் இல்லை. கலைஞர்களிடம் இல்லாத ஒரு திறமை உன்னிடம் இருக்கிறது. ஆதலால் நீ வாய்ப்புக்களைப் பயன்படுத்திக் கொள்வாய் என எனக்குத் தெரியும். செல்லும் வழிகளில் வாய்ப்புகள்

வரவில்லையென்றாலும் அவற்றை எப்படி கொண்டு வருவது என்பதும் உனக்குத் தெரியும். வாழ்க்கைக்கு ஓரளவிற்கு இவையெல்லாம் தேவை தான். ஆனால் ஒருபோதும் திறமை உனது சுயநலத்திற்காக மட்டுமாக இருக்கக்கூடாது. தன்னலமற்றவராக இருக்கவேண்டும் கலைஞன்... கருணையும் அன்பும் கலையின் சாராம்சம்'

தேவிதாசரின் அறையை விட்டு வெளியேறிய அரங்கநாதனின் முகத்தில் ஒரு சிரிப்பு இருந்ததோ?

முற்றத்திலிருந்து குதிரை வண்டி நகர்ந்தது

ஆதீனத்திலிருந்து வெளியே செல்லும் மரங்கள் நிறைந்த பாதையில் காத்திருந்தாள் காவேரி. குழந்தைகளுக்குக் கற்பித்துக் கொண்டிருக்கும்போது அரங்கநாதன் ஆதீனத்திற்கு வந்திருப்பதாகவும், தீட்சிதரிடம் சொல்லி ஆதீனத்தை விட்டுச் செல்வதாகவும் யாரோ சொன்னதைக் கேட்டாள். குழந்தைகளுடன் பயிற்சிகளைத் தொடரும்படி அறிவுறுத்தி விட்டு அவள் ஓடி முற்றத்தில் வந்தபோது குதிரை வண்டி முற்றத்தில் நின்றுகொண்டிருந்தது. அவன் தீட்சிதரிடம் பேசிக்கொண்டிருப்பதை அறிந்தாள்.

அவன் வரட்டும். அவன் தனியாகப் போக வேண்டாம். நான் இங்கே காத்திருப்பேன். இந்த மரத்தின் மறைவில். தேஜாவந்தியை ஏமாற்றிப் போவது தான் மாத்திரையின் படி இசையமைத்து பாடுபவனின் திட்டம் எனில் அவனது கணக்கை எனது கையிலிருக்கும் கத்தி தீர்த்து வைக்கும்.

குதிரையின் கழுத்திலிருக்கும் மணியின் சத்தமும் கற்களில் மேல் ஏறியிறங்கும் வண்டியின் சக்கரம் உருளும் சத்தமும் மரங்களுக்கிடையே கேட்கிறது.

காவேரி மறைவிலிருந்து இறங்கிக் கூரிய விழிகளுடன் சாலையின் குறுக்கே நின்றாள்.

அவள் முன் குதிரைவண்டி நின்றது. பின்னால் சென்று லாடத்தைப் பிடித்து மாற்றினாள் காவேரி.

'இறங்கு'

அவளது கணகள் எரிகின்றதே. அரங்கநாதன் மெதுவாக வண்டியிலிருந்து இறங்கினான்.

'அரங்கநாதா, நீ போகிறாய் அல்லவா...?'

'ஆமாம், போகத்தானே வேண்டும் காவேரி'

'ஒரு விஷயத்தை நீ மறந்தாய்....'

'என்ன?'

'தேஜாவந்தி...'

'ஓ...'

'அவளை விட்டு நீ போகக்கூடாது. உன்னை நான் விடமாட்டேன்'

'பயணம் செல்லும்போது சுமைகளைத் தவிர்க்க வேண்டும்'

'நீ தவறாக நடந்து கொண்டதின் பலனான கருவை அவள் சுமக்கிறாள்'

'அது அவளது விதி'

நாயே! நீ செய்த குற்றத்தைப் பழிச் சொல்கிறாயா? காவேரியின் கண்களில் கனல் எரிந்தது. ஆடைக்குள் மறைத்து வைத்திருந்த கத்தியை அவள் வெளியே எடுத்தாள்.

'நீ மட்டும் தனியாகப் போகமாட்டாய் அரங்கநாதா...'

இந்த அரங்கநாதனைக் கத்தியைக் காட்டி பயமுறுத்துகிறாயா? நீ ஒரு சின்னப்பெண்.

'வெட்டிப்பிடிப்பதற்கு தான் எனது பயணம்... புகழும் பணமும்.... எல்லாத் தடைகளையும் வெட்டி மாற்றியும் வெட்டி நிரத்தியும் தான் நான் இந்தப் பயணத்தைத் துவங்குகிறேன். உனது மாணிக்கன் உட்பட'

சட்டென்று தலையில் மலை விழுந்தது போல் இருந்தது....

வானில் இருந்து எரிமலை உடம்பில் விழுந்தது போல.....

திகைத்து நின்றாள் காவேரி...

அவளது கையில் இருந்த கத்தி மண்ணில் விழுந்தது!

தனது மாணிக்கன்

அவனைக் கொன்றாயோ?

அவனை ஆற்றில் தள்ளிப்போட்டு கொன்றாயா?

கொன்றுதான் ஆற்றில் தள்ளிப் போட்டாயோ?

கடவுளே மாணிக்கன் இறந்ததில் உன்னை எவ்வளவு குற்றம் சொல்லியிருக்கிறேன்.

இவன்.... இவன்தான் அதை செய்தான்...

இவன் தான் அதை செய்தது...

மாணிக்கன் பாட வேண்டிய இடத்தில் பாடுவதற்கு....

அவனுக்கெல்லாம் கிடைக்க வேண்டிய பெருமை அடைவதற்கு....?

குற்றமில்லாமல் மனம் திறந்து சிரிக்கும் மாணிக்கனின் முகம் காவேரியின் மனதில் தெளிந்தது. பாவம்! யாருக்காகவும் வழி விட்டுக் கொடுத்திருப்பான் மாணிக்கன்.

கொல்லாமல் அவனுடன் உன் ஆசையைச் சொல்லியிருக்கலாமே?

இல்லை... இனி வாழ்வதற்கு உனக்குத் தகுதியில்லை.

நீ மனிதக் கொலையாளி

விஷம் கலந்த மனம் உடையவன்

எனது மாணிக்கனைக் கொன்றதற்குப் பதிலாக நான் உன்னைக் கொல்லுவேன். பைத்தியக்காரத்தனமான வேகத்தில் அவள் தரையிலிருந்து கத்தியை எடுத்தாள்.

கத்தியுடன் கொலை செய்ய வந்தப் பெண்ணின் மனதைக் கத்தியைவிட கூர்மையான வாத்தைகளால் கொன்று விட்டு குரூரமான பார்வையுடன் அரங்கநாதன் ஏற்கனவே குதிரை வண்டியில் குதித்து ஏறி விட்டான்.

காவேரி பார்க்கும்போதே குதிரை வண்டி ஆதீனத்தின் வாசலைத் தாண்டிப் போய் விட்டது.

அவள் தரையில் விழுந்து மண்ணில் முகத்தைத் தேய்த்தவாறு தேம்பித் தேம்பி அழுதாள்.

முப்பத்து ஐந்து

அந்திமாலை மயங்கும் நேரம் காலத்தின் சாட்சியும் உலகத்தின் சாட்சியுமான சூரியன் ஆற்றில் குதிக்கவிருக்கிறான். ஆதீனத்தில் அடக்கிப்பிடித்திருந்த அமைதி. தேவீதாச தீட்சிதர் மூச்சு வாங்க மிகவும் சிரமப்படுகிறார்கள். முற்றத்திலும் திண்ணையிலும் அறையிலும் அனைவரும் பிரார்த்தனையில் மூழ்கியுள்ளனர். காவேரி அவரது காலடியில் இருக்கிறாள். கால்களைத் தடிவிக்கொடுத்துக் கொண்டிருக்கிறாள் அவள். இடையிடையே தீட்சிதர் கண்களைத் திறந்து எல்லோரையும் பார்ப்பார். காவேரியை அன்புடன் பார்த்துவிட்டு மெல்ல புன்னகைக்க முயல்வார்.

நண்பனின் மகள். எனது மகள். என்னை அனுப்பிவைக்க அவள் இருக்கிறாளே.

மகளே... உனக்கு நல்லதே வரும்...

மாணிக்கன்.... எனக்கும் பிரியமானவன் அவன் மட்டும் இங்கு இல்லையே...?

எனக்காகக் காத்திருக்கிறான் என்று நினைக்கிறேன்..

வரவேற்புக்குக் கீர்த்தனை படைத்து என்னைப் பாடிக்கேட்க வைக்க....

ஆதீனத்தில் பாடல் ஒன்றும் கேட்கவில்லையே...

இவர்களுக்குத் தெரியாதா? என்னைப் பாடல் பாடித் தானே அனுப்ப வேண்டும்.

கீதா உபதேசம் தானே பீஷ்மருக்கு மோட்சத்தைத் தந்தது.

இதுவரையிலுமான எனது வாழ்க்கை, பாடலுடன் பிணைக்கப்பட்டுள்ளது தானே, பாடலால் மட்டும் தானே?

இப்போதும் அவர் இறுதி காலத்தில் நெருங்கிக் கொண்டிருந்தார்.

இதுவரை வாழ்வதற்குக் கடவுளும் அதிர்ஷ்டமும் துணை நின்றது.

எண்பத்தி இரண்டு வருட நீண்ட காலம்.

மனதால் திரும்பிப் பார்க்கும்போது செய்தவை அனைத்தும் நல்லவை தான்.

மனம் சொன்ன வழியில் தான் சென்றது.

மனம் சொன்னதைத் தான் செய்ததும்

யாருடைய முன்னிலையிலும் தலை வணங்கவில்லை.

அதுவும் பாடலின் நன்மை தான்.

பாடக் கற்றுக்கொண்டவன் யாருக்குப் பயப்படுவான்?

யாருக்கு அடிமைப்பட வேண்டும்?

பாட்டிற்காக உள்ள ஆதீனத்தில் நடனமும் கற்றுக் கொடுக்க வேண்டும் என்று நினைத்ததும் யாரும் சொல்லித்தந்தது இல்லை. எனக்கே தோன்றியது தான். முற்காலத்தில் தேவருக்கு அடிபணிந்து நடக்க காணிக்கையாக்கப்பட்ட தேவதாசிகளுக்கு மட்டும் உரியதாக இருந்தது ஆட்டமும் கூத்தும். ஊர் பெரியோர்களும் கலைஞர்களான பாவம் பெண்களைத் தேவரடியார்

என அழைத்து அடிமைகளாக வைத்திருந்தனர். தனது ஆதீனத்தில் அதைக் கற்பிக்கத் தொடங்கியதற்குப் பிறகு மற்ற இடங்களிலும் அதற்குப் பெருமை கிடைத்தது. இன்று பல ஆண்களும் பெண்களும் படிக்கத் தயாராக உள்ளனர். தொடங்குவதில் தான் சிரமம். அதற்கும் காரணமாக முடிந்தது.

அப்படிப்பட்ட எனக்குப் போவதற்கு நேரம் ஆனபோது யாரும் பாடல்பாடி என்னை அனுப்பவில்லையே? எனது மனதைப் புரிந்துகொள்பவர் யாரும் இல்லையா?

நடுங்கும் கைகளுடன் காவேரியை அழைத்தார்.

ஓசை எழவில்லை. அவள் மகளைப்போலவே காதுகளைத் தனது உதடுகளுக்கு நேராகச் சேர்த்தாள்.

நான் சொன்னதை அவள் புரிந்து கொண்டாள்.

குழந்தைகளை அழைத்து காவேரி திண்ணையில் உட்கார வைத்திருக்கலாம்.

அவர்கள் பாடதுவங்கினார்கள்... ச்சே .... எனக்கு வேண்டியது இது இல்லை.

மாணிக்கன் இருந்திருந்தால் அவனுக்குத் தெரிந்திருக்கும். எனக்கு என்ன வேண்டும் என்று.

நிறுத்தும்படி கையெடுத்துக் கூறினார்.

பாடல் நின்றது.

காவேரியின் முகத்தை உற்றுப்பார்த்தார்.

'நீலாம்பரி பாடு'

அவள் எவ்வளவு புத்திசாலி'

அவள் எனது மனதைப் புரிந்துகொண்டாள்.

மாணிக்கனுடனான நட்பாக இருக்கலாம் இதற்கான காரணம்.

இருவரும் ஒருவரையொருவர் காதலிப்பதை நான் புரிந்து கொண்டிருந்தேன்.

மாணிக்கன் பத்மநாபபுரத்திலிருந்து திரும்பியவுடன் இவளை அவனது கைகளில் ஒப்படைக்க முடிவு செய்திருந்தேன்.... அதற்கு முடியவில்லையே.

ஸ்ரீநாராயண தீர்த்தரின் 'மாதவா மாமவதேவா.... கிருஷ்ணா யாதவா கிருஷ்ணா.... யதுகுல கிருஷ்ணா....' நீலாம்பரி பாடல் உயிர்த்தெழுந்தது.

மாணிக்கனின் உணர்வும் தாளமும் இல்லையென்றாலும் நீலாம்பரியின் அழகும் நளினமும் ஒழுகி வந்தது. இரவிற்கு நேராகச் செல்லும் இராகம். தூக்கத்திற்கு நேராக மெல்ல மெல்லக் கொண்டு செல்லும் ராகம்.

சார்வதமனா....... மாதவமாமவதேவா....

தீரசங்கராபரணத்திலிருந்துள்ள ஜன்யராகம். இருபத்தி ஒன்பதாவது மேளகர்த்தா இராகம்.

ஏற்றி இறக்கிப் பாடம் பயன்படுத்தப்படுகின்றன. எனவே புலன்களைத் தாலாட்டுப் பாடி தூங்கச் செய்யும்.

நீலாம்பரி என்பது பழைய குறிஞ்சிப் பண் தான்

சங்ககாலத்திலிருந்தல்லவா இசையும் இலக்கியமும் தோன்றியது

பழைய பாலையாழ் புதிய ஹரிகராம்போதி ஆனது.

மருதயாழ் ஹரஹரப்ரியா...

மோகனம் முல்லைப்பாணி

செவ்வழியாழ் தோடி...

மன்றல் நாட்டக்குறிஞ்சி.

இதை எவ்வளவு காலமாகக் குழந்தைகளுக்குச் சொல்லிக் கொண்டிருக்கிறேன்.

ஸ்வரஜதிகள் உயருகிறது. காவிரியில் சூரியன் விழுந்ததா?

இன்றைய சூரியனுடன் நானும் மறைவேன்.

அஸ்தமனம்.

மேலிருந்து கீழாக ஒழுகும் நீலாம்பரி....

காவேரி பாய்வது போல...

கண்கள் மூடுகிறது....

சரணத்தின் வரிகள் காதுகளை மூடுகின்றன.

தாரகசந்திரா...

மெல்ல மெல்ல இறங்குகிறது.

தூக்கம் கண்களைக் கடிக்கிறது.

நித்திரை...சொஸ்தி... நித்திரை

காவேரியாற்றில் சூரியன் மறைந்தது.

தேவிதாச தீட்சிதரின் மறைவுக்குப் பிறகு, காவேரி ஆசிரியப் பணியுடன் செயலாளரின் உதவிப் பணியையும் ஏற்றுக்கொண்டார். தீட்சிதர் ஏற்கனவே சொல்லியிருந்தாராம். ஏராளம் வேலை இருந்தபோதிலும் காவேரி ஆதீனத்தின் தனது குடியிருப்பை விட்டு வெளியேறினாள். தேஜாவந்தியையும் அழைத்துக் கொண்டு அவள் காரிப்பெரும் பாணர் மற்றும் கண்ணம்ம பாடினியின் குடிசைக்கு நேராகச் சென்றாள். கல்லூரி வேலைகளைச் செய்யாமல் விட்டதும் இல்லை. தேஜாவந்தியைக் கூட நினைத்து தான் அவள் இதை செய்தாள். அவளது கர்ப்பத்தை இனி மூடிமறைக்க முடியாது. சில ஆசிரியர்கள் ஏற்கனவே சந்தேகப்பட்டு விட்டனர். கண்ணம்ம பாடினியின் உதவியும் அவளுக்குக் கிடைக்குமே....

அது முற்றிலும் சரியாக இருந்தது. மகளைப் போன்று தேஜாவந்தியைக் கண்ணம்மபாடினி கவனித்தார். சிலை போன்று இருந்த தேஜாவந்தியை இந்தக் கவனிப்பு கொஞ்சம் கொஞ்சமாக மாற்றியது.

மூலையில் விட்டு வைத்த துடியை எடுத்து தேஜாவந்திக்காகக் காரிப்பெரும்பாணர் திரும்பவும் கொட்டி பாடினார். தேஜாவந்தி நிறைவயிறுடன் முதியவரின் தோளில் சாய்ந்திருப்பாள். அந்த இருப்பைப் பார்க்கும்போது கண்ணம்மபாடினிக்கு வருத்தமாக இருக்கும். தனது மாணிக்கனின் மனைவியாகி பேரக்குழந்தையை வயிற்றில் சுமந்துகொண்டு முத்தப்பனின் தோளில் சாய்ந்திருக்கும் காவேரியைப் பலமுறை கனவில் பார்த்திருக்கிறார்கள்.

கடவுள் ஒன்றும் செய்து தரவில்லையே.

ஆனால் அவள்தான் தற்போது எனக்கு உணவளிக்கிறாள். எனது குடும்பத்தைக் கவனிப்பது. அயராது உழைக்கிறாள். மருமகளாக வரவேண்டியவள் மகளாக வாழ்வில் நிழல் தருகிறாள். அவளுக்கும் திருமண வயது கடந்து விட்டது. அவ்வப்போது அவளிடம் குறிப்பிட்டிருந்தேன்.

'கடந்த காலத்தை நினைத்து வருவதை விடக்கூடாது மகளே' என

மிகவும் மன உறுதியுள்ளவள்.

அவள் கேட்கவில்லை. அவள் கேட்கவும் மாட்டாள் எனத் தோன்றுகிறது

இரவில் அவள் தனியாக அமர்ந்து காவேரியாற்றைப் பார்த்துக் கொண்டிருப்பதைக் காணலாம். ஏதோ தனக்குத்தானே பேசுவதையும் பார்க்கலாம்.

ஒருவேளை அவள் மாணிக்கனுடன் கனவில் பேசுவதாக இருக்குமோ?

சில சமயம் அவளது முகத்தில் கோபம் காணப்படும்

கடவுளிடம் கூட கோபமா?

கடவுள் அவளுக்கு நிம்மதி கொடுக்கட்டும்

இறக்கும்வரை நான் அவளுடன் இருப்பேன்.

அதுவே எனது முடிவும் கூட...!

இரவு... நிலவு காவேரியில் குளிக்கிறது. நட்சத்திரங்கள் நதியில் விழுந்து விளையாடுகின்றன. குடிசையில் காரிப்பெரும்பாணர் தனது துடியை மெதுவாக அடித்துக் கொண்டிருந்தார். காவேரி வெளியே திண்ணையில் சுவரில் சாய்ந்து உட்கார்ந்திருந்தாள். இரவைக் கிழித்துக் கொண்டு நிலவின் புதுப்பிறவியின் அழுகை...

காவேரி திடீரென எழுந்தாள் .... ஆர்வத்துடன் வாசலுக்குள்ளேப் பார்த்தாள்.

முதியவரின் முகத்தில் புன்னகை பரவியது. துடியின் தாளம் இறுகியது.

அறையிலிருந்து கண்ணம்மபாடினி வெளியே வந்தார்.

'பெண்... தாய் போய்விட்டாளே மகளே...'

காரிப்பெரும்பாணரின் துடி திடீரென்று நின்றது

காவேரி ஒருகணம் திகைத்துப் போனாள்.

'தேஜாவந்தி' என அழைத்துக் கொண்டு அறைக்குள் ஓடினாள்.

காவேரி கைக்குழந்தையுடன் குடிசையின் அறையை விட்டு வெளியே வந்தாள்.

கண்ணம்ம பாடினி அவள் தோளில் சாய்ந்தாள்.

இரண்டு நாட்கள் கடந்தன... அதிகாலை நான்கு மணி. கண்ணம்மபாடினி காவேரி ஆற்றங்கரையில் இருந்த குடிசையிலிருந்து தோளில் பையுடன் வெளியே வந்தாள். நெஞ்சில் குழந்தையை அணைத்தபடி காவேரியும்...

மேலும் தோளில் தொங்கவிட்ட துடியுடன் ஊன்றுகோல் பிடித்து முதியவராகக் காரிப்பெரும்பாணரும். ஒரு முறை பார்த்தார்.

குடிசையைத் திரும்பிப் பார்த்தார்.

மூவரும் காவேரி ஆற்றங்கரையில் நடந்தனர்.

நிதானமாக ஓடிய காவேரி நதி, சுட்டெரிக்கும் வெயிலைப் பொருட்படுத்தாமல் மெல்ல பாய்ந்து கொண்டிருந்தது!

முப்பத்தாறு

'அது ஒரு வாழ்க்கைப் பயணத்தின் ஆரம்பமாக இருந்தது அரசே....'

பத்மநாபபுரத்து அரசர் மாளிகையில் நண்பகல் சூரியன் பிரகாசித்துக் கொண்டிருந்தது. நாட்டிய மயூரி பெரியவேதபுரம் காவேரி சூரியனைச் சாட்சியாக வைத்து தனது வாழ்க்கைக் கதையைச் சொல்கிறாள். திருவிதாங்கூர் மகாராஜா ஆதி கேசவகுல சேகரப்பெருமாள் அதைக் கவனமாகக் கேட்டதற்குச் சாட்சி, உலக சாட்சியான சூரியன் தான். ஒரு ஈட்டியுடன் அவரது பாதுகாவலனும்....

முடிவில்லா வானத்தின் பாதையில் அடியெடுத்து வைக்கத் தொடங்கியபோது கேட்கத் துவங்கின ஒரு பெண் வாழ்க்கை வரலாறு. கணிக்க முடியாத சிக்கல்கள் மற்றும் வாழ்க்கையின் வழியே பெண் வாழ்க்கை சென்றுகொண்டிருக்கும்போது, சாட்சியான சூரியனின் விரல்கள் எரியத் தொடங்குகின்றன. இறுதியாக அந்த விரல்களில் எரியும் வெப்பம்.

பெரியவேதபுரம் காவேரி தொடர்ந்தாள்.

'அரங்கில் அழகை ஏற்படுத்தும் எனது ஆட்டம் எனது வாழ்க்கையில் போராட்டமாக மாறியது மகாராஜன். எத்தனை நாடுகள்.... எத்தனை அரங்குகள்.... எண்ணிக்கையில் அடங்காத சீடர்கள்... அரண்மனைகள், அரங்குகள். ஆம் மகாராஜா, புகழும் செல்வமும் நானும் அதிகம் பெற்றேன். தேஜாவந்தி எனக்குத் தந்த மகள் அபிராமிக்காக மட்டுமே என் வாழ்க்கை. இப்போது

பத்மநாபபுரத்திற்கு இங்கு வந்து சேர்ந்ததும் மர்மமான மகிழ்ச்சியுடன் தான். அரங்கநாதன் பாட வருகிறார் என்பது எனக்கு முன்பே தெரியும். நான் ஒரு தெளிவான முடிவுக்கு வந்தேன். எனது மாணிக்கனைக் கொன்று தேஜாவந்தியைக் கெடுத்து, சொந்த வாழ்க்கையில் நாட்டியம் ஆடிக்கொண்டிருந்த அவனது வாழ்க்கை இந்தப் பத்மநாபபுரத்தில் முடித்துக் கொள்வது கடவுளின் முடிவு. இல்லையென்றால் பத்தொன்பது வருடங்களுக்கு முன் பிரிந்து போன அவனும் அவனைத் தீர்த்துக்கட்ட தீர்மானித்த நானும் இங்கு எப்படி வந்து சேர்ந்தோம்?'

மகாராஜாவின் முகத்தில் எண்ணம், புத்தி , ஞானம் ஆகியவற்றின் வெளிப்பாடு தோன்றியது!

'ஜீவன் எடுக்க யாருக்கு அதிகாரம்? மரணத்தைத் தீர்மானிப்பது மனிதனல்ல, கடவுள் தான். அங்கே நீ தவறு செய்தாய். பெரியவேதபுரம் காவேரி'

'அரசே மன்னிக்க வேணும். எனக்கு எந்த தவறும் நடக்கவில்லை. என்னுடையது ஒரு போராட்டத்தின் தீர்ப்புதான். வாழ்க்கைப் போராட்டத்தின்...நன்மைக்கும் தீமைக்கும் இடையேயான உண்மையும் பொய்யும் இடையேயான போராட்டத்தின் தீர்ப்பு'

'மனிதப் பகையில்லை போராட்டம். காவேரி... அது நாடுகளுக்குடையே தான். உமித்தீ போன்று நீறிக்கிடந்த பகையினைக் கொளுத்தி நீ தவறு செய்தாய். அந்தத் தவறு நமது நாட்டிற்கு அவமானத்தை ஏற்படுத்தியது. எனது தலை குனிந்தது. நாடு அவமானப்படும்போது அதன் காரணத்தைக் கடுமையான தண்டனையுடன் எதிர்கொள்வதில் ஒரு போர் நீதியும், இராஜ தந்திரமும் இருக்கிறது. சராசரங்கள் எங்களுடன் பொறுக்கட்டும்'

மதிய சூரியனும் நடுங்கிப்போகும் அழைப்பு இளைஞரான மகாராஜாவிடமிருந்து உயர்ந்தது.

'சாத்துக்குட்டி...'

வளிமண்டலத்தை நடுக்கிக்கொண்டு அந்த அழைப்பு உயர்ந்ததும் காவல் நின்ற காவலாளியின் கையில் இருந்த ஈட்டி மேலாக உயர்ந்து சாய்ந்து காவேரியின் உடலில் பாய்ந்தது. அவளது மார்பைப் பிளந்து கூர் முனை பின்புறம் குருதிக் கறை தோன்றக் கிழித்து நின்றது!

'ஆ...' என்னும் ஒரு சத்தம் மட்டும் கேட்டது.

சரசரவென ஓடிக் கொண்டிருந்த காவேரி ஆறு பாறைகளுக்குப் பின்னால் வந்தபோது தயங்கித் தயங்கி, இடைவெளிகளில் ஓடி திடீரென அருவிபோல் கீழே விழுந்தது.

பின்பு காவேரி ஆறு கடலில் வந்து சேர்ந்தது.

முப்பத்தேழு

நாங்கோல் குடும்பத்தின் முற்றத்தில் உள்ள மாமர நிழலில் இலைகளுக்கு இடையே உள்ள இடைவெளியில் முடிவில்லாத சிவப்பு சூரியனின் கதிர்கள் பிரகாசித்தன. அனந்தபத்மநாபன் தாணுமாலயன், தாத்தா தாணுமாலயன் தம்பியின் 'சந்திர களபம்' என்னும் நாவலின் கையெழுத்துப் பிரதியைப் படித்து முடித்து விட்டு மூடி வைத்தான்.

சிறிது நேரம் முழு அமைதி நிலவியது. மா மரக்கிளைகளில் கூடு கட்டிய கிளிகளும் அசையவில்லை. தாமிரபரணியைத் தழுவி வந்த காற்று அந்த மரக்கிளைகளைத் தழுவ மறந்தது.

ஒரு பெருமூச்சுடன் தியா அமைதியைக் கலைத்தாள்.

'History based tragedy.... Great!'

கதையின் காந்தபுலத்தின் மூலம் அந்தியை அடையும்போது இந்துகிருஷ்ணாவின் முகம் மலர்ந்தது.

வரலாற்றில் இருந்து இப்படி ஒரு கதை உருவாக்கப் பட்டிருக்கிறது. வரலாற்றின் முகத்தைக் கண்டறிபவர்களால்

மட்டுமே இவ்வாறு முடியும் என்பது நிதர்சனமான உண்மை. அதுதான் தம்பி சாரின் பெருமை.

'முன்பெல்லாம் இப்படி ஒரு கதை இருந்ததா' என உடைந்து போகிறார் சூரஜ்.

'நல்ல சிறந்த கதை, ரொமான்ஸ் மற்றும் சிறந்த த்ரில்ஸ் எல்லாம் உள்ளன' என்றான் அன்சர்.

அனந்தபத்மநாபன் எதுவும் பேசாமல் எழுந்து தாத்தா தாணுமாலயன் தம்பியின் அறைக்கு நடந்தாள்.

ஜன்னலுக்கு அருகில் இருந்த சாய்வு நாற்காலியில் அமர்ந்து தாமிரபரணியின் மாலை அழகை இரசித்துக்கொண்டிருந்தார் தாத்தா.

நேராகத் தான், ஒன்றும் மறைக்காமல் அனந்தபத்மநாபன் கூறினான்.

'தாத்தா Quite convincing... Hence reasoning... காவேரியின் மரணத்துடன் அது ஒரு முடிக்கப்பட்ட பொருளாக மாறிவிட்டது. This is a perfectly crafted a well narrated story.... இதில் தாத்தா சொல்லும் இம்பெர்ஃபெக்ஷன் எங்கே?'

சாய்வு நாற்காலியில் அமர்ந்துகொண்டு தாமிரபரணிக்கு நேராகப் பார்த்து... தாத்தா மெதுவாகச் சொன்னார்.

'அரசனின் காவற்காரனான ஈட்டி பிடித்த சாத்துக்குட்டியை வைத்து காவேரியைக் கொலை செய்தது யார் என்று நினைக்கிறாய்? அது மகாராஜா இல்லை'

'அப்புறம்... அப்புறம் யாரு தாத்தா....?'

'கதை எழுதிய நான்தான்....'

மொத்தத்தில் அனந்தபத்மநாபன் குழப்பத்தில் ஆனான்..... தாத்தா என்ன சொல்கிறார்? அவனது மனம் புரிந்து கொண்டவர் போல் முதியவர் சிரித்தார்.

'எங்களது நாங்கோல் குடும்பத்தில் முந்தைய தலைமுறையில் ஒரு வீரன் இருந்தான் என்று என் பாட்டி சொல்லக் கேட்டிருக்கிறேன். அனந்தா நான் கடந்த காலத்தில் கேட்ட கதையை அப்படியே நகல் எடுத்து வைக்க மட்டும் தான் செய்தேன். எழுத்தாளர் கதையை முடிக்க வேண்டாமா? எனவே, காவேரியின் கதையை நானே முடித்தேன்...'

'ஆனால் தாத்தா... As such it is a perfect story logically....'

'மகனே... எனக்கு நன்றாகத் தெரியும். அது பூரணமாகவில்லை. எங்கேயோ என்னவோ ஒரு குறை. அந்த குறையை நீ கண்டு பிடிக்க வேண்டும். தலைமுறை வழியாகக் கேட்ட கதையை நான் எழுதினேன் என்பது மட்டும் தான். அதை முழுமை பெறச் செய்வது நீ தான். அதைச் செய்யும்போது அது உனது படியேற்றம் ஆகும். இலக்கியத்தின் மண்டலத்திற்கு நேராக.... நான் உனக்குக் கொடுக்கும் தலைமுறையின் இருப்புதான் இந்தப் படைப்பு. அதை மாற்றி எழுதி முடிக்க வேண்டியது உனது வேலை...'

மீண்டும் முற்றத்திலுள்ள மாமரத்தின் பக்கத்தில் தனது நண்பர்களிடம் வந்த அனந்தனின் மனதில் இந்த எண்ணம் உதித்தது...... 'என்ன முழுமையின்மை?'

இந்துவும் கேட்டாள். 'என்ன பிழை'

'ஒன்றும் புரியவில்லையே' தியாவும் குழம்பினாள்.

'இல்லை... என்னதான் பிழை' அன்சருக்கும் ஒன்றும் புரியவில்லை.

'கதையை மாற்றி எழுதினால் என்ன?'

இதுதான்... இந்தக் குழு விவாதம் தான் தேவை. விவாதத்தின் மூலம் மட்டுமே எண்ணங்களின் கதவுகளைத் திறக்க முடியும். அனந்தன் உற்சாகமடைந்தான்.

'சிந்தியுங்கள்... ஒவ்வொருவராகச் சிந்தியுங்கள்'

ஒவ்வொருவரும் சிந்தித்துக் கொண்டே இருந்தனர். ஒவ்வொருவரின் கற்பனைக்கு ஏற்ப.... கதையின் கருத்தைப் புரிந்து கொண்டு ஒவ்வொருவரும் நடந்தனர். இரவு ஏழு ஏழரை மணியுடன் நாங்கோல் குடும்பத்தின் மேல்மாடியில் உள்ள பெரிய தளத்தில் அனைவரும் வந்தார்கள்... அனந்தன் படிகள் ஏறி வரும்போது அன்சார் வீரான்குட்டி ஆழமான சிந்தனையில் சுற்றித் திரிந்து காலடியால் தளத்தின் நீளமும் அகலமும் அளந்து கொண்டிருந்தான்.

தியாவும் இந்துவும் நாற்காலிகளில் இருக்கிறார்கள்.

சூரஜின் கையில் ஒரு காகிதம் இருக்கிறது. ஒரு ப்ளோ சார்ட்

அனந்தன் அம்மா கொடுத்த சிறு உருளியுடன் படிக்கட்டில் ஏறி வந்தான். அதில் சூடான உண்ணியப்பம். அவன் அதை தளத்தில் இருந்த மேஜையின்மேல் வைத்தான். அன்சருக்கு மிகவும் மகிழ்ச்சி. அவன் ஓடிச்சென்று உண்ணியப்பத்தைச் சாப்பிடத் தொடங்கினான்.

'எனக்குக் கற்பனை வராதது இது கிடைக்காததால் இல்லை'

நண்பர்கள் உண்ணியப்பம் இரசித்து சாப்பிடும்போது அனந்தன் கவலையுடன் அங்குமிங்கும் நடந்து கொண்டிருந்தான். வாயில் உண்ணியப்பம் நிறைத்தபடி சூரஜ் கேட்டான்.

'டேய்... உனக்கு வேண்டாமா?'

'Something haunts me yarr...'

'டேய்! மாங்காய்த்தோலா.... நான் Solve பண்ணினேன். டேய் நீ இந்த flow chart பாரு'

'what?'

'flow chart.... காவேரியை காவல்காரன் சாத்துக்குட்டி கொல்லவில்லை'

அனைவரும் உற்சாகமாகக் காணப்பட்டார்கள்

'அப்புறம்?'

ஒரு புராஜக்ட் தலைவரின் பெருமையுடன் நாற்காலியில் உட்கார்ந்து உண்ணியப்பம் சாப்பிட்டுக்கொண்டும் சூரஜ் தனது கையில் இருந்த காகிதத்தை மேசைமேல் வைத்தான்.

'Draft manuscript-ல் நடந்தது இது தான். Logically this is not correct. இனி இந்த flow chart பாரு'

சூரஜ் தொடர்ந்தான்.

'டேய்... இந்த காலத்தில் அனைத்தும் விஞ்ஞானப் பூர்வமாக இருக்க வேண்டும். புது தொழில்நுட்பம் பயன்படுத்த வேண்டும். இந்த flow chart-ல் காட்டியிருக்கும்படி என்றால் நீதிமன்றக்காட்சி, வாதம், பிரதிவாதம், தீர்ப்பு இவ்வாறு பத்து அறுபது பக்கங்கள் கூட வரும். கடைசியாக காவேரி is hanged to death.... அதுதானே convincing?

சூரஜின் புது தொழில் நுட்பத்தில் தியா பெருமை கொண்டாள்.

'நானும் கிட்டத்தட்ட இவ்வாறு தான் யோசித்தேன்'

இவள் எனது சேமிப்பில் பங்கு பெற வருகிறாளா?

'யோசித்திருந்தால் ஏன் செய்யவில்லை?'

'அது ... அப்புறம்.... சொன்னாலும் போதுமே? Flow chart உண்டாக்கவில்லை என்றுதான் உண்டு'

'உனக்கும் அறிவு வந்து விட்டதோ?'

'போடா... சொல்வதைக் கேள். தீர்ப்பு சொல்ல வேண்டியது இராஜா இல்லை. அன்றைய நீதிமன்றம் தான். கடைசியில் தூக்குமேடை தான் காவேரிக்கு'.

அன்சர் ஏதோ சொல்ல வந்தான்..

'உண்ணியப்பம் சாப்பிட்டபோது எனக்கும் கற்பனை வருகிறது'

'எப்படி?'

'அரசன் சாத்துக்குட்டி என்று கூப்பிடும்போது அவள் ஓடவேண்டும்'

'யாரு... காவேரியா?'

'ஆமாம்.... அவள் ஓடி ஒரு குதிரையின்மேல் ஏறவேண்டும். டக்..டக்.. அரண்மனை அரசரின் ஆட்கள் அவளைத் துரத்த வேண்டும்.. அவள் கடற்கரை வழியாக... மலை வழியாக... காடு வழியாகப் போகவேண்டும். இந்த சேவகர்களை எல்லாம் ஏமாற்றி அவள் ஒரு ஆற்றின்கரையில் வருகிறாள். சேர்ந்து அவள் படுத்துத் தூங்குகிறாள். பக்கத்தில் ஒரு மரம் உள்ளது. அந்த மரத்தில் ஒரு இளைஞன் அவள் உட்கார்ந்திருக்கும் மரக்கிளையில் படுத்திருந்தான். பின்பு ஒரு காகத்தின் இறகை உள்ளாடையின் பாக்கட்டில் இருந்து எடுத்து வண்ணங்களில் தோய்த்து அவளது உடலில், அப்படியெனில் கை வண்ணையில்...... அவள் sleaveless உடை உடுத்தியிருந்தாள். ஒரு பூவின் படம் வரைகிறான். அவளுக்குத் தெரியாது. அவள் தூங்குகிறாள்...'

சூரஜ் கேட்டான்

'அன்சர் இக்கா.... எவ்வளவு முறை கண்டாய்?'

'என்ன?'

'அந்த ஹிட் படம்'

'ஒன்று அல்ல இரண்டு'

அனைவரும் வெடிக்கச் சிரித்தனர். சூரஜ் சிரித்து கொண்டே கூறினார்.

'நாற்பது வயதுள்ள கிழவி தான் காவேரி... இளைஞனாகிய பையன் படம் வரைகிறான்?'

அன்சர் விடவில்லை.

'டேய்... அப்படியெனில் அவன் ஒரு .... தனது மனைவியை விவாகரத்து செய்த நபர்'

சூரஜிற்குப் பொறுக்கவில்லை.

'எழுந்துப் போ... டேய்'

ஒரு உண்ணியப்பம் கூட சாப்பிடுவதற்காக அன்சர் எழுந்தான்.

சிரித்து முடித்த இந்து உஷாரானாள்.

'அன்சர் இக்கா சொன்ன ஒரு விஷயம் யோசிக்க வேண்டியது இருக்கிறது. காவேரி கொலை செய்யப்படவில்லை'

அன்சருக்கு மகிழ்ச்சி

'அது தான்'

இந்து தொடர்ந்தாள்

'நாம் கவனிக்காமல் போன ஒரு கதாபாத்திரம் இருக்கிறது'

'யார்?'

'காவேரியின் வளர்ப்பு மகள், தேஜாவந்தியின் மகள் அபிராமி'

அனந்தன் துள்ளி எழுந்தான்... அவன் நினைத்த மாதிரியே அவள் நினைத்தாள்.

'Great...! Correct route of this story...'

அனந்தபத்மநாபன் இந்து கிருஷ்ணாவை ஆவேசத்துடன் அணைத்துக் கொண்டு எடுத்துத் தூக்கினான்.

இதை அவள் கொஞ்சமும் எதிர்பார்க்கவில்லை.

அவளிடம் வெட்கம் மலர்ந்தது!

அனந்தனுக்குத் திடீரென்று தன் சுற்றுப்புறம் நினைவுக்கு வந்தது!

அவன் இந்துவைத் தரையில் போட்டுவிட்டு பின்வாங்கினான்.

'Sorry....sorry....'

சூரஜிற்கு அது பிடித்திருந்தது... அவன் தியாவிடம் இரகசியமாகச் சொன்னான்.

'History embraces literature. வரலாறு இலக்கியத்தைத் தழுவுகிறது.

தியாவின் முகத்தில் புன்னகை பரவியது. எந்தப் பெண்ணும் இப்படிப் பார்க்க விரும்புவார்கள்.

திடீரென்று அனந்தபத்மநாபனின் அலைபேசி ஒலித்தது. போனை எடுத்ததும் மறுபக்கத்தில் பால் சக்கரியா. போனை மேலே உயர்த்திப்பிடித்து நண்பர்களுடன் சொன்னான். தலைவர் தான்.

பிறகு போனில் பேசி பதில் சொல்ல ஆரம்பித்தார்.

'இப்போது நன்றாக இருக்கிறது. முன்னேற்றம் சிறப்பாக உள்ளது. இல்லை. மறக்கவில்லை. இரணியல் மகாதேவன் சாரைப் பார்ப்பேன். .... நாளைக்கே போகலாம்.... காலையில் தானே போகலாம்....

போனை ஆஃப் பண்ணி பாக்கெட்டில் வைத்தான்.

அனந்தன் அனைவரையும் பார்த்து சீரியஸாகச் சொன்னான்.

'Eminent historian and Epigraphist.... இரணியல் மகாதேவன். அவரைப் பார்ப்பதற்கு நாளைக்கு நாம் திருநெல்வேலிக்குப் போகிறோம்'

அவர் குறிப்பாக இந்துகிருஷ்ணனிடம் கூறினார்.

'நீயும் எங்களுடன் வருகிறாய்'

முப்பத்தெட்டு

'வரலாற்றாளருக்குக் காவேரி வெறும் ஆறு இல்லை. காலம் தான் காலம்'

தடித்த கண் மூடிக்குப் பின்னால் டாக்டர் அறிஞர் இரணியல் மகாதேவனின் கண்கள் பிரகாசித்தன. நாற்காலியில் இருந்து எழுந்து மீண்டும் உட்கார்ந்தான். உருளும் சக்கரங்கள் கொண்டதாக இருந்தது நாற்காலி. அவர் அதை உருட்டி மேஜையின் ஒரு முனையிலிருந்து மறுமுனைக்கு நகர்த்தினார். பிறகு எழுந்து ஜன்னல் அருகே சென்று நின்றார். மீண்டும் திரும்ப நாற்காலியில் உட்கார்ந்தார். தனக்கு முன்னால் மேஜைக்கு அந்தப் பக்கத்தில் அமர்ந்திருந்த இளைஞர்களைப் பார்த்தார். அவரது முகத்தில் புன்னகை மலர்ந்தது.

நாடும் உலகமும் ஒரு அசாதாரண வரலாற்று மேதையின் முன்னில் இருப்பதாக இளைஞர்கள் உறுதியாக நம்பினர். வரலாறு அவர்களுக்கு உயிர்நாடி. பொறியியல் படித்தார். பின்பு இந்திய நிர்வாகப் பணியில் பதவி, அதிகாரம் என்ற பகல் வெளிச்சத்தில் ஜொலித்துக்கொண்டும், நாடு முழுவதும் பயணம் செய்யும்போதும் நாட்டின் வரலாற்றை ஆராய்ந்து கொண்டிருந்தார் மகாதேவன் சார்.

வரலாற்றின் எஞ்சியிருந்த கற்கள் வழியாக மொஹஞ்சதாரோ மற்றும் ஹரப்பாவிற்கு வரலாற்றில் காணாத காரியங்களைத் தேடி அலைந்தார்.

பழங்கால மனிதனின் கோடுகளிலும் குறிகளிலும் படங்களிலும் மறைந்திருந்த மர்மங்கள் அவரது மனதில் விரிந்தன.

பணமும், நிலமும் தான் கையிருப்பென்று கூறும் நவீன மனிதரிடம் தோண்டி எடுக்கப்பட்ட பரணிகளின் உடைந்த விளிம்புகளும் துண்டுகளும் அவற்றில் காணப்படும் கோடுகளையும் காட்டிப் பண்பாடும், பண்பாட்டின் வரலாறும், வரலாற்றில் இருந்து வெளிவரும் தொல்லியல் துறையும் உண்மையிலேயே விலைமதிப்பற்றவை என்று அவர் கூறிக்கொண்டே இருக்கிறார்.

முதல்முறையாக மகாதேவன் ஐயாவைச் சந்திக்கும் வாய்ப்பை முதல்வர் பால் சக்கரியா தனக்கு வழங்கியதை அனந்த பத்மநாபன் நினைவு கூர்ந்தார்.

இந்துவும் மனதால் வணங்கினாள். சிறந்த வரலாற்றாசிரியர். ஆனால் இவர் எந்தக் கல்லூரியின் முதல்வரோ ஆசிரியரோ எனத் தெரியவில்லை. ஐயா மகாதேவன்.

அல்லாமலும் கற்றல் அனுபவம் புலமையின் அளவுகோலாக இருந்ததில்லையே.

ஆனாலும் அனைவரும் அப்படி நினைக்கிறார்கள். வெளிநாட்டுப் பல்கலைக்கழகங்கள் இரணியல் மகாதேவனை மரியாதையுடன் அழைத்து அவரது பேச்சைக் கேட்கிறார்கள். இங்கு எந்த கல்லூரியும் அவரை அழைத்ததாகத் தெரியவில்லை. கேட்டறிவும் இல்லை. இங்குள்ள பல்கலைக்கழகங்கள் கொட்டிலில் கட்டிப்போட்ட கன்றைப்போன்றது என்பது அவரது எண்ணம். ஆராய்ச்சிக்கு வரலாறும் இலக்கியமும் இணைக்கும் பாடத்தைத் தேர்ந்தெடுக்கும்போது, ஏன் இந்த முக்கியமில்லாத பாடங்களைத் தேர்ந்தெடுக்கிறார்கள்? ஏதாவது பழங்கால வட்டெழுத்தில் குறிப்பிடும் மெய்யெழுத்துக்களைக் குறித்து ஐந்நூறு பக்கங்கள் எழுதியிருந்தால் சுலபமாக டாக்டர் பட்டம் கிடைத்திருக்குமே என்பது தான் ஆசிரியர்களின் உபதேசம். இங்குள்ள அனைவருக்கும் ஆராய்ச்சிதான் மையக்கருத்து. கண்ணியமான வேலை கிடைப்பதற்கும் திருமணம் செய்வதற்கும் அது தான் முக்கியம். எனது ஆராய்ச்சி முன்னேறுவதால், கண்டிப்பாக ஐயா மகாதேவனைத் திரும்பவும் வந்து பார்க்கவேண்டும் என அவள் மனதில் நினைத்தாள். வரலாற்றில் மூழ்கிக் கொண்டிருப்பவர் தான் அவர்.

சூரஜ், தியா மற்றும் அன்சரும் உண்மையிலேயே ஒரு விசித்திரமான மனிதனுக்கு முன்னால் வந்ததுபோல் உண்மையிலேயே ஆச்சரியப்பட்டார்கள். அவரது பார்வை,

முகபாவங்கள், உரையாடல்கள், அதற்கிடையேயான திடீர் யோசனையில் ஆழ்ந்து போவது இவையெல்லாம் இவர்களுக்கு ஒரு புதிய அனுபவமாக இருந்தது. ஒரு உண்மையான அறிஞரை தியா முதலில் பார்க்கிறாள்.

எந்தக் கேள்விக்கும் இவரிடத்தில் பதில் இருக்கிறதே என்றும் அந்தப் பதில் தற்போதைய கருத்துக்கள் என்று சூரஜ் உணர்ந்தான். இவர் ஒரு அறிவு ஜீவி. சூரஜ் மனதில் அவரை வணங்கினான்.

ஐயா மகாதேவன் சொன்னவை அன்சருக்குப் புரியவில்லை. ஆனாலும் தேவையான காரியங்களைளத் தான் கூறினார். சிறு தவறு இருக்குமோ என்ற சந்தேகமும் அன்சருக்கு இருந்தது. இந்த அறிஞர்கள் அனைவரும் இப்படித்தான் இருப்பார்கள். திடீரென அவனது ஊரிலுள்ள குஞ்ஞு அஹம்மது இக்பால் மௌலவியை அவன் நினைத்தான். அவரும் இப்படித்தான். ஆனால் கேட்பதற்கு மிகவும் நன்றாக இருக்கும்.

'உங்களது அகழாய்வு காவேரி நதியில் கரையிலுள்ள திருப்புறம்பியத்திற்குப் பக்கத்தில் தானே. காவேரியின் இருகரைகளிலும் உள்ள இடங்கள் மிகவும் சிறந்த antique ஆன மக்கள் வாழும் இடங்கள் தான் என்பதில் எந்த சந்தேகமும் வேண்டாம். ஆயிரம் ஆண்டுகளுக்கு முற்பட்ட தொல்பொருட்களைப் பெறுவதற்கு வாய்ப்பு உண்டு. எதற்கும் உங்கள் first catch-ன் கார்பன் அறிக்கை வரட்டும்...'

'ஐயா, அதற்கு இன்னும் இரண்டு வாரங்கள் ஆகும்' அனந்தன் விளக்கினான்'

'ஆகட்டும்... வரட்டும்... ஆராய்ச்சியில் அவசர முடிவுகள் ஒருபோதும் வரக்கூடாது. Brood over your findings.... Wait patiently... Truth may emerge.... ஆகட்டும் உங்களுக்குக் கிடைத்த கற்சிலையில் ஏதாவது எழுத்துகள் இருந்ததா?'

'அதை விரிவாகப் பார்க்கவில்லை' அனந்தன் வெளிப்படையாக ஒப்புக் கொண்டான்.

'பாருங்கள், அது முக்கியம். ஏதாவது எழுத்துக்கள் இருந்தால் அதன் கையெழுத்து தாள் என்ன? பழைமையானதா? பிரம்மியோ கோலெழுத்தோ, கோலெழுத்து பிரம்மியா என்பதெல்லாம் சோதிக்க வேண்டும். காலத்திற்குச் செல்வதற்காக தாக்கோல் தான் கையெழுத்து தாள்'

'சரி ஐயா'

'முடிந்தால் மூன்று வாரங்கள் கழித்து, அதாவது அடுத்த மாதம் நான் வருவேன் என்று பால் சக்கரியாவிடம் சொல்லுங்கள்'

அதிகாரப்பூர்வ பணி முடிந்தது. அனந்தன் எழுந்தான்.

'Thank you Sir'

கொஞ்சம் நேரமாச்சு உட்காரத் தொடங்கி.... அனைவரும் வெளியே வந்த பிறகும் அவள் மட்டும் வரவில்லை... இந்து கிருஷ்ணா....வந்து பார்த்த வாய்ப்பைப் பயன்படுத்தி மகாதேவன் ஐயாவிடம் ஏதாவது சந்தேகம் கேட்கும்படி நின்றாள் என்று நினைத்தனர். வெளியே அனைவரும் காத்து நின்றனர். நேரம் கடந்து விட்டது. அனந்தன், தியா, சூரஜ் மற்றும் அன்சரும் பொறுமையிழந்தனர்.

'இவளுக்கு மட்டும் என்னடா அனந்தா இவ்வளவு பேசுவதற்கு?'

சூரஜின் சந்தேகத்திற்கு தியா பதில் சொன்னாள்

'கிடைத்த வாய்ப்பைச் சரியாகப் பயன்படுத்துகிறாள், சார்'

அனந்தனின் சந்தேகம் இன்னொன்றாக இருந்தது

'கேரள வரலாற்றில் மகாதேவன் ஐயா அவர்கள் பதவி ஏதும் வகித்ததில்லையே'

'அனந்தன் மாஷே....' இந்து அழைத்தாள்

'திரும்பவும் மாஷ்' சூரஜ் தலையில் கை வைத்தான்.

'ஒரு நிமிடம் வாருங்களேன்... ப்ளீஸ்... ஐயா அழைக்கிறார்'

'போ.,..போ.... நாங்கள் இல்லை. நீ தனியாகச் சென்றால்போதும்' என சூரஜ் கூறினான்.

டாக்டர் இரணியல் மகாதேவன் மேஜைக்குப் பின்னால் நடந்து கொண்டிருந்தார். யோசனையில் மூழ்கினார். இந்து பணிவுடன் முன்னால் நிற்கிறாள். அனந்தன் சென்றபோது யோசனையிலிருந்து மகாதேவன் ஐயா உணர்ந்தார்.

'அனந்தபத்மநாபன். இந்துவின் தேடல்கள் மிகவும் நன்று. கேட்டதற்கு அப்புறம் உண்மை வரலாற்று சம்பவமாக இருக்கலாம் என்று நினைக்கிறேன்'

ஓ... இவள் தாத்தாவின் வரலாற்றுக் குறிப்புகளைக் குறித்து பேசியிருக்கிறாள்

'பேராசிரியர் டி.எம். தம்பியின் பயிற்சிப் பட்டறையும் கச்சிதமாக இருக்கலாம்'

'எப்படி ஐயா? We are really in a bottle neck'

மகாதேவன் ஐயா சிரித்துக் கொண்டே....

'Do not give up... ஆவணங்களை சரி பார். திருவிதாங்கூரின் பழைய நிர்வாக ஆவணங்கள் இருக்கிறதே. என்ன அது? ஙா... மதிலகத்தின் ஆவணங்கள். அவற்றையும் பத்மநாபபுரம் அரண்மனை ஆவணங்களையும் சரிபார்க்க வேண்டும்'

இவையனைத்தும் கண்டிப்பாக தாத்தா பார்த்திருப்பார். ஆனாலும் அனந்தன் கூறினான்.

'பார்க்கலாம் ஐயா'

'I am not pretty sure about that.. But still I remember... ஆதிகேசவப் பெருமாள் காலத்தில் அவர் ஆட்சிக்கு

வந்த ஆண்டே ஒரு தத்தெடுப்பு இருந்தது. திருவிதாங்கூருக்கு. எப்போதோ எங்கேயோ படித்த ஞாபகம். அதை சரிபார்க்க வேண்டும். Please confirm with the records'

மகாதேவன் ஐயாவின் வார்த்தைக்குத் தலையை அசைத்தபோது, இந்தத் தொலைபேசியில் யாருக்கோ வாட்ஸ்அப் செய்தி அனுப்புவதைக் கவனித்தான்.

'ஆனால் ஐயா, குறைபாடு இருப்பதாக தாத்தா வலியுறுத்திச் சொல்கிறார்'

'See Ananthan. When your grand father Prof. T.M. Thampi says something, do not discard... He is an eminent historian. காவேரி இறக்கவில்லை என்ற உங்கள் சந்தேகம் உண்மை என்று நினைக்கிறேன். கதையில் அப்படித்தான் இருக்க வேண்டும் என்ற கட்டாயம் இல்லை. இருப்பினும் வரலாற்றிலிருந்து கதைக்கும்போது, வரலாற்றின் சரியான திசையில் செல்வது நல்லது. கதைக்கு வேறு சில பரிமாணங்கள் இருக்கும்'

இந்துவின் அலைபேசியில் மெசேஜ் வரும் அலர்ட் டோன்.. அவள் உற்சாகமாக அழைத்தாள்.

ஐயா! நீங்கள் சொல்வது தான் சரி. ஐயாவின் ஞாபகம் சரி தான்.. எனக்கு வரலாற்றில் ஆராய்ச்சி செய்யும் ஒரு நண்பன் இருக்கிறார். Adoptions of Travancore என்பது அவனது விஷயம். Chronological events-ன் ஒரு reference தான் அவர். நான் அவருக்கு whatsapp அனுப்பியிருந்தேன். Within seconds he replied....'

'What did he reply, my girl?'

'ஆதிகேசவரின் காலத்தில் ஒரு தத்தெடுப்பு நடந்தது. ஒரே ஒரு தத்தெடுப்பு. அது பத்மநாபபுரத்தில் வைத்து தான்'

இரணியல் மகாதேவன் மகிழ்ச்சியில் குதித்தார். ஒரு சிறு குழந்தையைப் போன்று.

'That's it... That's it.. பாருங்கள் அனந்தன். அரச குடும்பங்களிலுள்ள தத்தெடுப்புகள் பெரிய அரசியல் பிரச்சனைகளாக மாறிய வரலாறும் உள்ளது. திருவிதாங்கூரில் நடைபெற்ற முதல் தத்தெடுப்பு 1305–ல் தான். மலையாள வருடம் 480. வீரரவிவர்ம குலசேகர சங்கிராதீரனின் காலத்தில்.... அது கோலத்து நாட்டிலிருந்து... The northern most part of Kerala.... அதற்குபின் எவ்வளவோ தத்தெடுப்புகள். நான் அதை ஒருமுறை ஆய்வு செய்திருக்கிறேன். தத்தெடுப்பதை படியேற்றம் என்று தான் அழைப்பார்கள்.'

அந்த வார்த்தை அனந்தனுக்கு மிகவும் பிடித்தது.

'படியேற்றம்?'

'ஆம்....அதற்கு சில சடங்குகள் உண்டு. நீங்கள் கவனம் செலுத்த வேண்டிய பொதுவான ஒரு காரணி உள்ளது'

இந்து மிகுந்த ஆர்வத்துடன் வரலாறு முழுவதுமாகக் கேட்டுக் கொண்டிருந்தாள்.

'அது என்ன சார்?'

'படியேற்றம் என்னும் சடங்கு ஒருவேளை திருவிதாங்கூரின் தலைநகரான ஆற்றிங்ஙலில் வைத்து நடத்தியிருக்கலாம்... இல்லையென்றால் திருவனந்தபுரத்தில். இந்துவிற்கு கிடைத்த மெசேஜில் பத்மநாபபுரம் என்று தானே சொல்லப்பட்டுள்ளது'

'ஆமாம் சர். பத்மநாபபுரத்தில் நடந்த ஒரே தத்தெடுப்பு இதுதான் என செய்தியில் உள்ளது'

'அது தான் விஷயம். ஏன்? ஏன்? இந்தத் தத்தெடுப்பின் காரியத்தில் மட்டும் ஏன்?'

பத்மநாபபுரம்? படியேற்றத்தின் இடம் மிகவும் முக்கியம். Think over and reach a conclusion... All the best...'

முப்பத்தொன்பது

இரவோடு இரவாக நாங்கோல் குடும்பத்திற்கு வந்து சேர முடிந்திருக்கும் என்றாலும் திருநெல்வேலியில் தங்க வேண்டும் என்பது அனந்தபத்மநாபனின் பிடிவாதமாக இருந்தது. ஹோட்டலில் அறை புக் செய்தார்கள். பக்கத்துப் பக்கத்து அறைகளில் ஆண்களும் பெண்களும். இன்று திரும்பிப் போக வேண்டாம் என அனந்தன் சொன்னதால் சூரஜ் ஏதோ அர்த்தத்தில் அன்சரின் காதில் கூறினார்.

'அன்சர் இக்கா... இன்று போகவேண்டாம் எனச் சொல்வதில் எதாவது இரகசியம் இருக்கிறதா?'

'என்ன இரகசியம்?'

'மாஷும் மாணவியுமாகக் காதல் செய்ய ஏதாவது ப்ளான் உண்டோ?'

'அவர் காதலிக்கட்டும்... நல்ல ஜோடி தானே... இரண்டுபேருக்கும் நல்ல அறிவும் உண்டு. உன்னைப்போல கிடையாது'

'இல்லை... ஆனாலும்'

'ஒன்றுமில்லை.. உனது நோய் எனக்குப் புரிகிறது. பொறாமைக்கும் வழுக்கைக்கும் மருந்து கிடையாது'

'சின்ன சின்ன பொறாமை இருந்தால் தான் இந்த விஷயத்தில் நமக்கும் கொஞ்சம் வைராக்கியம் இருக்கும். எனது கண் எப்படியும் இந்த அறை வாசலில் இருக்கும்'

'உனக்கு ஒரு கண் தானே இங்கு இருக்கும். எனது இரண்டு கண்களும் இங்கே இருக்கும்'

'எங்கே? பெண்கள் அறையிலா?'

ஆம் என்னும் அர்த்தத்தில் தலையசைத்த அன்சரைக் கிடைத்த தலையணையால் அடித்தான் சூரஜ்.

அவர் அப்படிச் சொல்லும்போது அனந்தன் அதையொன்றும் கவனிக்காமல் எழுதிக் கொண்டிருந்தான்.

வெறித்தனமான உற்சாகத்தில் எழுதிக்கொண்டிருந்தான். சில சமயம் நடக்கிறான். வேறு சில நேரங்களில் வளைந்து நெளிகிறான். கன்னத்தில் கை வைத்து சும்மா உட்கார்ந்திருப்பதும் பார்க்கலாம்.

சூரஜ் சலிப்படைய ஆரம்பித்தான்.

'அன்சர் இக்கா வெளியே போனால் என்ன?'

'எதற்கு?'

'இவன் இங்கே இருந்து எழுதட்டும். நாம் தொந்தரவு செய்ய வேண்டாம். அப்புறம் நமக்கு கொஞ்சம் மூடாக்க வேண்டாமா?'

அன்சர் குதித்து எழுந்தான். இருவரும் வெளியே நடக்க ஆரம்பிக்கும்போது அறையை தள்ளித் திறந்துவிட்டு இந்துகிருஷ்ணா உள்ளே வந்தாள். எழுதிக்கொண்டிருந்த அனந்தனைப் பார்த்த அவள் முகத்தில் புன்னகை பரவியது.

அவள் தனது அறைக்குள் சென்றாள். அன்சரும் சூரஜும் அவர்களின் கலை நிகழ்ச்சிக்காக வெளியே வந்தனர்.

'டேய் சூரஜ்... எனக்கு ஒரு சந்தேகம்'

'என்ன சந்தேகம்?'

'நேற்று கட்டிப்பிடித்து விளையாடியதால் அல்லவா அவள் அவனை விட்டு மாறாமல் இருப்பது?'

'அதைத் தானே நானும் நேரமே சொன்னேன்? இரண்டு வெடி குண்டுகள் அடுத்த அறையில் இருக்க நாம் ஒரு தீப்பெட்டியுடன் நமது அறையில் அமர்ந்திருக்கிறோம்'

'குண்டுகள் வெடிக்குமா?'

'வெடித்தால் வெடிக்கட்டும் அன்சர் இக்கா'

'டும்..'

பெண்களும் ஷாப்பிங்கிற்காக வெளியே சென்றனர். திருநெல்வேலி நகரம் முழுவதும் அவர்கள் சுற்றி இடங்களைப் பார்த்து வந்தபின் அன்சரும் சூரஜும் திரும்ப வந்தபின்னும் அனந்தன் எழுதிக்கொண்டே இருந்தான்.

மனதிலிருந்து விரல்களுக்கான மந்திரவழிதான் எழுத்து.

எழுதத் தொடங்கும்போது கொஞ்சம் தயக்கமும் தடுமாற்றமும்

பின்பு மனம் எழுத்தைப் பிடித்திழுக்கிறது

எழுத்து மனதை ஈர்க்கிறது

எழுத்தைக் குறித்து எந்த முன்முடிவுகளும் இல்லாமல் இருந்தது அனந்தனுக்கு. தாத்தா தான் மெதுவாக அதில் நுழைய வைத்தார். தாத்தா எழுதிய சந்திரகளபத்தின் கையெழுத்துப் பிரதியில் கதையின் காந்தப்புலம் இருந்தது. அதனாலேயே அதற்கு நேராக மனம் போனது.

அந்தக் காந்தப்பாதையின் தடைகளை நீக்குவதற்குத் தான் தாத்தா என்னிடம் கேட்டார்.

யோசித்தபோது அந்தக் காந்தப்புலத்தின் வழியாக பயணித்த கதாபாத்திரங்கள் என்ன கோருகின்றன என்பதை உணர்ந்தான் அனந்தன்.

அவர்களுக்குத் தொடர்ந்து செல்வதற்கு மந்திரப் பாதைகள் வேண்டும்.

அந்த மந்திரப் பாதையின் இரகசியங்கள் எனது மனதிலிருந்து வரும் வார்த்தைகளிலிருந்து வெளிவர வேண்டும்.

அந்த வார்த்தைகள் ஒருவரின் சொந்த ஆன்மாவின் மொழிக்குச் சொந்தமானது.

எழுத்து என்பது ஆத்மாவின் இரகசிய மொழி.

உண்ணாமல் உற்சாகமாக எழுதும் அனந்தனைப் பார்த்தபோது உள்ளத்தின் தெரியாத பாதையில் எழுத்து திறக்கப்படுவதை இந்துகிருஷ்ணா உணர்ந்தாள்.

டாக்டர் இரணியல் மகாதேவனின் வீட்டில் வைத்து சிந்தனையின் கனல் அனந்தனின் மனதில் விழுந்தது.

கதையில் வரும் கதாபாத்திரங்களின் மனதில் இருந்து மெல்ல வீசத் தொடங்கிய காற்று அந்தக் கனலைப் பற்றவைத்திருக்க வேண்டும்.

சில நேரங்களில் அது கொழுந்து விட்டு எரியும்

பஞ்சாக்கினியின் நடுவில் அனந்தன் நிற்பதை உணர்ந்தாள் இந்து.

எரிந்து கொண்டிருக்கும் மனதை இப்போது அவளால் பார்க்க முடிகிறது.

அது பாத்திரங்களின் வழியே சென்று கொண்டே இருக்கிறது.

இது கதாபாத்திரங்களின் அனுபவங்களின் வெப்பம்.

அது கடுமையான வலியின் வெப்பம்...

நள்ளிரவு ஆனது.

அனந்தபத்மநாபன் கடைசி வாக்கியம் எழுதி முடித்து விட்டு... அடியில் கோடு போட்டான்.

பேனாவைக் காகிதத்திற்கு மேலே வைத்து கொஞ்சம் நிமிர்ந்தான். பார்க்கும்போது சூரஜும் அன்சரும் ஒருவரையொருவர் கட்டிப்பிடித்தவாறு தூங்குகின்றனர். இருவரையும் அடி கொடுத்து எழுப்பினான் அனந்தன். கண்களைத் தேய்த்துக்கொண்டு எழுந்தனர் இருவரும்....

'சூரஜே... அன்சரே... அழைத்துப்பார்....'

'யாரை?'

'பெண்களை, நான் அதை முடித்துவிட்டேன்'

சூரஜ் மற்றும் அன்சரின் கண்களின் ஒட்டியிருந்த தூக்கம் எங்கோ சென்று விட்டது. உற்சாகமாகக் குதித்து எழுந்தார். அன்சர் அடுத்த அறைக்கு விரைந்தான்.

நால்வரும் அனந்தனை விரிந்த கண்களால் பார்த்துக் கொண்டிருந்தனர்.

எழுதிய காகிதங்களைக் கையில் ஏந்தியபடி அவர்கள் பேசிக் கொண்டு இருந்தார்கள்.

'தெரிந்த வரலாறு இடைவெளிகள் நிறைந்தது.. உண்மைகள் காணாமல் இருப்பதால் தான் இந்த இடைவெளிகள்..... அவை நிரப்பினால் தான் வரலாறு முழுமையடையும்'

'கிடைக்கக்கூடிய வழிகளை நிரப்ப முடியாவிட்டால், அவற்றின் குறுக்கே பகுத்தறிவு முடிவுகளின் பாலம் கட்டப்பட வேண்டும். அதைத்தான் வரலாற்றாசிரியர் செய்ய வேண்டும். அதைத்தான் நான் முயற்சித்தேன்.' அவர் எழுதிய பக்கங்களைப் படிக்க ஆரம்பித்தார்.

நாற்பது

பத்மநாபபுரத்தில் மகாராஜாவின் சிம்மாசனத்தில் நண்பகலில் சூரியன் பிரகாசித்துக் கொண்டிருந்தது. பெரியவேதபுரம் காவேரி சொன்ன தன் சொந்த வாழ்க்கைக் கதையைக் கேட்டுக்கொண்டு, முல்லைக்கொடிகளும், பிச்சிக்கொடிகளும் ஏராளமாகப் பூத்து படர்ந்து நிழல் கொடுத்து நின்றிருந்த மாடியில் இளைஞரான ஆதிகேசவ குலசேகரப்பெருமாள் உலாவிக் கொண்டிருந்தார். அவரது நிழல்போன்று அவரது மெய்க்காவலாளரான சாத்துக்குட்டி ஈட்டியை நெஞ்சுடன் சேர்த்துப் பிடித்தவாறு பக்கத்தில் நிற்கிறார்.

நெஞ்சில் எரிந்து சாம்பலாகாத பகை நிறைந்த கதையை விவரித்து முடிந்ததும் காவேரி பெரியமலையில் ஓடி ஏறி வந்தமாதிரி சொன்னாள்.

'அரசே... அந்தி சாயும் வேளையில் அரங்கநாதனைக் கொல்லும் எண்ணத்தில்தான் புறமேரி அரண்மனைக்கு வந்தேன்.

பத்தொன்பது ஆண்டுகளுக்கு முன் தேஜாவந்தியைச் சேர்த்துப் பிடித்துக் கொண்டு அரங்கநாதன் ஏறிச்சென்ற அதே அரண்மனை. இருவாய்த்தலை முனைக் கத்தியை எனது உடையினுள் மறைத்து வைத்துக் கொண்டு நான் சென்றேன். புறமேரி அரண்மனைத் திண்ணையில் யாரையும் காணவில்லை. விளக்கு எரியாமல் இருந்ததால் உள்ளே மிகவும் இருட்டாக இருந்தது. அந்த இருட்டு வழியாக அவனது அறைக்குச் சென்றேன்.. ஆனால் அரசே'

'என்ன காவேரி?'

'நான் செல்லும்போதே அவன் இறக்க ஆரம்பித்திருந்தான். அவன் தன் மார்பைப் பிடித்து பிசைந்து கொண்டிருந்தான். வாயிலிருந்து இரத்தம் வழிந்து கொண்டிருந்தது. என்னைப் பார்த்ததும் அவன் முகத்தில் பயம். ஆணவத்தின் அடையாளமான அவனது தங்கத் தலைப்பாகை தரையில் கிடந்தது... கைகள் என்னைப் பார்த்து தொழுதவாறு இருக்கையில் சாய்ந்தான். உடல் அசைவின்றி போனது'

ஆதிகேசவக் குலசேகரப் பெருமாள் இந்த வர்ணனையைக் கேட்டபடி உலாவுவதை நிறுத்திவிட்டு காவேரியைப் பார்த்தார்.

'அப்புறம் காவேரி என்ன செய்தாய்? நீ எங்கே போனாய்?'

'என் எதிரில் அரங்கநாதன் இறந்தது கடவுளின் கருணை நீதி... அரசே. பின்பு நான் அங்கே நிற்கவில்லை... அறைக்கு வெளியே வந்தேன்... திடீரென்று மாடியிலிருந்து காலடிச் சத்தம் கேட்டது. பணிப்பெண் தான் பானிசுடன் வந்தாள். ... அவள் பார்க்காமலிருக்க நான் திரும்ப அறைக்குள் சென்றேன். கதவைச் சாற்றினேன். அறையை இரண்டாகப் பிரித்திருந்த தட்டின் பின்னால் மறைந்து கொள்ள நான் அங்கே சென்றேன். அப்போதுதான் நான் அதைப் பார்த்தேன்'

இந்த காவேரி மீண்டும் கதையின் மாயாஜாலத்தில் இழுத்துக் கொண்டு போகிறாளே அரசருக்கு மிகுந்த ஆர்வம்.

'என்ன?'

'அரசே... தரைத்தளம் பலகைகளால் ஆனது அந்த அறை. அந்த மாடியின் பின்புற மூலையில் ஒருவருக்கு நுழைந்து செல்லக்கூடிய அளவிற்கு நிலவறையின் மூடி திறந்திருந்தது..... நான் எதையும் யோசிக்கவில்லை... நான் அதன் வழியாகச் சென்றேன். அங்கே படிகள் இருந்தன. அதில் இறங்கி நான் நிலவறையின் கதவை மூடினேன். நான் இருட்டில் நடக்கத் தொடங்கினேன்.... அடித்தளத்திலிருந்து அங்கே நீண்டு செல்லும் சுரங்கப்பாதை. தட்டுத்தடுமாறி நான் நடந்தேன். கடைசியாக நான் சென்று நின்ற இடம்.....'?

'எங்கே? எங்கே காவேரி?'

'இங்கே தான் மகாராஜா... இந்த இருப்புப்புரை மாளிகையில். தரையில் பலகைகள் போடப்பட்டிருந்த மற்றொரு அறையில்... அப்போது மகாராஜா கோயிலுக்குப் போய்க்கொண்டிருந்தார்.

மாளிகையில் இருந்த அனைவரும் உமக்கு பின்னால் வந்ததால் நான் யார் கண்ணுக்கும் தெரியாமல் மாளிகையின் பின்புறத்திலிருந்து பதுங்கி வெளியே வர முடிந்தது. பின்பு நான் எங்களுக்குத் தங்குவதற்குக் கொடுத்திருந்த தங்குமிடத்திற்கு நேராக நடந்தேன்.

ஆதிகேசவகுலசேகரப் பெருமாள் காவிரியின் கதையைக் கேட்டு மீண்டும் மாடியில் மல்லிகைக் கொடிகளுக்குக் கீழாக அங்குமிங்கும் நடந்தார்.

காலத்தால் உருவாக்கப்பட்ட சுரங்கப்பாதை வழியாக மனிதனின் வாழ்க்கை பயணம் செல்கிறதல்லவா?

திரும்பிச் செல்ல முடியாத பயணம்.

கூரிய இருளின் மத்தியில் அரிதாகச் சில நுண்ணிய துளைகள் வழியாக வடிகட்டப்படும் நூல் ஒளியின் உடனடி பிரகாசத்தின் வழியாகத் தப்பித்தப்பி, தடுமாறி, திரும்பவும் வீழ்ந்து எழுந்து எப்போது சென்று சேரும் எனத் தெரியாத பயணம்.

சில இடங்கள் வழியாகத் தொடரும் காலவரையற்ற பயணம்.

சிலவேளை பாறையில் அடிபட்டு கால்கள் மிகவும் வலிக்கும்... நினைத்துப் பார்க்காத ஏற்றமும் இருக்கலாம். ஆனால் பயணம்... அதுவே பூரண உண்மை.

பெரியவேதபுரம் காவேரி ஒரு சிறந்த கலைஞர். பொல்லாத காலத்தின் படுகுழியில் அவளது பயணத்தில் அவளுக்கு உதவுவது இதயபூர்வமான உண்மை மற்றும் ஒருபோதும் கைவிடாத தைரியமும் தான்.

கருத்தில் கொள்ள வேண்டிய இரண்டு விஷயங்கள் என் முன் உள்ளன.

முடிவு ஒன்றே ஒன்று தான்...

காவேரியுடைய நினைவுகளின் பொய்யா அல்லது பொய்யின் நினைவுகளா?

அல்லது அனுபவத்தின் உண்மையா?

அரசன் நேர்மையானவன் என்பதை நிரூபிக்க வேண்டிய நேரம் இது.

நீதி ஒருபோதும் தவறுவது இல்லை.

சட்டத்தைக் கடைபிடித்த வேண்டுமா அல்லது நீதியை நிலைநாட்ட வேண்டுமா என்று கேட்டால் நாட்டின் அரசரான நான் என்ன பதில் சொல்ல வேண்டும்?

சட்டம் என்பது தேசத்தின் கருத்தாக்கத்தின் நிறுவனக் கொள்கை. அது தான் அந்த கருத்தின் பாதுகாப்பும்.

நீதி அப்படியல்ல. அதற்கு முன் எந்த கருத்துக்களும் நிறுவனங்களும் இல்லை. இதயம் மட்டுமே உள்ளது.

நிறுவனத்தின் பக்கத்திலா அல்லது இருதயத்தின் பக்கமா நான் நிற்க வேண்டியது?

ஆதிகேசவன் என்னும் மனிதனும், ஆதிகேசவ குலசேகரப்பெருமாள் என்னும் அரசரும் தீர்மானம் எடுக்க வேண்டிய நேரம் வந்து விட்டது.

உறுதிகொண்ட மகாராஜா, பொலிவான முகத்துடன் காவேரியைப் பார்த்தார்.

'காவேரி... நீங்கள் திறமையான கலைஞர். கடவுளால் ஆசீர்வதிக்கப்பட்டவள். நாங்கள் உன்னை நம்புகிறோம். கலைஞர்களை மதிக்கும் பழக்கம் எங்களிடம் உள்ளது. பெரியவேதபுரம் காவேரி இனி திரும்பிப் போக வேண்டாம்.... இங்கே இந்தப் பத்மநாபபுரத்தில் தங்கலாம். நாங்கள் உனக்கு வசிப்பதற்கு தங்குமிடமும் கரமொழியாக நிலமும் தரலாம்'

காவேரிக்குத் தன் காதுகளை நம்ப முடியவில்லை. இளமைப் பருவமான மகாராஜாவை அவள் கைதொழுது வணங்கினாள்.

'அரசே...!'

'காவேரி.. உன் மகள் அபிராமியைத் தத்தெடுக்கிறோம். எங்கள் புகழ்பெற்ற வம்சத்திற்கு, நாளைக்குப் படியேற்றம்'

நீதியின் ஆண் வடிவத்தின் முன் பெரியவேதபுரம் காவேரி சாஷ்டாங்கமாக வணங்கினாள்.

நாற்பத்தி ஒன்று

அனந்தபத்மநாபன் வாசிப்பை நிறுத்திவிட்டு நண்பர்களின் முகத்தைப்பார்த்தான். அவர்களுக்குக் கதை பிடித்திருக்கிறது. நல்ல முடிவின் நிம்மதியும் முகத்தில் தென்பட்டது. ஆனால் சந்தேகங்கள் அப்படியே இருக்கின்றன. சூரஜ் வெளிப்படையாகவே சொன்னார்.

'Convinving.... ஆனால் இன்னும் சந்தேகம் இருக்கிறதே...'

இவனது மனதை குழப்பி விடுவது என்பதாக அனந்தன் நினைத்தான். சாதாரண வாசகர்களுக்கு எழக்கூடிய இயல்பான சந்தேகமாக இருக்கும் இவனுடையது.

'என்ன சந்தேகம்?'

'அந்த பாகவதர் அரங்கநாதன் எப்படி இறந்தார்? இதற்குப் பதில் சொல்லிதான் ஆக வேண்டும்'

'டேய். அவனுக்கு மாரடைப்பு வந்திருக்கும் என அன்சர் சொன்னான். ஏன் வரக்கூடாதா?'

தியாவுக்கும் சந்தேகம் வந்தது

'கடைசியாக என்ன சொன்னீர்கள்? படியேற்றம்'

'ஆமாம் தத்தெடுப்பு.. adoption' அனந்தன் விளக்கினான்.

விளக்கத்தைக் கேட்டதும் அவளது சந்தேகம் இரட்டிப்பானது

'காவேரியின் மகளை மகாராஜா எதற்குத் தத்தெடுக்க வேண்டும்? சும்மா அப்படியெல்லாம் செய்வார்களா?'

எழுதும்போது எழுத்தாளனுக்கு ஏற்படும் குழப்பம் போன்றது தான் வாசிக்கும்போதோ கேட்க்கும்போதோ வாசகருக்கோ அல்லது கேள்வியாளனுக்கோ ஏற்படும் குழப்பமும். இரண்டுமே படைப்பாற்றல் அல்லது படைப்பின் எச்சங்கள்.

அந்தக் குழப்பத்தில் இந்துகிருஷ்ணா எழுந்து அங்குமிங்கும் நடந்தாள்.

'அரங்கநாதன் கொல்லப்பட்டார்... அது வேறு யாருமில்லை'

தியா, சூரஜ் மற்றும் அன்சர் அதிர்ச்சியடைந்தனர். இவள் என்ன சொல்கிறாள். நே

இந்துகிருஷ்ணா தயக்கமின்றி அவள் உணர்ந்ததை அறிவித்தாள்.

'ஆதிகேசவகுலசேகரப் பெருமாள்'

அனந்தபத்மநாபன் துள்ளி எழுந்தான்.

'Yes.. You said it... நானும் அதைத் தான் எழுதினேன். கேளுங்க'

அவன் பக்கங்களைப் புரட்டி வாசிக்க ஆரம்பித்தான்.

நண்பகல் முடிந்து பத்மநாபபுரத்தில் மாலைக்காலம் நுழைய ஆரம்பித்து விட்டது. இராயசம்பிள்ளை, சந்திரமுத்து, வாள்பிடிப்பவர்கள் ஆகியோர் இருப்புப்புரை மாளிகை முன் நிற்கிறார்கள். அவர்கள் அங்கு வந்து சிறிது நேரம் ஆகிவிட்டது. திருவிதாங்கூர் மகாராஜா ஆதிகேசவகுலசேகரப்பெருமாள் எழுந்தருள்வதை எதிர்பார்த்து நிற்கிறார்கள். நேரம் போகப்போக கூடியிருந்த மக்களிடையே சோர்வும் பொறுமையின்மையும் பரவியது. ஒரு கொத்துவாள் சேவகன் நேராகவே கேட்டான்.

'இராயசம் பிள்ளை.... மகாராஜா வரமாட்டாரா என்ன?'

இராயசம்பிள்ளை சந்திரமுத்துவிற்குக் கோபம் வந்தது

மகாராஜா எழுந்தருள்வார் என அறிவிப்பு வந்ததால் காத்து நிற்கிறோம். இனி வரவில்லை எனில் அடுத்த அறிவிப்பு வரும். சொன்ன வேலையைச் செய்யாமல் அதையும் தாண்டி தேவையில்லாத காரியங்களைப் பற்றி இவர்கள் எதற்காக கேட்கிறார்கள்.

'பேசாமல் இருடா.. சொன்ன வேலையைச் செய்... அடுத்த வேலையை பிறகு பார்க்கலாம்'

சேவுகர்களின் பொறுமையில்லாமைக்கு முடிவு கட்டி இருப்புப்புரை மாளிகைக்குச் செல்லும் வழியில் குதிரைகளின் குளம்புகளின் சத்தம் கேட்டது.

குதிரை வண்டியின் முன்னிலும் பின்னிலும் குதிரையின்மேல் உட்கார்ந்திருந்த ஈட்டிக்காரர்கள்.

முக்கிய முகம் காவலர் குதிரையிலிருந்து இறங்கி வண்டியின் பின்னால் உள்ள வெளிப்புற ஆடையை அகற்றினார். திருவிதாங்கூர் மகாராஜா குலசேகரப்பெருமாள் வண்டியில் இருந்து இறங்கினார். அரச உடையில் அனைத்து பெருமையுடன்.....

'மகாராஜா ஜெயிக்கட்டும்' என்ற சத்தம் இருப்புபுரை மாளிகையின் வாசலில் முழங்கின.

கோயிலின் தீபாராதனைக்கு இன்னும் இரண்டு நாழிகை இல்லை. மகாராஜா அவசரப்பட்டுக் கொண்டிருந்தார். நீராட வேண்டும். ஆடைகளையும் மாற்ற வேண்டும். அரண்மனையின் பிரதான அறைக்கு இராயசம்பிள்ளையும் மெய்க்காவலனும் சேர்ந்து மகாராஜாவை அழைத்துச் சென்றனர்.

தரையில் பலகைகளுடன் கூடிய விலாசமான அறை அது. மகாராஜா அறைக்குள் விரைந்து சென்று திரும்பிப் பார்த்தார். மெய்க்காவலன் இராயசம்பிள்ளை அறைக்குள் செல்வதைக் கையால் தடுத்தார். வண்டியில் இருந்து கொண்டு வந்த அழகிய ஓவியப் பெட்டியை அறையின் இருந்த மேஜையின்மேல் வைத்தார்.

'சாத்துக்குட்டி... தீபாராதனைக்கு இனி எவ்வளவு நேரம் உள்ளது?'

'அடியேன்.... ஒன்றரை நாழிகை'

'கோயிலில் பல்லக்கில் செல்லலாம். சர்வாதிகாரியிடம் கூறுங்கள்'

'அடியேன்..'

மெய்க்காவலன் சாத்துக்குட்டி குனிந்து வணங்கி அறையிலிருந்து வெளியே வந்ததும் அறையின் கதவு அவருக்குப் பின்னால் மூடப்பட்டது.

மேசையில் மெய்க்காவலன் சாத்துக்குட்டி வைத்துச் சென்ற துணிகள் நிறைந்த பெட்டியை இராஜா திறந்தார். பின்னர் அவர்

ஆடைகளுக்கு இடையிலிருந்து ஒரு ஜாடியை எடுத்தார். அது ஒரு தாம்பூலப்பட்டி. இராஜா மெதுவாக அந்த செப்பின் மூடியைத் திறந்தார். தயார் செய்து வைத்திருந்த தாம்பூலம். அவர் திரும்பச் செப்பை அடைத்தார். அந்த ஜாடியை கையில் பிடித்தவாறு அவர் அறையின் பின்புறத்தின் இடதுமூலையை நோக்கி நடந்தார். குனிந்து சென்று மூலையின் தரையிலுள்ள ஒரு மூடியை இழுத்துத் திறந்தார். அது ஒரு நிலவறையின் நுழைவாயிலாக இருந்தது.

இருப்புப்புரை மாளிகையிலிருந்து நூறு அடி தூரத்தில் மற்றொரு அரண்மனை என்பது புறமேரி அரண்மனை. புறமேரி அரண்மனையின் விசாலமான பிரதான அறையின் கதவு திறந்தே உள்ளது. அரங்கநாத தீட்சிதர் அறையின் உள்ளே ஒரு இராகம் பாடிக்கொண்டு, இரு தோள்களையும் மறைக்கும் தங்கப்பட்டு வேட்டியை அணிந்திருந்தார். பிறகு அவர் மேஜைமேல் இருந்த கண்ணாடியைப் பார்த்தார். பின்னர் கண்ணாடி முன் வைக்கப்பட்டிருந்த தங்க நிறத்திலான தலைப்பாகையை அணிந்து கொண்டார். அரங்கநாத தீட்சிதர் திருப்தியுடன் கண்ணாடியைப் பார்த்துக் கொண்டு நின்றார்.

இதே பத்மநாபபுரத்திலிருந்து.... இதே அரண்மனையிலிருந்து.. இதே அறையிலிருந்து தான் எனது இசைப்பயணம் துவங்கியது.

பத்தொன்பது வருடங்களுக்குப் பின் திரும்பவும் அதே இடத்தில் ஒன்பது நாட்கள் நீண்டு நிற்கும் மிகச்சிறப்பான இசைநடனவிழாவில் முதல் நாளே பாடுவதற்கு வாய்ப்பு கிடைத்திருக்கிறது.

திருவிதாங்கூர் மகாராஜாவின் அறிவிப்பு கிடைத்தபோதே சம்மதம் அறிவித்து பதில் அறிவிப்பு அனுப்பினேன். இரண்டு நிபந்தனைகளுடன்...

ஒன்று, முதல்நாளே நான் பாடவேண்டும்

இரண்டு, தனக்கு முதல் தடவை கலைமாமணி பட்டம் கிடைத்ததும் திருவிதாங்கூரின் பத்மநாபபுரத்திலிருந்து நாடான

நாடுகளில் சென்ற இடங்களிலெல்லாம் புகழ்பெற்று விளங்கும் தனக்கு சங்கீத சக்கரவர்த்தி என்ற பட்டம் கிடைத்தால் மிக்க மகிழ்ச்சி... முதல் நாள் தனது கச்சேரி முடியும்போது மகாராஜாவின் முன்னிலையில் அது கிடைக்க வேண்டும் எனவும் பணிகிறேன்.

கலைச் சக்கரவர்த்தி தானே நான்? செல்கின்ற இடங்களிலெல்லாம் அந்தப் பாராட்டுகள் உண்டு. அறுபத்துநான்கு மெல்லிசைகளிலும் பாடல்களை இயற்றிய வேறு எந்த இசைக்கலைஞர் இருக்கிறார்? பல்வேறு நாடுகளிலாக எத்தனையோ ஆதீனத்தின் நிறுவனர். தொடர்ந்து பயணங்கள் செய்தும், ஆதீன காரியங்களைப் பார்த்தும் தன் சீடர்களுக்கு இசையைக் கற்றுக்கொடுத்துக் கொண்டே இருக்கிறார்.

அதனால் தாமதமின்றி திருவிதாங்கூரிலிருந்து சம்மதம் தெரிவித்துக் கொண்டுள்ள அறிவிப்பு வந்தது. எல்லாம் துல்லியமானது. எனது வாழ்க்கையில் நடக்கும ஒவ்வொரு நிகழ்வும் கவனமாகத் திட்டமிடப்பட்டவைகளின் விளைவு தான்.

திருவிதாங்கூர் மகாராஜா வந்திருக்கலாம்.

தீபாராதனை முடிந்த உடனே கச்சேரி தொடங்கும் என்று தெரிவிக்கப்பட்டுள்ளது. வெகுநேரம் ஆகும்போது தன்னை வந்து அழைக்கும்படி தன் குடிமக்களிடம் சொல்லியிருக்கிறேன். அரங்கநாத தீட்சிதர் உரிய மரியாதையோடும் ஆரவாரத்தோடும் அல்லாமல் மேடைக்குள் நுழைந்ததில்லை. இனிமேல் நுழையவும் மாட்டேன்.

கைகளில் தூசி பிடித்ததா? மேஜையில் இருந்ததா? தலைப்பாகையிலோ, உத்தரீயத்திலோ ஒரு தூசியும் இல்லை. ஒளிர்கிறது. உடையில் நான் அழகாக ஜொலித்து தான் நிற்கிறேன். கைகளை சுத்தமாகத் துடைக்க வேண்டுமே. குளித்த பிறகு துண்டைக் கழிப்பறையில் தான் போட்டிருக்கிறேன். தீட்சிதர் அறையின் பக்கத்திலுள்ள ஒரு சிறிய நடைப்பாதை வழியாகக் கழிவறைக்குச் சென்றார்.

புறமேரி அரண்மனையில் அரங்கநாத தீட்சிதர் தங்கும் அறை பலகைகளால் ஆனது. அலங்கார வேலைகளாலான அந்த அறை இரண்டாகப் பிரித்துள்ளது. அந்த அறையின் பின்னால் வலது மூலையில் ஒரு சிறிய மூடி திறக்கப்பட்டுள்ளது. இது ஒரு நுழைவாயிலின் மூடி. ஒருவர் கடக்கக் கூடிய இடைவெளி தோன்றுகிறது. அதன் வழியாக ஒரு தலை தோன்றுகிறது. அது மகாராஜா ஆதிகேசவகுலசேகரப் பெருமாளுடையது தானே?

மகாராஜா பாதாள அறையை விட்டு வெளியேறி அறைக்குள் நுழைந்தார். தட்டில் ஓரமாக அறையின் முன்பகுதியை அடைந்தார். அரங்கநாத தீட்சிதர் அமர்ந்திருந்த சொகுசு நாற்காலிக்கு முன்னால் அவர் நின்றார்.

மகாராஜா இராஜஉடையில் இருந்தார். அந்த இளைஞனின் முகத்தில் சூரியனின் இராசபிரகாசம் பிரகாசித்தது.

கழிவறையிலிருந்து அறைக்கு வந்த அரங்கநாத தீட்சிதர் மிகவும் வியந்து போனார்.

மகாராஜா அல்லவா?

தன்னைப் பார்க்க நேரடியாக இங்கு வந்திருக்கிறார்.

ஒருவேளை அவரை கச்சேரிக்கு அழைத்து வேறு யாரையும் அனுப்பாமல் அவரே அந்த பணியை ஏற்றுக்கொண்டிருக்கலாம்.

திருவிதாங்கூர் மகாராஜாக்கள் கலைஞர்களுக்கு மரியாதை செலுத்தியதாகக் கூறப்படுவது சரி தான்.

'மகாராஜா ஜெயிக்கட்டும்'

மகாராஜாவின் முகத்தில் புன்னகை பரவியது...

'அரங்கநாத தீட்சிதருக்கு இங்குள்ள சூழ்நிலை படிரத்திருக்கிறதா?'

'உங்கள் அருளால்.... பிடித்திருக்கிறது'

'தென்னிந்தியாவின் மிகவும் பிரபலமான சொற்பொழிவாளர் மற்றும் இசைக்கலைஞர் ஒருவருடன்

தனிப்பட்ட சந்திப்பு நடத்தலாம் என்று நினைத்தேன். கலைஞர்களைக் காண்பதில் மகிழ்ச்சி தானே. கச்சேரிக்கு முன் வீரச்சங்கிலியும் பட்டுப்புடவையும் வழங்கப்படுகிறது. பின்பு பாடல். அப்போது அது மிகவும் சிறப்பாக இருக்கும்'

'திருவுளம். அடியேனது அதிர்ஷ்டம்'

'தீட்சிதர் ஒரு பெரிய தாம்பூல விரும்பி என கேள்விப்பட்டேன். தாம்பூலம் போடலாமா?'

'திருவுளம்'

மகாராஜா சேர்த்து வைத்த செப்பிலிருந்து தாம்பூலம் எடுத்து, அரங்கநாத தீட்சிதருக்குக் கொடுத்தார். மரியாதையுடன் வாங்கிக் கொண்டார்.

'கோயிலுக்குப் போவதால் இப்போது நான் தாம்பூலம் போடவில்லை. தீட்சிதர் தாம்பூலம் போடுங்கள். அதன்பின் பாடுவது சிறப்பாக இருக்கும்.

தான் நினைத்ததை விட சிறந்த வரவேற்பு. தீட்சிதர் தாம்பூலத்தை வாயிலிட்டு மெல்லத் துவங்கினார்.

மகாராஜா அமைதியாகக் கேட்டார்.

'தாம்பூலச் சாறும் உமிழ்நீரும் சேரும்போது அதன் சுவை சிறப்பானது தான்'

திடீரென தனது தொண்டையில் ஒரு குத்து பட்டதைப் போன்ற வலியினை உணர்ந்தார் தீட்சிதர்.

தீட்சிதர் திகைப்புடன் கழுத்தைத் தடவினார்.

பின்கழுத்திலும் வலி

அங்கேயும் தடவினார்

வலி கீழாக இறங்குகிறதே?

ஹோ வீழ்ந்து விடுவேனோ?

கால்கள் இடறுகிறது

மகாராஜா எங்கே?

கண்களில் மயக்கம் வருகிறது

அரங்கநாத தீட்சிதர் கவலையுடன் நாற்காலியில் கைகளை அமர்த்திப் பிடித்தார்.

மகாராஜா ஆதிகேசவகுலசேகரப் பெருமாள் அறையின் பின்புறம் சென்றார். தட்டின் பின்பக்கம் சென்று திரும்பிப் பார்த்தார். நாற்காலியின் கைகளைப் பிடித்து நின்ற தீட்சிதர் நாற்காலியில் விழுந்தார். அந்த வீழ்ச்சியில் அவரது தலைப்பாகை கீழே விழுகிறது.

யாருடையவோ காலடிச் சத்தம்... சலங்கையின் சத்தம். சலங்கை அணிந்த யாரோ ஒருவர் அறைக்கு நேராக வருகிறாரோ?

நொடிக்கும் நேரத்திற்குள் மகாராஜா பாதாள அறையின் வாசல் வழியாக இறங்கி மறைந்தார். பாதாள அறையின் நுழைவாயிலின் பின்புற மூடியை மூடுவதற்குள் அவர் விரைவில் இறந்து விட்டார்.

நாற்பத்தி இரண்டு

நள்ளிரவு திருநெல்வேலி ஹோட்டல் அறையில் மகிழ்ச்சியின் ஆரவாரமாயிருந்தது!

இந்துகிருஷ்ணரால் மகிழ்ச்சியை அடக்க முடியவில்லை.

'சரி....சரி....'

அவள் சொல்லிக் கொண்டிருந்தாள்.

'Perfect' என தியா கத்தினாள்.

கதை போறபோக்கு...! அன்சர் ஏளனமாகக் கத்தினார்.

'உஷார்'

அனந்தபத்மநாபனுக்கு மகிழ்ச்சி. நிம்மதிப் பெருமூச்சுடன் அவன் நாற்காலியில் அமர்ந்தான்.

ஆனால் .... சூரஜிற்கு இன்னும் சந்தேகம் தீரவில்லை. அவனது முகத்தில் முழுநிலவின் பிரகாசம் இல்லை.

'டா... எல்லாம் சரிதான். ஆனால் இந்த மகாராஜா ஏன் அரங்கநாத பாகவதரைக் கொல்ல வேண்டும்'

'அச்சச்சோ! இதுதான் இவனது சந்தேகமா? படிக்க வேண்டிய பக்கங்கள் இனியும் மீதி உள்ளது அனந்தன் சிரித்தான்...

இந்துகிருஷ்ணா சரியாகச் சொன்னாள்

'அதுதான் பரிணாமத்தின் மர்மம்'

அன்சருக்குப் புரியவில்லை.

'என்ன?'

'கிளைமாக்ஸ்' இந்து அவனுக்குப் புரிய வைத்தாள்.

புன்னகையுடன் அனந்தனிடம் சொன்னாள்

'படித்துக் காட்டு'

அனந்தன் மேஜையிலிருந்து எழுதப்பட்ட பக்கங்களைத் திரும்பவும் எடுத்தான்.

ஆதிகேசவகுலசேகரப் பெருமாள் பெரியவேதபுரம் காவேரி தனக்கு முன்னால் கூப்பிய கைகளுடன் போவதைப் பார்த்து நின்றார்.

'சாத்துக்குட்டி'

மெய்காவலாளன் வணங்கினான். அந்த உத்தரவைக் கேட்க தயாராக நின்றான். மகாராஜா அவரை வெளியே சென்று விடக் கட்டளையிட்டார்.

சாத்துக்குட்டி ஒரு கணம் தயங்கி இராஜாவின் முகத்தைப் பணிவாகப் பார்த்தான்.

மீண்டும் அவர் தனிமையை விரும்புகிறார் என்பதை உணர்த்தும் சைகை.

பணிந்து வணங்கி அரண்மனையின் மேல்தளத்தில் உள்ள நீண்ட நடைபாதைக்கு மொட்டை மாடியியல் இருந்து பின்னோக்கி நடந்து மகாராஜா படிக்கட்டுகளில் ஏறி வருவதற்காகக் காத்திருந்தான் சாத்துக்குட்டி.

மகாராஜா தனது முக்காடுக்குக் கீழே அழகாகச் சுற்றப்பட்டிருந்த காகிதத்தோல் கட்டு ஒன்றை அவிழ்த்தார்.

அவமதிப்பு மற்றும் வெறுப்பு கலந்த சிரிப்பு அவரது உதட்டில் மலர்ந்தது.

அவரது முன்னோடிகளின் நாட்குறிப்பு.

சீனாவில் இருந்து ஆலப்புழாவுக்குப் பயணம் செய்த வெளிர் மஞ்சள் காகிதத்தில் இறகு பேனா மையில் முக்கி பொறிக்கப்பட்டுள்ளது.

வீரமகித மகாராஜாவாயிருந்த பூர்வசூரி...

சுயபுகழ்ச்சியின் வீணான வார்த்தைகள்

பெண் வேட்டையாடலின் நாற்றமுள்ள கதைகள்...

ஜாதியின் பெருக்கத்தில் கறைபடிந்த கொடுமைகள்..

ஆதிகேசவகுலசேகரப் பெருமாள் காகிதத்தின் பக்கங்களை ஒவ்வொன்றாகப் புரட்டினார். அவரது கண்கள் ஒரு பக்கத்தில் பதிந்தது.

திருவனந்தபுரத்தில் உள்ள அரண்மனையின் ஒரு சிறிய அறையில் தூசி நிறைந்த அலமாரியில், அவர் பிறப்பதற்கு முன்பே மர்மமான முறையில் இறந்த தனது முன்னோடியின் தனிப்பட்ட சேகரிப்பை அவர் தற்செயலாகக் கண்டார். அதைத் திறந்து பார்த்தபோது, பல விஷயங்களைப் பார்த்த அவா, அலமாரியின் இரகசியப் பெட்டியில் வைக்கப்பட்டிருந்த இந்தக் காகிதக் கட்டுகளைக் கண்டார்.

ஸ்லோகங்களைத் திரும்பத் திரும்ப படிக்கையில், அரசன் எவ்வாறு இருக்கக்கூடாது என்பதைப் புரிந்து கொண்டார்.

வஞ்சகக் கதைகளை மீண்டும் ஒருமுறை கூட மகாராஜாவிடம் சொன்னது அந்த ஸ்லோகங்கள்.

பத்தொன்பது ஆண்டுகளுக்கு முன் பத்மநாபபுரத்தில் இரவு... நேரம்...... தேவீதாச தீட்சிதரின் ஆதீனத்தைக் குறிக்கும் வகையில் மேடையில் பாடி நடனமாடி பட்டுப்புடவையும் பட்டமும் பெற்றுச்சென்ற அரங்கநாதனும் தேஜாவந்தியும் மக்கள் பிரியும் ஆரவாரத்துக்கு மத்தியில் புறமேரி அரண்மனைக்கு நேராகச் சென்றனர். பரிசும் பதவியும் கிடைத்த மகிழ்ச்சியில் மகிழ்ந்த அவள், அரங்கநாதனின் தோளில் அன்பாகத் தலை சாய்த்து, அவனது இடுப்பை இறுகப் பற்றிக் கொண்டு கனவில் வருவது போல நடந்தாள். புறமேரி அரண்மனைக்குச் செல்லும் பாதையில் குதிரைகளின் குளம்புகளின் சத்தம் தொடர்ந்து கேட்டது. மகாராஜாவின் பரிவாரங்கள் நகர்ந்து கொண்டிருந்தன. அரங்கநாதன் தேஜாவந்தியைப் பிடித்துக் கொண்டு புறமேரி அரண்மனைக்குள் சென்று கதவை மூடினான்.

மாளிகையின் முக்கியமான அறைக்கு அவளை அழைத்துச் சென்றான். பலகையாலான தரையுடன் கூடிய விசாலமான அறை.

ஜன்னலுக்கு வெளியே பார்க்கும் நீலச்சந்திரனின் குளிர் கதிர்கள் அறையில் ஒரே மங்கலான வெளிச்சம்.

அந்த பெண் அரங்நாதனை மனதாரப் பார்த்தாள், மனதுக்குள் காதல் நிரம்பி வழியும் உணர்ச்சிகள் நிறைத்திருந்தாள் அவள்.

கவர்ச்சியுடன் சிரிக்கும் அரங்கநாதனின் விரல்கள் தேஜாவந்தியின் நெற்றி, கன்னங்கள், மூக்கு, உதடு, கன்னம் என மெல்ல மெல்ல நகர்ந்தன.

மகிழ்ச்சியில் கண்களை மூடிக்கொண்டு அந்த விருதைப் பெற்றாள் அவள்.

அறையின் மூலையில் அலங்காரத் தட்டுக்குப் பின்னால் பலகைகள் போடப்பட்டிருந்த அறையின் வலது மூலலையில் ஒரு சிறிய மூடி திறக்கப்பட்டது. அடித்தளத்தின் நுழைவாயில் வழியாக ஒரு தலை உயர்கிறது.

மங்கலான வெளிச்சத்தில் ஒரு உருவம் கட்டி அணைத்தபடி நிற்கும் அவர்களுக்குப் பக்கத்தில் தேஜாவந்தியின் பின்னால் வந்து நின்றது...

அரங்கநாதன் அவளது காதில் கிசுகிசுத்தான்.

'தேஜாவந்தி'

கண்களை மூடிக்கொண்டு விரல்களின் அன்பையும் அழைப்பையும் ஏற்றுக்கொண்டாள் அவள்.

'ஓ...'

அவள் பின்னால் இருந்த அந்த உருவம் புன்னகையுடன், அரங்கநாதனின் கைகளை மெதுவாக அவளிடமிருந்து விலக்கி, அவளைத் தனது கையால் பற்றிக் கொண்டான்.

அவர் திருவிதாங்கூரின் இளம் மகாராஜா, ஆதிராமவர்மா தான்.

ஆதிராமவர்மா மெதுவாக அழைத்தார்.

'தேஜாவந்தி...'

'ஓ..'

சட்டென்று திரும்பிப் பார்த்தாள் அவள்.

அவர் அவளுடைய அரங்கநாதன் இல்லையே

வேறு ஒருவர்.

ஆ... தனக்கும் பரிசுகள் வழங்கிய மகாராஜா..

அவள் சப்தம் போட முயற்சித்தாள்.

சட்டென்று அவளது வாய், முகம், தொண்டை ஆகியவற்றை இருகைகளால் மகாராஜா இறுகப் பற்றிக் கொண்டார்.

தடுக்க முயன்ற கைகளை அரங்கநாதன் பிடித்து அழுத்தினான்.

தட்டிவிட்டுச் செல்ல முயன்ற தேஜாவந்தியை ஆதிராமவர்ம கைகளால் பிடித்துத் தூக்கினார்.

அரங்கநாதன் பார்த்து நின்றான்.

மகாராஜா மூர்க்கமாகச் சிரித்தார்.

'அரங்கநாதா நான் மகிழ்ச்சியாக இருக்கிறேன். உனக்குக் கொடுத்த பட்டும் வளையும் பட்டமும் ஒன்று வீணாகவில்லை... உம். போ..'

பணிவுடன் வெளியே வந்த அரங்கநாதன் அறையின் வாசலைப் பூட்டியடைத்தான்.

நாற்பத்தி மூன்று

ஒரு ஏமாற்றுக்காரன் ஒரு பெண்ணைக் காதலிப்பதாக நடித்து அவளை இன்னொருவனுக்கு கூட்டிக்கொடுப்பதும், அதிகாரத்தின் பற்கள் நீண்ட இன்னொருவன் அவளது கற்பை சூறையாடுவதும், கண்டபோதும் சாட்சிகளான மனங்கள் பேசாமல் இருந்தன. நள்ளிரவில் ஹோர்டடல் அறையில்...

மௌனத்தை உடைத்து அனந்தபத்மநாபனின் வார்த்தைகள் அவன் நண்பர்களின் மௌனத்தின்மேல் படபடத்தன.

'ஆதிகேசவகுலசேகரப் பெருமாளின் முன்னோடியான ஆதிராமவர்ம ஒரு புத்திசாலி. கொஞ்சம் கூட கருணையின்றி வழிவிட்ட வாழ்க்கை வாழ்ந்து வந்தார். இந்தச் சம்பவத்திற்குப்

பிறகு விரைவில் இறந்தார். அது ஒரு கொலையாக இருந்தது என்பது அறியப்படாத வரலாறு. அந்த ஆதிராமவர்மாவுக்கு டைரி எழுதும் பழக்கம் இருந்தது......'

என்னவென்று தியாவுக்குப் புரியவில்லை.

'அது என்ன?'

இந்து பதில் சொன்னாள்.

'தினசரி குறிப்புகள் இன்றைய டைரி தான்'

அனந்தன் தொடர்ந்தான்.

'அந்தக் குறிப்புகள் சுயநலதத்திற்காக ஆதிராமன் செய்த அட்டுழியங்களின் அப்பட்டமான விளக்கங்களாக இருந்தன. பெண்களை வேட்டையாடிய வித்தைக்காரனின் கதைதான். யாரை வேண்டுமானாலும் உபயோகப்படுத்துவார்கள். பிறகு தூக்கி எறிவான். அதுதான் ஆதிராம வர்மா.. அவருடை முக்கிய ஆலோசகர் வடநாட்டைச் சேர்ந்த ஒரு மந்திரவாதி... அரசனின் வீர வரலாறுகள் மட்டும் எழுதும் நம் வரலாற்றாசிரியர்கள் கண்மூடித்தனமாக விட்ட வரலாறு வஞ்சகங்களும், ஏமாற்றுகளும் நிறைந்ததாக இருந்தாலும் யாரோ சிலர் சில இடங்களில் சாமூதிரியின் நாட்டிலிருந்து வந்த இந்த மந்திரவாதியையும் குறிப்பிட்டுள்ளனர்.'

அனந்தபத்மநாபனின் விளக்கத்தை இந்து சரியாகப் புரிந்து கொண்டாள்.

'ஆதிராமவர்ம பாலியல் பலாத்காரம் செய்த தேஜாவந்தியில் அவருக்குண்டான சந்ததி தான் இந்த அபிராமி? இதைப் புரிந்து கொண்டதால் தான் அபிராமியைத் தத்தெடுக்க ஆதிகேசவகுலசேகரப் பெருமாள் படியேற்றம் செய்ய தீர்மானித்ததும்'

'ஆமாம்.. பலாத்காரம் செய்யப்பட்டாலும் அபிராமி அரச குடும்பத்தின் சந்ததி தான்'

சூரஜுக்கு இன்னும் சந்தேகம் தான். ஆனால் அவனது சந்தேகங்கள் சராசரி வாசகரின் சந்தேகம் தான்.

'தேஜாவந்தியை விட்டுக்கொடுத்து பட்டவும் வளையும் பட்டும் வாங்கிய அரங்கநாதனை தேடிப்பிடித்து எதற்காக மகாராஜா கொலை செய்தார்'

கலையின் சர்வமதிப்பாளராக இருந்த ஆகிகேசவக் குலசேகரப் பெருமாளின் நீதி. மீதியையும் கேள்.'

அனந்தன் மீண்டும் அவன் எழுதிய பக்கங்களை எடுத்து படிக்க ஆரம்பித்தான்.

புறமேரியில் அரங்கநாத தீட்சிதருக்கு தாம்பூலம் கொடுத்துவிட்டு சுரங்கப்பாதை வழியாக இருப்புப்புரை மாளிகையின் விசாலமான பிரதான அறையில் பலகைகள் பதித்த தரையின் மூலையில் உள்ள சுரங்கப் பாதையின் வழியாக ஆதிகேசவக் குலசேகரப் பெருமாள் மகாராஜா வந்து சேர்ந்தார். கையிலிருந்த ஜாடியைப் பாதாள அறைக்குள் எறிந்துவிட்டு அதன் நுழைவாயிலை மூடினார்.

ஒரு கணம் யோசித்த இளம் மகாராஜாவின் முகத்தில் ஒரு அமைதி நிலவியது. அவர் கைகளைக் கூப்பினார்.

'பத்மநாபா! மகாவிஷ்ணோ!.. நீ எனக்குச் சரியோ தவறோ காட்டி தந்துகொண்டேயிருக்கிறாய். என் மனதில் நீ உணர்த்துவது உன் விருப்பம். அது தர்மத்தின் விருப்பம் அல்லவா? உனது தர்மத்திற்கான கர்மம் செய்யும் ஒரு கருவி மட்டுமே நான். அந்த கர்மம் தான் இன்று நான் செய்வதும். கொடும் பாவத்தின் சம்பளம் மரணம் தான். இங்கிருந்து தான் பட்டு, வளையல், பட்டம் ஆகியவற்றைப் பெற்று இசைத்துறையில் தனது வெற்றிப்பயணம் தொடங்கியதெனவும் திரும்பவும் வரும்போது இசைச் சக்கரவர்த்தியாக மூடி சூடப்படவேண்டும் எனவும் அவர் எழுதினார். கேட்டுப் பெறுகிறவன் கலைஞர் இல்லை. அதனால் கடந்தகாலத்தைத் திரும்பிப் பார்க்கத் தோன்றியது. நமது

பூர்வசூரியின் குறிப்புகளும் படித்தேன்... அரங்கநாதனின் பழைய ஆதீனம் இருந்த தேசத்திலும் உளவாளிகளால் விசாரித்தேன். வரலாறு நமக்கு நிரூபித்தது. சதி, வஞ்சகம், மோசடி, பாசாங்குத்தனம் மற்றும் பாவத்தால் பலரும் ஜெயிக்கிறார்கள். சிறிது காலம் அவர்கள் வெற்றி பெற்றாலும் நீண்டகாலத்திற்கு வெற்றிபெற முடியாது என்பது தான் உமது நீதி. உனது நீதிக்கு இரக்கம் கிடையாது. தோற்றவர்களுக்கு தான் அந்த நீதி. என் மூலம் செயல்படுத்தினீர்கள். ஆசீர்வதியுங்கள்'

இரவு ஹோட்டல் அறையில் சூரஜின் சத்தம் இப்போது கேட்டது.

'Perfect ஆச்சுடா. கேட்டுகொண்டிருந்த எனது சந்தேகம்... எல்லாத்துக்கும் பதில் நீ எழுதி வைத்திருக்கிறாய். Craftsmanship of a writer....'

அவனது மகிழ்ச்சி தியா மற்றும் அன்சரில் பிரதிபலித்தது இந்துவின் முகத்தில் தீவிரமான யோசனை இருந்தது...

'காவேரிக்கு என்ன ஆச்சு? அதையும் சொல்ல வேண்டுமே அப்போது தானே கதையின் காந்தப்புலம் இலக்கை நோக்கிச் செல்லும்?

பெண் புத்திசாலி... படைப்பாற்றல் உள்ளவள்.... அனந்தன் அவளது கண்களைப் பார்த்தான்.

'சொல்லியிருக்கிறேன்.. அது எனது intuition தான். ஒரு sixth sense.... எழுதி எழுதிப் போனபோது மனதிலிருந்து வெளியேறியது... வாசிக்கிறேன்...'

அனந்த பத்மநாபன் மீண்டும் பக்கங்களைப் புரட்டினான்.

நாற்பத்தி நான்கு

பெரியவேதபுரம் காவேரி முன்னே நடந்து சென்றதும், இருப்புப்புரை மாளிகையின் மொட்டை மாடியில் இருந்து

மெய்க்காவலாளர் சாத்துக்குட்டியை மறைத்து, தனது முன்னோர்களின் நாட்குறிப்பு குறிப்புகளை ஏந்திய ஆதிகேசவ குலசேகரப் பெருமாள் மீண்டும் அந்தக் காகிதக்கட்டுக்குள் சென்றார். பின்னர் அது மீண்டும் தோலால் சுற்றப்பட்டு போர்வைக்குள் வைக்கப்பட்டது.

நண்பகல் சூரியன் பிரகாசமாகப் பிரகாசிக்கிறது.

சூரியன் மத்யமாவதி இராகத்தின் உச்சத்தில் பாடுவதைப் போலப் பேச்சாற்றல் மிக்க மகாராஜா உணர்ந்தார்.

பிரபஞ்சத்தின். இயற்கையின் அனைத்து நிகழ்வுகளும் படைப்புகளின் பாதுகாவலரான பத்மநாபனின் தீர்ப்புகள் அல்லவா?

சூரியன், சந்திரன், நட்சத்திரங்கள், நதியின் ஓட்டம், கடலின் இரைச்சல், பூக்கள் மலர்வதும், உதிர்வதும் அனைத்தும் ....

மகாராஜா கண்களை மூடிக்கொண்டு கைகளைக் கூப்பி ஸ்ரீ பத்மநாபரை தியானித்தார்.

'பத்மநாபா.... உனது தீர்ப்புகள் எவ்வளவு கண்டிப்பானவை? பூர்வசூரியின் தினசரிக் குறிப்புகள் மூலம் என்னை அரங்கநாதனிடம் கொண்டுவந்து உனது நீதியைச் செய்தாய்..... கருவாக இருந்த என்னைக்கொண்டு சுயம் தாம்பூலம் தயார் செய்யும்போது கருணையில்லாத நீதியை நீ நடத்தினாய்... அதை நான் இப்போது தான் புரிந்து கொண்டேன். இனி காவேரிக்குக் கொடுத்த வாக்கு மெய்யாகட்டும்'

ஸ்ரீ பத்மநாபதா.... கருணாநிதியே....

நீர் எனது மனதில் தோன்றியதைத் தவிர வேறு ஒன்றும் ஆதிகேசவ குலசேகரப் பெருமாள் என்றும் நாட்டரசனான நான் செய்த கர்மங்களிலும் சொன்ன வார்த்தைகளிலும் இருந்ததில்லை.

நீதியுள்ள நீர் எனக்கு வழங்கிய வேலைகளாக இருந்தது....

நீர் மாயைக்காரர்...

உமது பாதம் வணங்கும் அடியார்களுக்கு அதன் பார்வை மங்களமாகத் தான் தெரியும்.

தெரிந்ததும் தெரியாததும் புரிந்ததும் புரியாததும்....

மனதால் நினைத்ததும், கண்ணால் கண்டதும், உள்ளத்தால் உணர்ந்ததும்...

காதால் கேட்டதும், விரலால் தொட்டதும்

கையால் எடுத்ததும், உடலால் அணிந்ததும்

உலகம் அறிந்ததும் அறியாததும்

விஞ்ஞானம் சொன்னதும் சொல்லாததும்

சடங்கு சம்பிரதாயங்களும் எல்லாம்

உமது பாதங்களில் சமர்ப்பிக்கிறேன்.

இசையின் பக்தி ஒன்பது விதம்...

கேட்டல், பாடுதல், நினைவு கூர்தல், பாதசேவை

அர்ச்சனை, வந்தனம், சக்யம், தாஸ்யம், ஆத்மநிவேதனம்

அடியானின் தாஸ்யவும் ஆத்மநிவேதனவுமாகும்...

அனைத்தும் உம்மிடம் சமர்ப்பித்துப் பணிவான வேலைக்காரனாக இருக்கிறேன்.

மகள்கள் பிறந்த பிறகு அல்லது திருமணத்திற்குப் பிறகு கோயிலுக்குச் செல்லும் முதல் வாய்ப்புக் கிடைக்கும்போது, குடும்ப அதிகாரத்தின் பொறுப்பில் இருக்கும்போது தான் படியேற்றம்.

ஆசாரியர்களின் முகம் சுளிக்க இந்தத் தீர்ப்பு காரணமாகும்.

கணக்கிலெடுக்கவில்லை....

இது வஞ்சிபாலபூபதியின் தீர்ப்பு...

குலதெய்வத்தின் தீர்ப்பு....

அந்த முடிவு வீண் போகவில்லை.... இங்கே பத்மநாபபுரத்தில் வைத்து காவேரியின் மகள் அபிராமியை இந்தக் குடும்பத்திற்குத் தத்தெடுப்பார்கள் காலையில். மாலையில் தீபாராதனை வேளையில் திருவனந்தபுரம் மதிலகத்தில் அவளது படியும் படியேற்றவும்.

மறுநாள் காலை, பத்மநாபபுரம் அரண்மனையின் விசாலமான முற்றத்தில், தற்காலிகமாக கட்டப்பட்ட பந்தலில் ஹோமகுண்டம் எரிகிறது.

மந்திரம் சொல்லிக்கொண்டு நெருப்பில் நெய் ஊற்றும் பூசாரி சங்கம்.

அருகில் புஷ்பார்ச்சனை நடத்திக்கொண்டிருக்கும் இன்னொரு சங்கம் பூசாரிகள். எல்லாவற்றையும் பார்த்துக்கொண்டு மகாராஜா ஆதிகேசவகுலசேகரப் பெருமாள் சிம்மாசனத்தில் வீற்றிருக்கிறார்.

சர்வாதிகாரி மார்த்தாண்டன்பிள்ளை. திருமுகம்பிள்ளை உண்ணிக்கிடாவு, இராயசம் பிள்ளை சந்திரமுத்து ஆகிய அரச சேவகர்களும் எண்ணிடலங்காத அதிகாரிகளும் பிராமணர்களும் உதவியாளர்களும், பட்டர்களும் நாயன்மார்களும் பார்வையாளர்களுமாக அரண்மனை முற்றத்திலும் நாலாபக்கமும் மக்கள் கூட்டம் அலைமோதுகிறது.

மந்திரம் சொல்லிக்கொண்டே உதவியாளனாக இருந்த இன்னொரு புரோகிதனிடம் மகாபுரோகிதன் கையால் சைகை காட்டினார்.

பந்தலுக்குப் பின்னால் இருந்து உயரமான பீடத்தை எடுத்துக்கொண்டு ஹோமகுண்டத்திற்குப் பக்கத்தில் வந்தார். அங்கே பீடத்தை பிரதிஷ்டை பண்ணி அதற்குமேல் ஒரு தங்கக் கம்பளம் விரித்தார்.

அதற்குப்பின் முக்கிய புரோகிதன் திருமுகம்பிள்ளையிடம் வந்து 'குழந்தையை அழைத்து வாருங்கள்' என்று சொன்னார்.

திருமுகம்பிள்ளை உண்ணிக்கிடாவு இராயசம்பிள்ளை சந்திரமுத்துவைப் பார்த்தார்.

பத்மநாபபுரம் அரண்மனைக்கு வெளியே திவான்ஜி மாளிகையின் முற்றத்திற்கு நேராக சர்வாபரணங்களால் அலங்கரிக்கப்பட்ட அழகான ஒரு பெண் குழந்தை உள்ளேயிருந்து வந்தாள். அது அபிராமி. காவேரியின்... இல்லை. தேஜாவந்தியின் மகள்... மிகவும் மகிழ்ச்சியுடன் அவளது தாயான காவேரி அவளது பக்கத்தில் வந்து நின்றாள்.. அவளது பாட்டி கண்ணம்மபாடினியும்...

இன்று அபிராமிக்குப் படியேற்றம்..

துக்கத்திலிருந்து அரண்மனைக்குச் செல்லும் படியேற்றம்....

துன்பத்திலிருந்து மகிழ்ச்சிக்கான படியேற்றம்.

பிறப்பின் நோக்கம் நிறைவேறியதாகக் காவேரி நினைத்தாள்... மகாராஜாவின் நல் மனம்..

பெண்ணின் வாழ்க்கைக் கதையைக் கேட்டு இரக்கமுள்ள மன்னனின் கல்லைப் பிளக்கும் கட்டளையாக இருந்தது இந்த படியேற்றம்.

கண்ணம்மா பாடினியின் கண்களில் கண்ணீர் வழிந்து கொண்டிருந்தது.

எனது பேத்திக்கு அதிர்ஷ்டம் வந்ததே.

காவேரியின் துன்பத்தின் விளைவுதான் இந்த அதிர்ஷ்டம்.

அழுதுகொண்டிருந்த குழந்தையை மார்போடு அணைத்துக் கொண்டு காவேரி ஆற்றங்கரையில் இருந்து தொடங்கிய அவளது பயணம்.....

அவளுக்குக் கடவுள் கொடுத்த மகள் தானே இந்த அபிராமி.

தனது மாணிக்கனின் மகள்.

வாழ்க்கையைத் தனியாகக் கட்டியெழுப்பியவள் இந்தக் காவேரி.

சீடர்களை உருவாக்கி, கற்பித்து, மேடையில் மயில்போல் நடனமாடி, நதிபோல் வாழ்ந்தவள்.

அவளது வெற்றியைக் கண்டு மகிழ்ச்சியும் நிம்மதியும் அடைந்து இறந்தார் முத்தப்பன். காவேரியின் நெற்றியில் கைவைத்து ஆசீர்வதித்து மாணிக்கனிடம் முத்தப்பன் சென்றான்... அவளது மகளாகவும் மருமகளாகவும் அவள் வாழ்ந்தாள்.

அபிராமியும் நிலாபோன்று அவர்களுடன்...

அம்மா சொல்கிறார். இது வெற்றியென்று....

பாக்கியம் என்று பாட்டி சொல்கிறாள்...

எனக்குத் தெரியாது...

தாயுடன் நடனமாட பத்மநாபபுரம் வந்தவள்...

நிறங்களில் ஆடி மயிலை வரைக்கும் மயூரநடனம் ஆடுவதற்கு நினைத்தாள்...

அதற்கிடையே என்னென்ன சம்பவங்கள்... பிரச்சனைகள்...!

அரங்கேற்ற முடியவில்லை.

ஆனால், இன்று தான் அரண்மனைக்கும் அரசு குடும்பத்துக்கும் மகளாகத் தத்தெடுக்கப் படுவதாகக் கூறப்படுகிறது.

அரசகுடும்ப மகளாக எனக்குப் போகவேண்டாம்....

அம்மாவின் மகளாக மட்டும் இருந்தாலே போதும் என அபிராமி கதறி அழுதாள்..

மார்புடன் சேர்த்து அவளது கண்ணீரைத் துடைத்து அன்புடன் காவேரி அவளைப் பார்த்தாள்...

அதற்குள் இராயசம்பிள்ளை சந்திரமுத்து திவான்ஜி மாளிகைக்கு வந்தார்.

காவேரியும், கண்ணம்மபாடினியும், அபிராமியும் பத்மநாபபுரம் அரண்மனை முற்றத்தில் பல்லக்கில் வந்து இறங்கினார்கள். அரண்மனை வாசலில் புரோகிதர்கள் பூரண கும்பம் சுமந்துகொண்டு காத்து நின்றனர். அரண்மனை வாயில்களில் எக்காளங்களும், கொம்புகளும், குழல்களும் ஒலித்தன. அபிராமியை பல்லக்கில் இருந்து வெளியே இறக்கினார் இராயசம்பிள்ளை சந்திரமுத்து.

பூசாரி அபிராமியின் கைகளில் பூரண கும்பத்தை வழங்கியதும் அவருடன் இருந்த மற்ற பூசாரிகள் பூக்களால் வாழ்த்தினார்கள். அபிராமியைப் புரோகிதர் கூட்டம் அரண்மனை முற்றத்தில் உள்ள ஹோமகுண்டத்திற்கு அழைத்துச் சென்றனர்.

புரோகிதர்களுக்குப் பின்னால் அரண்மனை முற்றத்தை நோக்கி நடக்க முயன்ற காவேரியையும் கண்ணம்ம பாடினியையும் அவர்கள் விலக்கினார்கள்.

வாள் ஏந்துபவர்களும் சேவுகர்களும் இராயசம்பிள்ளை சந்திரமுத்துவின் தலைமையில் தடையாக நின்றனர்.

படியேற்றத்திற்காக மகள் பந்தலில் ஏறுவதை அம்மாவும் பாட்டியும் தூரத்தில் இருந்து பார்த்துக் கொண்டிருந்தனர்.

கண்ணம்மபாடினி அழுது கொண்டிருந்தாள்.

காவேரி சிரித்துக் கொண்டு அவர்களைச் சேர்த்துப்பிடித்து அவரது கண்களைத் துடைத்தாள்.

ஹோமகுண்டம் அருகே மந்திரம் ஒலித்தது. தங்கக் கம்பளத்தால் மூடப்பட்ட பீடத்தின் மேலே இருந்த அபிராமியின் தலையில் பூசாரிகள் புதுநெல்லின் அரிசியைத் தூற்றினர். பிறகு மகாராஜாவிடம் அந்த அரிசிக் கிண்ணத்தை நீட்டினார்கள். அவர் சிம்மாசனத்திலிருந்து எழுந்து தட்டில் இருந்து ஒரு பிடி அரிசியை எடுத்து ஸ்ரீபத்மநாபரைத் தியானித்து, கம்பீரமான புன்னகையுடன் அபிராமியின் தலையில் அர்ச்சனை போட்டார். மகாராஜாவின் கலைநயமான அன்பான புன்னகையை பார்த்து அபிராமியின் முகத்திலும் புன்னகை தெரிந்தது.

கண்ணம்மபாடினியின் கைகளைப் பிடித்து காவேரி அரண்மனை முற்றத்திலிருந்து நடந்தாள்....

திவான்சி பங்களாவின் அறையில் கண்ணம்மா பாடினியின் முன்னால் தோளில் பையை ஏந்தியவாறு வந்தாள் காவேரி. கடவுளின் பெயரைச் சொல்லிக் கொண்டிருந்த அந்த முதியவரைப் பார்த்தாள்..

'அம்மா....'

'என்ன மகளே....?'

'அவளது படியேற்றம் முடிந்தது. இப்போது அவளது பயணம் தொடங்கவுள்ளது. அதிர்ஷத்திலிருந்து அதிர்ஷ்டத்தை நோக்கி... இந்தத் தாயின் உதவியின்றி அவளுடைய பயணம் தொடரும். இது தான் என் வாழ்க்கையில் நான் கண்ட கனவு.

கடவுள் எனக்குக் கொடுத்த வேலை.. அது நிறைவேறியது. முழுமையடைந்தது.

காவேரி ஆறு கடலில் கலக்கிறது... நதி அந்த முடிவை நோக்கிச் செல்கிறது.

அதைப்போல் நானும் எனது பயணத்தை ஆரம்பிக்கிறேன்.

அம்மா அவளுடன் இரு.. அதுதான் என் அம்மாவுக்கு நல்லது... என்னைப்பற்றி கவலைப்பட வேண்டாம். அம்மாவிள்

மகளாகவும் மாணிக்கனின் பெண்ணாகவும் நான் எப்போதும் உங்கள் மனதில் இருப்பேன் என்று எனக்குத் தெரியும். அம்மாவை எனது மனதில் நான் சுமந்து செல்கிறேன்...'

காவேரி கண்ணம்மபாடினியைக் கட்டி அணைத்துக் கொண்டாள்.

அவள் அழவில்லை. கண்ணம்மாவும் அழவில்லை.

ஒரு புன்னகை அவர்கள் முகத்தில் நிறைந்தது.

'மகளே....'

அறையின் மூலையில் வைத்திருந்த, கால் நடுங்கும்போது எப்போதாவது பயன்படுத்தும் ஊன்றுகோலைக் காட்டி... அதை எடு காவேரி'

ஊன்றுகோலை எடுத்துக் கண்ணம்மா பாடினியிடம் கொடுத்தாள் காவேரி.... அதை ஊன்றி அவர் எழுந்தார்.... எழுந்து நின்று காவேரியைப் பார்த்தார்... புன்னகைத்தார்... இன்னொரு கையால் அவள் கையைப் பிடித்தாள்... நட....'

காவேரி என்ற மகளை கபில பாகவதருக்குக் காவேரியாறு கொடுத்தது பூக்குடியில் வைத்து தான். அங்கே, நதியின் அழகிய கரையில், பறவைகளின் கீச்சொலி மற்றும் கால்நடைகளின் குரல்களுக்கு மேலே தற்போது பாறைகளில் உளி அடிக்கும் சத்தம் உயர்ந்து கேட்கிறது.

ஆற்றங்கரையில் சிற்பிகள் குடியிருக்கிறார்கள்....

இளைஞர்கள் முதல் முதியவர்கள் வரை உண்டு.....

ஆற்றங்கரையோரம் தற்காலிகத் தங்குமிடங்கள்....

அங்கு விளையாடும் குழந்தைகளை அம்மாக்களும் மற்ற பெண்களும் திட்டுகிறார்கள்...

காவேரி மற்றும் கண்ணம்ம பாடினியின் பயணம் பத்மநாபபுரத்திலிருந்து தொடங்கி பல இரவுகளையும் பகலையும்

கடந்து தெருக்கள், ஆற்றங்கரைகள், கடற்கரைகள் வழியாகத் தொடர்ந்தது. இறுதியாக, காவிரியும் கண்ணம்மா பாடினியும் மதிய வேளையில் சிற்பிகள் தங்கியிருந்த பூக்குடி ஆற்றின்கரைக்கு வந்து சேர்ந்தனர்.

கண்ணம்ம பாடினியை மரத்தடியில் உட்கார வைத்துவிட்டு காவேரி அருகில் இருந்த கற்பாறையில் அமர்ந்திருந்தாள். சுட்டெரிக்கும் வெயிலில் வந்து சேர்ந்தனர். தாகமும் இருக்கிறது.

திடீரென்று காவிரியின் முன் தண்ணீர் நிரப்பிய ஒரு மண்பானை வந்து கொண்டிருந்தது.

அவள் நிமிர்ந்து பார்த்தாள்...

வெள்ளைத் தாடியுடனும் முடியுடனும் ஒரு முதியவர் அவளைப் பார்த்துச் சிரித்தார்.

'குடித்துக்கொள் மகளே'

அவள் அதை வாங்கிக் குடித்தாள்.

குடித்து விட்டு எஞ்சிய தண்ணீரில் தனது முகத்தைக் கழுவினாள்.

மண்பானை திரும்ப நீட்டும்போது அந்த முதியவர் அவள் முகத்தை மகிழ்ச்சியுடன் பார்த்துக் கொண்டு நிற்பதை அவள் கண்டாள்.

வளிமண்டலத்தில் அவரது விரல்கள் அவளது முகத்தினைத் தடவி அளப்பது போல் அவளுக்குத் தோன்றியது.

அவள் மகிழ்ச்சியடைந்தாள்.

கரடுமுரடான பாறைகளில் சிற்பிகளின் உளிகளின் சத்தம் கேட்டது.

அது ஆற்றின் அலைகளில் எதிரொலித்தது....

நாற்பத்தைந்து

விடியற்காலை திருநெல்வேலியில் இருந்து புறப்பட்ட அனந்தபத்மநாபனும் நண்பர்களும் காலை ஒன்பது மணிக்குப் பிறகு நாங்கோல் குடும்பத்தில் திரும்பி வந்தார்கள். கார் முற்றத்தை அடைந்தவுடன் அனந்தன் வெளியே குதித்தான். காரின் சத்தம் கேட்ட பத்மாவதி அம்மா சிரித்துக்கொண்டே ஓடிவந்தார். அனந்தனின் ஆற்றலையும் உற்சாகத்தையும் கண்டு மகிழ்ந்தனர். தோள் பையில் இருந்து நேற்றிரவு தான் எழுதிய கையெழுத்துப் பிரதியின் அட்டையையும் தாத்தாவின் சந்திரகளபத்தின் கையெழுத்துப் பிரதியையும் வெளியே எடுத்தான். நண்பர்களும் அவர்களைச் சூழ்ந்து நின்றனர்... அனைவரின் முகத்திலும் மிகுந்த மகிழ்ச்சி இருக்கிறதே எனப் பத்மாவதி மனதில் மகிழ்ந்தாள்.

அனந்தன் அம்மாவை அணைத்துக் கொண்டான்.

'நான் தாத்தாவைப் பார்த்து வருகிறேன்'

'நான் அப்பாவிடம் தான் இருந்தேன். நீ வந்தாயா என அவ்வப்போது கேட்டுக் கொண்டிருந்தார். இன்று காலை முதல் நல்ல உற்சாகமாகவே காணப்பட்டார். சத்தம் கேட்டபோது. நீங்கள் வந்தீர்கள்... சென்று பார்த்து வருகிறேன் எனச் சொல்லி அப்பாவிடமிருந்து வந்தேன்.... செல்.... சென்று தாத்தாவைப் பார்த்து வா'

கண்களை மூடியவாறே தாத்தா கட்டிலில் படுத்திருக்கிறார்....

தூங்குகிறாரோ?

இப்போது அம்மாவிடம் பேசியதாகச் சொன்னார்களே.

தாத்தா பேராசிரியர் தாணுமாலயன் தம்பியின் கால்களைத் தொட்டு வணங்கினான் அனந்தன்.

தனது கையிலிருந்த எழுத்துப்பிரதிகளை அவரது மார்பின்மேல் வைத்தான். அவரது நெஞ்சில் வைத்துக் கொடுத்தான்.

'நான் அதனை நேர்த்தியாகச் செய்தேன் தாத்தா... Writing was a wonderful experience... I have been taken away... படித்துக் காட்டலாம்.... திருப்தியாக உள்ளதா என தாத்தா தான் சொல்லணும்'

நான் இவ்வளவு பேசியபிறகும் தாத்தா கேட்கவில்லையே!

கண்கள் மூடியவாறு கிடக்கிறார்.

தூங்குகிறாரா?

அனந்தன் தாத்தாவைத் தட்டி அழைத்தான்.

'தாத்தா....'

அசையவில்லையே... என்னாச்சு?

'தாத்தா...'

அனந்தன் மீண்டும் தலையை ஆட்டினான்

அசையவே இல்லையே.... என்னவாயிற்று......?

அனந்தன் தாணுமாலயன் தம்பியின் நாடியைப் பிடித்துப் பார்த்தான்.

நாடி நின்று விட்டதே. அவன் உரத்த குரலில் அழுதான்.

'அம்மா...'

அனைத்துச் சடங்குகளும் முடிந்த பிறகு, பேராசிரியர் தாணுமாலயன் தம்பியின் உடல் அடக்கத்திற்கு எடுத்துச் செல்லப்பட்டபோது மதியம் ஆனது. குடும்ப கோயிலுக்கும் பின்னால் அய்யத்தின் அந்தப்பக்கத்தில் தாமிரபரணி ஆற்றின் கரையைச் சேர்ந்து எரிமேடை அமைக்கப்பட்டது. அனந்தன் மேடைக்கு தீ மூட்டினான்.

அனந்தன் ஒளிரும் மேடையை உற்றுப் பார்த்தான்.

ஒளிரும் சுடர்களில் தாத்தாவின் முகத்தை அவன் கண்டான்.

தாத்தா சிரித்துப் பேசிக்கொண்டிருக்கிறார்....

பரம்பரை பரம்பரையாகக் கைமாறப்பட்ட ஆவணத்தை நான் உனக்குத் தருகிறேன். உனது படியேற்றம் நடக்கட்டும்.... இலக்கியத்தின் மண்டலத்திற்கு நேராக...

வீட்டை நோக்கி நடந்தான்...

கூட்டத்திலிருந்து சூரஜும் அன்சரும் அவன் பின்னால் வந்தனர்.

மரங்களின் வழியே செல்லும்போது வழியில் இந்துகிருஷ்ணா நின்று கொண்டிருந்தாள்.

அனந்தன் அவள் முகத்தைப் பார்த்தான்.

துக்கம் அலைமோதுகிறது.

மெதுவாக அவள் கையைப் பிடித்துக் கொண்டு நடந்தான்.

அவன் நடக்கும்போது அவளிடம் கிசுகிசுத்தான்

'சந்திரகளபம் என்ற பெயரை மாற்றினால் என்ன?'

அப்புறம் என்ன? அவள் கேட்டாள்....

காவேரி என்பது நதியில் பெயர்'

'அது வேண்டாம்'

'அப்புறம்?'

'படியேற்றம்...'

அனந்தன் இந்துவின் முகத்தைப் பார்த்தான்.

மீண்டும் அவன் கையை இறுகப் பற்றினாள்.

முற்றத்தில் பெண்கள் நின்று கொண்டிருக்கிறார்கள். தூரத்தில் அப்பாவின் உடல் எரிவதைப் பார்த்து பத்மாவதி கண்களைத் துடைத்தாள்...

தியா அவர்களின் தோளில் சாய்ந்து நின்றாள்.

அனந்தனும் அவனது கையைப் பிடித்துக்கொண்டு இந்துவும் வீட்டை நோக்கி நடந்து வருவதை கண்ணீர் வழியாக பத்மாவதி பார்த்தாள்.

பிணமேடையின் நெருப்பு, காற்றில் சுடர்விட்டு எரிந்தது.

அப்பா ஆசீர்வதிக்கிறார்.

அனந்தபத்மநாபன் அனைத்து மரண சடங்குகளும் முடிந்த பிறகு பூக்குடியின் அகழ்வாராய்ச்சி நடக்கும் இடத்தில் வந்தான். தாத்தா இறந்த அடுத்த நாள் நண்பர்கள் திரும்பிப்போனார்கள்.

பஸ் ஏறி தலைவரின் தற்காலிக அலுவலகத்திற்குப் போனான் அனந்தன்.

பால் சக்கரியா ஒரு கூட்டத்திற்கு அழைப்பு விடுத்திருந்தார்.

அனைவரும் உள்ளனர். சூரஜ், தியா, ரோசில் மோர்கன், மற்றும் பிற தொல்லியல்துறை நிபுணர்கள்.

அனந்தனைப் பார்த்ததும் தலைவர் மேஜையிலிருந்து ஒரு அறிக்கையை எடுத்து அவரிடம் நீட்டினார்.

'அனந்தா நமக்குக் கிடைத்த சிலையின் வயதை நிர்ணயிக்கும் கார்பன் சோதனை நடத்தியதின் அறிக்கை கிடைத்து அரை மணி நேரம் ஆனது'

'முடிவு என்ன பார்த்தீர்களா சார்?

'அந்தச் சிலைக்கு அவ்வளவு பழக்கம் இல்லை. ஆயிரம் போக ஐந்நூறு கூட இல்லை. இது மிக சமீபத்தில், 200 வருடங்களுக்கும் குறைவானது... சரியாகச் சொன்னால் நூற்றுத் தொண்ணூறு ஆண்டுகள் பழக்கம்'

அனந்தனுக்கு அவன் காதுகளை நம்ப முடியவில்லை.

'நே? எத்தனை வருடம்?'

தலைவர் மீண்டும் கூறினார்

'நூற்றுத் தொண்ணூறு. A really bad news. உண்மையிலேயே மோசமான செய்தி'

அனந்தனின் மனதிலும் முகத்திலும் ஒரு மர்மமான புன்னகை பரவியது.

கூட்டம் முடித்து தலைவர் எழுந்தார்.

அனந்தனின் தோளில் தட்டி ஆறுதல் கூறினார்.

'கவலைப்படாதே அனந்தா.. History will be revealed to us... keep on trying... நாம் நமது அகழ்வாராய்ச்சியைத் தொடர்கிறோம். கொஞ்சம் கூட ஆழமாக இங்கே தான்...'

திடீரென்று அனந்தன் கேட்டான்.

'சார் அந்த சிலை அறிக்கையுடன் திரும்பி வந்ததா?'

'ஆமாம்... அங்கே இருக்கிறது.. அந்த மூலையில்'

அனந்தபத்மநாபன் அறையின் மூலைக்குச் சென்றான்.

திராவிட அழகி சிலையாக நிற்பதைப் பார்த்தான்.

கைகளைக் கூப்பி அவன் அந்த அழகியைத் தொழுதான்.

தொல்லியல் துறை அலுவலக வாயிலைத் தள்ளித்திறந்து முத்தும் கதிரும் உள்ளே ஓடி வந்தனர். வெயிலில் ஓடுவதால் அவர்கள் மிகவும் மூச்சுவாங்கிக் கொண்டிருந்தனர். அலுவலகத்தில் CISF பாதுகாப்பு ஊழியர் ஓடி வந்தார்.

அதுதான் அன்சர் வீரான்குட்டி

'எங்கோட்டு..?'

கதிர் பதிலளித்தான்

'சாரைப் பார்க்கணும்'

'எந்த சாரை?'

முத்து சற்று வெட்கத்துடன் சொன்னாள்

'அந்த சாரை...'

அன்சருக்குக் கவலையானது

'பிரச்சனையானதே... பிரித்துக் கலகம் செய்பவர்களை அலுவலக வேலைக்குச் சேர்த்ததால் இந்தப் பிள்ளைகளை நாசமாக்குவார்களா? நீங்க இப்போது போங்கள்... இப்போது பார்க்க முடியாது'

சூரஜ், தியா, ரோசில் ஆகியோர் வெளியே வந்தனர். அலுவலக முற்றத்தில் ஒரே சத்தம்

தியாவைப் பார்த்ததும் அந்தப் பெண் முத்துவிற்குத் திடீரென்று நினைவு வந்தது...

சாருடன் காரில் இருந்த அதே பெண்ணுதானே...?

முத்து தியாவிடம் ஓடிச் சென்றாள்.. 'அந்த சாரைப் பார்க்கணும்...'

அவளுடன் கதிரும் வந்தனர். இரண்டுபேருக்கும் பின்னால் அன்சரும் வந்தான்.

திராவிட சுந்தரியைக் கண்டதும் அனந்தபத்மநாபன் மனம் மகிழ்ந்து வெளியே வந்தான். 'சார்... சர்....' என்று அழைத்துக்கொண்டு முத்தும் கதிரும் அவனைச் சூழ்ந்தனர். முத்து கையில் பிடித்திருந்த பையில் இருந்து சில பழங்கால மண்பாண்டங்களையும் கற்களால் ஆன கோடரியையும் எடுத்துக் காட்டினான்..

'சார் இப்போது தோண்டிய இடத்திலிருந்து இன்னும் அரை மைல் தூரம் கடந்து சென்றால் காடு தொடங்குற இடம் இல்லையா?'

கதிர் மீண்டும் விளக்கினான்.

'ஆமாம் சார்... அங்கே இருந்து கிடைத்தது... நீங்க சொல்லியவாறே அடையாளம் போட்டு வச்சிருக்கேன் சார் அங்கே...'

அனந்தபத்மநாபன் அதைக் கையில் வாங்கினான். சரிதான் மிகவும் பழமையானது போலத் தோன்றுகிறது. காவேரி நதி தன்னை மீண்டும் அவளது கரைக்கு அழைப்பது போல் உணர்ந்தான் அனந்தன்.

பிள்ளைகள் தங்கள் பணியை நிறைவேற்றியதைப் போல் திரும்ப நடந்தார்கள்.

சூரஜ் சிரித்தான்.. அதைப்பார்த்து

இவனது சர்வே டீம்...!

'அடுத்த குறிப்பு வந்தாயிற்று'

தியா சிரித்தாள். அவள் பார்த்தபோது குழந்தைகள் வாசலுக்கு அருகே பக்கத்தில் வந்தனர்.

சத்தமாக அழைத்தாள்.

'ஹேய்...'

முத்துவும் கதிரும் திரும்பினார்கள். முத்துவைக் காட்டி தியா கேட்டாள்.

'ஹேய்.. உன்னைத்தான்... உன் பெயரென்ன?'

கதிர் பதிலளித்தான்.

'முத்து...'

அவன் பேசி முடித்ததும், அந்தப் பெண் அவனுடைய தலையில் ஒரு குட்டுக் கொடுத்தாள். தம்பியுடன் கொஞ்சம் சண்டையும் போட்டாள்.

'என்னடா? வீட்டில் அழைக்கும் செல்லப்பெயரையா சொல்றது?'

பிறகு எல்லோரையும் பார்த்து அழகாகச் சிரித்துக் கொண்டு அவள் சொன்னாள்.

'என் பெயர் காவேரி...'.

மோகன்குமார் படியேற்றம்